நெஞ்சம் மறப்பதில்லை

இரண்டாம் பாகம்

நெஞ்சம் மறப்பதில்லை

இரண்டாம் பாகம்

சித்ரா லட்சுமணன்

எழுத்து பிரசுரம்

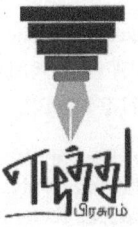

Title : Nenjam Marappathillai Part 2
Author's Name : Chitra Lakshmanan
Copyright © Chitra Lakshmanan
Published by Ezutthu Prachuram

All rights reserved. No part of this publication may be reproduced, stored in a retrieval system, or transmitted, in any form or by any means, electronic, mechanical, photocopying, recording, psychic, or otherwise, without the prior permission of the publishers.

Ezutthu Prachuram
(An imprint of Zero Degree Publishing)
No.55(7), RBlock,
6th Avenue, Anna Nagar
Chennai - 600040

Website: www.zerodegreepublishing.com
E Mail id: zerodegreepublishing@gmail.com
Phone : 98400 65000

First Edition by Ezutthu Prachuram: August 2021
ISBN : 978-93-90884-84-1
TITLE NO EP: 230

Cover Design : Vijayan
Layout : Vidya
Printed at Manipal Technologies, India

உள்ளே

51. ஆண்கள் மட்டுமே நடித்த படத்தில் அறிமுகமான எம்.என்.நம்பியார் 7
52. எம்.ஜி.ஆரிடம் முத்தம் கேட்டுப் பெற்ற நடிகர் 14
53. இருபது வயதில் அறுபது வயதுக் கிழவனாக நடித்த வி.கே.ராமசாமி 20
54. வி.கே.ராமசாமியைக் கதாசிரியராக்கிய ஏ.பி.நாகராஜன் 26
55. எம்.ஆர்.ராதாவின் வாழ்க்கையில் மறுமலர்ச்சியை
ஏற்படுத்திய வி.கே.ராமசாமி 32
56. அண்ணனின் காதலுக்கு எம்.ஜி.ஆர். போட்ட முட்டுக்கட்டை 38
57. எம்.ஜி.ஆர். எழுதிய முதல் காதல் கடிதம் 45
58. நடிகையை மாற்றச் சொன்னதால்
பட வாய்ப்பை இழந்த எஸ்.வி.ரங்காராவ் 51
59. எஸ்.வி.ரங்காராவை நேருக்கு நேராக விமர்சித்த எம்.ஆர்.ராதா 57
60. சாவித்திரியைப் போல குணச்சித்திர நடிகையாக
ஆசைப்பட்ட சில்க் ஸ்மிதா 63
61. சில்க் ஸ்மிதாவின் ஆசையை நிறைவேற்றிய பாரதிராஜா 69
62. சத்யராஜுடன் நடனம் ஆட மறுத்த சில்க் ஸ்மிதா 75
63. சவுகார் ஜானகிக்காக படத்தை விட்டு விலக
முடிவெடுத்த கே.எஸ்.கோபாலகிருஷ்ணன் 81
64. கே.எஸ்.கோபாலகிருஷ்ணனுக்கு வித்தியாசமாக
விருந்து கொடுத்த நடிகை 86
65. சோவை இயக்குனராக்கிய கே.பாலச்சந்தர் 91
66. பெருந்தலைவர் காமராஜரோடு சோவிற்கு ஏற்பட்ட மோதல் 96
67. சிவாஜியின் கன்னத்தைப் பதம்பார்த்த பத்மினி 101
68. அறிஞர் அண்ணாவால் கண்ணகியாக நடிக்கின்ற
வாய்ப்பை இழந்த பத்மினி 106
69. கூண்டுக்கிளி படத்தில் நடிக்க ஒரு ரூபாயை முன்பணமாக
வாங்கிய எம்ஜிஆர் 112
70. படத்தின் வெற்றியைக் கணித்து பத்தாயிரம்
ரூபாயைப் பரிசாகப் பெற்ற கலைஞர் 118
71. கண்ணதாசனுக்கும் சிவாஜிக்கும் ஏற்பட்ட மோதல் 124
72. சிவாஜிகண்ணதாசன் மோதலை முடிவுக்குக்
கொண்டு வந்த மூன்று பாட்டுக்கள் 129
73. ஜானகியை மணக்க எம்ஜிஆருக்கு விதிக்கப்பட்ட நிபந்தனைகள் 134
74. திசை மாறிப் போக இருந்த எம்ஜிஆரைத்
தடுத்து நிறுத்திய நண்பர் 140

75.	எம்ஜிஆர் வி.என்.ஜானகிக்கு எழுதிய கடிதம்	145
76.	சினிமா தியேட்டரிலிருந்து வி.என்.ஜானகியைக் கடத்திய அவரது மாமா	151
77.	வி.என்.ஜானகிக்காக கூண்டில் ஏறி சாட்சி சொன்ன எஸ்.எஸ்.வாசன்	157
78.	கண்ணதாசன் எழுதிய பல்லவியை ஏற்க மறுத்த எம்.எஸ்.விஸ்வநாதன்	163
79.	புகழ் பெற்ற பல பாடல்கள் பிறந்த கதை	168
80.	"சொன்னது நீதானா" பாடல் பிறந்த கதை	175
81.	ரஜினிகாந்த் பேசிய முதல் 'பன்ச்' வசனம்	182
82.	கலைவாணரின் கடைசி மாணவரான குலதெய்வம் ராஜகோபால்	187
83.	சோவிற்கு எம்ஜிஆர் கொடுத்திருந்த சுதந்திரம்	192
84.	காற்றோடு கலந்துவிட்ட கனவுக்கன்னி ஸ்ரீதேவி	197
85.	பி.எஸ்.வீரப்பாவின் வாழ்க்கையைப் புரட்டிப்போட்ட இரண்டு படங்கள்	203
86.	கதாநாயகனாக இரண்டு முறை முயன்று தோற்ற எம்.என்.நம்பியார்	208
87.	எம்.எஸ்.விஸ்வநாதனுக்காக எம்.ஜி.ஆரை மாற்றத் துணிந்த தயாரிப்பாளர்	213
88.	'நாளை நமதே' படத்துக்கு இசையமைக்க மறுத்த எம்.எஸ். விஸ்வநாதன்	218
89.	எம்.எஸ்.விஸ்வநாதன் போட்ட டியூன்களை நிராகரித்த எம்.ஜி.ஆர்	223
90.	எம்.ஜி. ஆர் தந்த பணத்தை வாங்க மறுத்த எம்.எஸ்.விஸ்வநாதன்	229
91.	நாகேஷுக்காக ஒரு நாடகம் எழுதி அவரைப் புகழ் ஏணியில் ஏற்றிய கே.பாலச்சந்தர்	235
92.	ஒரே வருடத்தில் முடிவுக்கு வந்த மனோரமாவின் திருமணம்	240
93.	ஒரு மாயத்திரைக்குப் பின்னே வாழ்ந்த சுஜாதா	245
94.	வசூலில் சாதனை புரிந்த முதல் தமிழ்ப்படத்தில் நாயகியாக நடித்த டி.ஆர்.ராஜகுமாரி	250
95.	கதாநாயகனாக நடித்த முதல் படத்திலேயே கலைஞருடன் இணைந்த எம்.ஜி. ஆர்	255
96.	எம்.ஜி.ஆரின் 'மலைக்கள்ளன்' படத்துக்கு வசனம் எழுத மறுத்த கலைஞர்	260
97.	சிவாஜிக்கு நடந்த பாராட்டு விழாவில் ரஜினி ஏற்படுத்திய சலசலப்பு	265
98.	எண்ணற்ற எதிர்ப்புகளைச் சந்தித்த சோவின் "முகம்மது பின் துக்ளக்" திரைப்படம்	270
99.	பஞ்சு அருணாசலத்துக்கும் நாகேஷுக்கும் ஏற்பட்ட மோதல்	275
100.	கலைவாணரைச் சுட்டுத் தள்ள முடிவெடுத்த எம். ஆர்.ராதா	280

51

ஆண்கள் மட்டுமே நடித்த படத்தில் அறிமுகமான எம்.என்.நம்பியார்

அந்தக் காலத்தில் வறுமையால் விரட்டப்பட்ட பலருக்கு அடைக்கலம் கொடுத்தது நாடகக் கம்பெனிகள்தான். எட்டு வயதிலேயே தனது தந்தையைப் பறிகொடுத்த எம்.என். நம்பியார் நாடகக் கம்பெனியில் சேரவும் அந்த வறுமைதான் காரணமாக அமைந்தது. தனது பதிமூன்றாவது வயதில் நம்பியார் சேர்ந்த நாடகக் குழு நவாப் ராஜமாணிக்கம் பிள்ளைக்குச் சொந்தமானது.

அந்த நாடகக் குழுவில் ராஜபார்ட் வேடத்தில் நடிக்கவோ, ஸ்திரி பார்ட் வேடத்தில் நடிக்கவோ நம்பியார் சேரவில்லை. அவருக்குக் கிடைத்தது சமையல் அறையில் உதவி செய்கின்ற வேலை. அந்த வேலை செய்பவர்களுக்கு தங்கும் இடமும் சாப்பாடும் இலவசம். ஆனால், சம்பளம் எதுவும் தர மாட்டார்கள். நடிகர்களுக்கு மட்டுமே சம்பளம் என்பதால்தான் நம்பியாருக்கு நடிப்பின் மீதே ஆர்வம் பிறந்தது.

சில வருடங்களுக்குப் பிறகு ராஜமாணிக்கம் கம்பெனியில் சின்னச் சின்ன வேடங்களில் நடிக்கும் வாய்ப்பினை நம்பியார் பெற்றார்.

நவாப் ராஜமாணிக்கம் பிள்ளை நடத்திய நாடகங்களில் அவருக்கு மிகப் பெரிய பெயரை வாங்கித் தந்த நாடகம்:

'பக்த ராமதாஸ்'. அந்தக் கதையைப் பல நாடகக் குழுக்கள் அப்போது நடத்திக்கொண்டிருந்தன. அதிலே பல நடிகர்கள் நவாப் வேடத்தில் நடித்தார்கள். ஆனால், அந்த நவாப் வேடம் ராஜமாணிக்கம் பிள்ளைக்குப் பொருந்துவதைப்போல, வேறு எவருக்கும் பொருந்தவில்லை என்பதே அந்தக் காலத்து நாடக ரசிகர்களின் ஒருமித்த கருத்தாக இருந்தது. அதனால்தான் 'சிவாஜி' என்ற பட்டம் வி.சி. கணேசன் பெயருக்கு முன்னால் இடம் பிடித்ததைப்போல 'நவாப்' என்ற பட்டம் ராஜமாணிக்கம் பிள்ளையோடு இணைந்து கொண்டது.

1931-ல் தமிழ் சினிமா பேச ஆரம்பித்த பிறகு பரமேஸ்வர் சவுண்ட் பிக்சர்ஸ் என்ற பட நிறுவனத்தினர் நவாப் ராஜமாணிக்கம் பிள்ளை நடத்திக்கொண்டிருந்த 'பக்த ராமதாஸ்' நாடகத்தைத் திரைப்படமாக எடுக்க விரும்பினார்கள்.

மிகுந்த கட்டுப்பாடுகளுடன் ராணுவ முகாம்போல கட்டுக்கோப்புடன் தனது நாடகக் கம்பெனியை நடத்திக் கொண்டிருந்த நவாப் ராஜமாணிக்கம் பிள்ளை, தனது நாடகத்தில் நடித்துக்கொண்டிருப்பவர்களை வைத்துக் கொண்டே படத்தைத் தயாரிப்பதாக இருந்தால் மட்டுமே நாடகத்தைப் படமாக்க அனுமதி தர முடியும் என்று அவர்களுக்கு நிபந்தனை விதித்தார். வேறு வழி இல்லை என்பதால் அவர்களும் அதற்கு ஒப்புக் கொண்டனர்.

ராஜமாணிக்கம் பிள்ளை நாடகக் குழுவில் பெண்களே இல்லை என்பதால், 'பக்த ராமதாஸ்' திரைப்படமானபோது சீதை வேடம் உட்பட எல்லா பெண் வேடங்களையும் ஆண்களே ஏற்றார்கள்.

அந்த நாடகக் குழுவில் சின்னச்சின்ன வேடங்களில் நடித்துக் கொண்டிருந்த நம்பியார் 'பக்த ராமதாஸ்' படத்திலே மந்திரி மாதண்ணா என்ற வேடத்தில் நடித்தார். அந்தப் படத்தில் நடிக்க அவருக்குத் தரப்பட்ட சம்பளம் நாற்பது ரூபாய். அப்போது தங்கத்தின் விலை ஒரு கிராமுக்கு இரண்டு ரூபாய் எண்பத்தி எட்டுப் பைசா என்பதை வைத்து கணக்கிட்டுப் பார்க்கும்போது, முதல் படத்திலேயே மூன்றரை லட்சம் ரூபாயைச் சம்பளமாகப் பெற்றுள்ளார் நம்பியார்.

சித்ரா லட்சுமணன்

1935ஆம் ஆண்டில் வெளியான 'பக்த ராமதாஸ்' பெண்கள் இல்லாமல் ஆண்கள் மட்டுமே நடித்த முதல் வெற்றிப் படமாக அமைந்தது.

நம்பியார் நடித்த இரண்டாவது படமாக அமைந்திருக்க வேண்டிய படம் நவாப் ராஜமாணிக்கம் குழுவினர் நாடகமாக நடத்தி வந்த 'இன்ப சாகரம்' அந்த நாடகத்தைப் படமாக்குகின்ற உரிமையை நவாப் ராஜமாணிக்கத்திடமிருந்து வாங்கி படமாக எடுத்துக் கொண்டிருந்தவர் தமிழ்ப் படவுலகின் பீஷ்மர் என்று அந்தக் காலத்தில் போற்றப்பட்ட இயக்குனர் கே. சுப்ரமணியம். அந்தப் படத்திலே நம்பியாருக்கு முக்கியமான ஒரு பாத்திரம் தரப்பட்டிருந்தது.

இப்போது அண்ணா சாலை மேம்பாலத்துக்கு அருகே பார்சன் காம்ப்ளெக்ஸ் அமைந்துள்ள இடத்தில் முதலில் கே. சுப்ரமணியத்துக்கு சொந்தமான 'மூவிலேண்ட்' என்ற ஸ்டுடியோ இருந்தது. அங்கேதான் 'இன்ப சாகரம்' படம் தயாராகியது. அந்த ஸ்டுடியோவிலே ஏற்பட்ட தீ விபத்தில் அந்தப் படத்தின் நெகடிவ் முழுவதும் எரிந்து சாம்பலாகி விட்டது. அதிலே ஏற்பட்ட நஷ்டம் காரணமாக ஏலத்துக்கு வந்த அந்த ஸ்டுடியோவை வாங்கித்தான் பின்னர் ஜெமினி ஸ்டுடியோவை அந்த இடத்திலே நிறுவினார் எஸ்.எஸ். வாசன்.

'பக்த ராமதாஸ்' படத்திற்குப் பிறகு பட வாய்ப்புகள் எதுவும் கிடைக்காததால் மீண்டும் நாடகத்துக்குத் திரும்பிய நம்பியார் வாழ்க்கையை நடத்தப் போதுமான வருமானம் இல்லாமல் ராணுவத்தில் சேர முடிவெடுத்தார். பின்னர் அந்த முடிவை அவர் கைவிட்டார் என்றால் அதற்குக் காரணம், ராணுவத்தில் சேர்ந்தால் அசைவம் சாப்பிடாமல் இருக்க முடியாது என்று அவரது நண்பர்கள் அவரை எச்சரித்ததுதான்.

அப்படிப்பட்ட சூழ்நிலையில்தான், தன்னுடைய நாடகக் குழுவில் வந்து சேர்ந்து கொள்ளும்படி சக்தி கிருஷ்ணசாமியிடமிருந்து அவருக்கு அழைப்பு வந்தது. அந்த அழைப்பை ஏற்றுக்கொண்டு 1944ஆம் ஆண்டு அவரது நாடகக் குழுவில் நம்பியார் இணைந்தார். அந்த முடிவுதான் திரையுலகில் நம்பியார் வெற்றி பெறக் காரணமாக அமைந்தது.

சக்தி நாடக சபா நடத்திய 'கவியின் கனவு' நாடகத்தில் நம்பியார் ஏற்றிருந்த ராஜகுரு வேடத்திற்கு ரசிகர்கள் மத்தியில் நல்ல வரவேற்பு கிடைத்தது.

அப்போது கோவையில் இருந்த சென்ட்ரல் ஸ்டுடியோவைக் குத்தகைக்கு எடுத்து, தொடர்ந்து படங்களைத் தயாரித்துக் கொண்டிருந்த ஜுபிடர் சோமு நாகப்பட்டினத்தில் 'கவியின் கனவு' நாடகத்தைப் பார்த்தார். அந்த நாடகத்தில் நடித்த எஸ்.வி. சுப்பையா, எம்.என். நம்பியார் ஆகிய இருவரின் நடிப்பும் அவரை மிகவும் கவர்ந்ததால் அவர்கள் இருவரையும் தமது ஜுபிடர் பிக்சர்ஸ் பட நிறுவனத்தில் ஒப்பந்த நடிகர்களாக ஆக்கிக் கொண்டார்.

'பக்த ராமதாஸ்' படத்திற்குப் பிறகு 1946 ஆம் ஆண்டில் ஜுபிடர் பிக்சர்ஸ் தயாரித்த 'வித்யாவதி' படத்திலேதான் மீண்டும் கேமராவைப் பார்க்கக்கூடிய வாய்ப்பு நம்பியாருக்குக் கிடைத்தது.

வடுவூர் கே. துரைசாமி அய்யங்கார் எழுதிய நாவலை அடிப்படையாகக் கொண்டு ஏ.டி. கிருஷ்ணசாமி திரைக்கதை எழுதித் தயாரித்த படம் 'வித்யாவதி'. அந்தப் படத்தில் எம்.எஸ். பாக்கியம் என்ற நடிகையுடன் நகைச்சுவை வேடத்தில் நம்பியார் நடித்தார்.

என்.எஸ். கிருஷ்ணன் - டி.ஏ.மதுரம், காளி.என்.ரத்தினம்-சி.டி.ராஜகாந்தம் ஜோடிகளைப் போல நம்பியார் - பாக்கியம் ஜோடியையும் ஒரு சிறந்த நகைச்சுவை ஜோடிகளாக ஆக்கிவிட முயற்சி செய்தார் ஜுபிடர் சோமு. ஆனால், அவரது முயற்சி பலனளிக்கவில்லை.

அடுத்து நம்பியாரைக் கதாநாயகனுக்கு இணையான ஒரு பாத்திரத்தில் 'கஞ்சன்' படத்திலே நடிக்க வைத்தார். 'கவியின் கனவு' நாடகத்தில் நம்பியாரோடு நடித்த எஸ்.வி. சுப்பையா கஞ்சனாக பிரதான பாத்திரத்தில் நடித்த அந்தப்படம் மிகப் பெரிய தோல்விப் படமாக அமைந்தது.

அதையடுத்து எம்ஜிஆர் கதாநாயகனாக நடித்த முதல் படமான 'ராஜகுமாரி'யில் நடிக்கின்ற வாய்ப்பை அவருக்கு வழங்கினார் அந்தப் படத்தின் இயக்குனரான ஏ.எஸ்.ஏ. சாமி.

'ராஜகுமாரி'தான் எம்.ஜி.ஆரோடு நம்பியார் இணைந்து நடித்த முதல் படம். அந்தப் படத்தில் எம்.ஜி.ஆருடன் நடிக்கத் தொடங்கிய நம்பியார், எம்.ஜி.ஆர். நடித்து வெளியான கடைசிப் படமான 'மதுரையை மீட்ட சுந்தர பாண்டியன்' வரை முப்பது ஆண்டுகள் எம்.ஜி.ஆர். படங்களில் தொடர்ந்து இடம்பெற்றார்.

'ராஜகுமாரி' படத்தில் நம்பியாரின் வேடம் சிறியதுதான் என்றாலும், மக்கள் மனதில் அந்த வேடம் நிலைத்து நின்றது. அந்தப் படம் மிகப் பெரிய வெற்றிப் படமாக அமைந்ததால் அவர் எல்லோருக்கும் தெரிந்த நடிகரானார். எம்.ஜி.ஆரின் அடுத்த படமான 'அபிமன்யு'வில் சகுனியின் வேடத்திலே நடிக்க நம்பியாருக்கு வாய்ப்புக் கிடைத்தது.

அந்தப் படங்களின் வெற்றி, மாடர்ன் தியேட்டர்ஸ் படங்களில் நடிக்கும் வாய்ப்பை நம்பியாருக்குப் பெற்றுத் தந்தது.

டி.ஆர்.சுந்தரத்திடமிருந்து வந்த அழைப்பை ஏற்றுக்கொண்டு மாடர்ன் தியேட்டர்சுக்குச் சென்ற நம்பியார், அவரைப் பார்ப்பதற்காக அவரது அறை வாசலில் காத்துக் கொண்டிருந்த போது வித்தியாசமான அனுபவம் அவருக்குக் கிடைத்தது.

டி. ஆர். சுந்தரம் இருந்த அறைக்குள்ளிருந்து 'ஐயோ, அம்மா' என்ற அலறலும் அதைத் தொடர்ந்து ஒருவர் பலமாக அடிவாங்கும் சத்தமும் கேட்கவே அருகிலிருந்த ஸ்டுடியோ ஊழியரிடம் "என்ன நடக்கிறது உள்ளே?" என்று கேட்டார் நம்பியார்.

"இங்கே வேலை செய்யறவங்க யார் தப்பு செய்தாலும் அய்யா தாங்கிக்க மாட்டார். அதுக்குப் பிறகு அடி உதைதான். அதுதான் இப்போ உள்ளே நடக்குது. நீங்க ஒண்ணும் பயப்படாதீங்க" என்றார் அந்த ஊழியர்.

"இங்கே வேலை செய்யறவங்களை மட்டும்தான் அப்படி அடிப்பாரா, இல்லே படங்களில் நடிக்கிறவங்களையும் அடிப்பாரா" என்று அவரிடம் கேட்டுத் தெரிந்து கொண்டுவிடலாமா என்று நம்பியார் மனதிற்குள் யோசித்துக் கொண்டிருந்தபோது "எவ்வளவு பெரிய நடிகர்கள் எல்லாம் ஐயாகிட்டே அடி வாங்கி இருக்காங்க தெரியுமா" என்றார் அந்த ஆள்.

அதைக் கேட்ட பிறகு நம்பியார் மெல்ல எழுந்து வெளியே கிளம்பத் தயாரானபோது சுந்தரத்திடமிருந்து அழைப்பு வந்தது.

நம்பியார் அதுவரை வாங்காத ஒரு பெரிய தொகையைச் சம்பளமாகக் கொடுத்து அவரை ஒப்பந்தம் செய்தார் டி.ஆர். சுந்தரம்.

அன்று மட்டும் நம்பியார், சுந்தரத்தைச் சந்திக்காமல் சென்றிருந்தார் என்றால், அவரது வாழ்க்கையில் திருப்புமுனையை ஏற்படுத்திய படமான 'மந்திரி குமாரி' படத்திலே நடிக்கின்ற வாய்ப்பை அவர் இழந்திருப்பார்.

'மந்திரி குமாரி' படத்திலே ராஜகுருவின் பாத்திரத்தை ஏற்ற நம்பியார் தன்னுடைய நடிப்புத் திறனால் அந்தப் பாத்திரத்துக்கு மெருகேற்றினார். அன்றைய அரசியல் சூழ்நிலையை மனதில் வைத்துக் கொண்டு கலைஞர் மு.கருணாநிதி எழுதியிருந்த வசனங்கள் அந்தப் பாத்திரத்தை எல்லோரும் ரசிக்க முக்கியமான காரணமாக அமைந்தன.

'மந்திரிகுமாரி' படத்திற்குப் பிறகு எண்ணற்ற பட வாய்ப்புகள் நம்பியாரைத் தேடி வரத் தொடங்கின. 'மந்திரிகுமாரி' படத்தைத் தொடர்ந்து மாடர்ன் தியேட்டர்ஸ் தயாரித்த எம்.ஜி.ஆரின் இருபத்தி ஐந்தாவது படமான 'சர்வாதிகாரி'யில் பிரதான வில்லனாக நடித்தார் நம்பியார்.

வில்லன் வேடத்திலே வித்தியாசமான நடிப்பை வழங்கிய நம்பியாரின் நடிப்புக்கு ரசிகர்கள் மத்தியில் நல்ல வரவேற்பு இருப்பதைப் பார்த்த டி.ஆர். சுந்தரத்திற்கு அவரைக் கதாநாயகனாக ஆக்கிப் பார்த்தால் என்ன என்ற எண்ணம் தோன்றியது.

நம்பியார் கதாநாயகனாக நடிக்க 'தி ஸ்நேக் பிட்' என்ற ஆங்கிலப் படத்தைத் தழுவி 'கல்யாணி' என்ற படத்தை தயாரித்தார் அவர். ஜெமினியின் 'மங்கம்மா சபதம்', 'அபூர்வ சகோதரர்கள்' போன்ற மாபெரும் வெற்றிச் சித்திரங்களை இயக்கிய ஆச்சார்யா அப்படத்தை இயக்கினார். எம்.ஜி.ஆருடன் பல படங்களில் ஜோடியாக நடித்த பி.எஸ். சரோஜா நம்பியாருக்கு ஜோடியாக நடித்த அந்தப் படம் மிகப் பெரிய தோல்வியைத் தழுவியது.

அதற்குப் பிறகு தமிழ்ப் படங்களின் நிரந்தர வில்லனாக மாறிய நம்பியார் எண்ணற்ற படங்களில் எம்.ஜி.ஆருக்கு வில்லனாக நடித்தார்.

எம்.ஜி.ஆரின் படங்களில் பானுமதி, அஞ்சலிதேவி, மாதுரிதேவி, பி.எஸ். சரோஜா, பத்மினி, சரோஜாதேவி, ஜெயலலிதா, ராஜஸ்ரீ, மஞ்சுளா, லதா, என்று படத்துக்குப் படம் கதாநாயகிகள் மாறுவார்கள். ஆனால், எப்போதும் மாறாத வில்லனாக நம்பியார் இருந்தார்.

எம்.ஜி.ஆரின் படங்களில் பி.எஸ். வீரப்பா, எம்.ஆர். ராதா, மனோகர், அசோகன், எஸ்.வி. ராமதாஸ் என்று பலர் வில்லன் வேடத்தில் நடித்திருந்தாலும் தன்னுடைய மனதில் நம்பியாருக்கு மட்டும் தனி இடம் கொடுத்து வைத்திருந்தார் எம்.ஜி.ஆர்.

52

எம்.ஜி.ஆரிடம் முத்தம் கேட்டுப் பெற்ற நடிகர்

நடிகர் திலகம் சிவாஜிகணேசன் 'நவராத்திரி' படத்தில் 9 வேடங்களில் நடிப்பதற்குப் பல வருடங்கள் முன்னாலேயே மாடர்ன் தியேட்டர்ஸ் நிறுவனத்தின் அதிபரான டி.ஆர். சுந்தரம் இயக்கத்தில் வெளியான 'திகம்பர சாமியார்' படத்தில் 12 வேடங்களில் நடித்தவர் நம்பியார். சிவாஜிகணேசன் திரையிலே அறிமுகமாவதற்கு இரண்டு ஆண்டுகளுக்கு முன்னாலேயே நம்பியார் நிகழ்த்திக் காட்டிய சாதனை அது.

'வடுவூர் துரைசாமி ஐயங்கார்' என்ற நாவலாசிரியர் எழுதிய புகழ்பெற்ற துப்பறியும் நாவல்களில் ஒன்றுதான் 'திகம்பர சாமியார்' என்ற பெயரிலே திரைப்படமாக உருவானது.

அந்தப் படத்திலே நடிக்கின்ற வாய்ப்பு முதலில் நம்பியாரைத் தேடி வரவில்லை. எம்.ஜி.ஆரின் நாடகமேடை குருவான காளி என்.ரத்தினத்தைத்தான் தேடிப்போனது. அதைத் தொடர்ந்து திகம்பர சாமியார் வேடத்தில் காளி.என். ரத்தினம் ஒரு வாரம் நடித்தார்.

அந்தப் படத்தை எடுத்தவரையில் போட்டுப் பார்த்த டி.ஆர். சுந்தரத்திற்கு காளி.என். ரத்தினத்தின் நடிப்பு திருப்தி தரவில்லை. ஆகவே அவரைப் படத்திலிருந்து நீக்கிவிட்டு அந்த

வாய்ப்பை எம்.ஜி.ஆரின் மூத்த சகோதரரான எம்.ஜி. சக்ரபாணிக்கு வழங்கினார் சுந்தரம். அவருடைய நடிப்பும் சுந்தரத்துக்கு திருப்தி தராமல் போக, அந்த வேடத்திலே நடிக்க மூன்றாவதாகத் தேர்ந்தெடுக்கப்பட்டவர்தான் எம்.என். நம்பியார்.

நம்பியார் நடிக்கவிருந்த பன்னிரண்டு வேடங்களில் சில வேடங்களுக்கு அவருக்கு மேக் அப் டெஸ்ட் எடுத்துப் பார்த்த சுந்தரம், அந்த வேடங்கள் கச்சிதமாக அவருக்குப் பொருந்தியிருப்பதைப் பார்த்துவிட்டு "இனிமேல் இந்த சினிமா உலகில் உன்னைப் பிடிக்க முடியாது" என்று சொல்லி நம்பியாரைப் பாராட்டினார். அந்த நல்லவர் வாக்கு அப்படியே பலித்தது. அந்தப் படத்திற்குப் பிறகு நம்பியாரின் வாழ்க்கை ஏறுமுகமாகவே அமைந்தது.

'திகம்பர சாமியாரைத்' தொடர்ந்து எம்.ஜி.ஆருடன் "சர்வாதிகாரி" படத்திலே நடித்த நம்பியார் அதற்குப் பிறகு தமிழ்த் திரையுலகில் எல்லா கதாநாயகர்களோடும் நடிக்கும் வாய்ப்பைப் பெற்றார் என்றாலும், எம்.ஜி. ஆர். மீது மட்டும் அளவிட முடியாத அன்பும் பாசமும் கொண்டவராக இருந்தார். அந்த அளவிற்கு எம்.ஜி.ஆரும் அவரை நேசித்தார். ஒரு நண்பராக நம்பியாருக்குக் கொடுத்திருந்த இடத்தை எம்.ஜி.ஆர். வேறு எந்த நடிகருக்கும் கொடுக்கவில்லை.

நம்பியாரை விட எம்.ஜி.ஆர். இரண்டு வயது மூத்தவர் என்ற போதிலும் சினிமாவிலே தனக்கு சீனியர் என்பதால் அவருக்கு உரிய மரியாதையைத் தர எம்.ஜி.ஆர். எப்போதுமே தவறியதில்லை.

எம்.ஜி. ஆர். படப்பிடிப்பு தளத்திற்கு வரும்போது சிலர் அவரது காலில் விழுந்து வணங்குவார்கள். சிலர் கையெடுத்து கும்பிடுவார்கள். அவர் வரும்போது எவரும் உட்கார்ந்து கொண்டு இருக்க மாட்டார்கள். நம்பியார் மட்டும் அதில் விதிவிலக்கு. எம்.ஜி.ஆர். வரும்போது அவர் எழுந்து நிற்க மாட்டார்.

எம்.ஜி.ஆரை வைத்து பதினாறு படங்களை இயக்கிய ப.நீலகண்டன் கொஞ்சம் கிண்டலான ஆள். எம்.ஜி. ஆர். முன்னிலையில் மற்றவர்களை மாட்டி விடுவதில் அவருக்கு அப்படி ஓர் ஆசை.

அவர் இயக்கிக் கொண்டிருந்த ஒரு படத்தின் படப்பிடிப்பிற்கு எம்.ஜி.ஆர். வந்தபோது வழக்கம்போல உட்கார்ந்து கொண்டிருந்த நம்பியாரைப் பார்த்து "சின்னவர் வரும்போது எல்லோரும்

எழுந்து நிற்கிறார்கள். ஆனால், நீங்கள் மட்டும் எழுந்து நிற்காமல் உட்கார்ந்து கொண்டே இருக்கிறீர்களே" என்று கேட்டார் ப.நீலகண்டன்.

"எம்.ஜி.ஆர். என்னுடைய நண்பர். அப்படி இருக்கும்போது அவர் வந்தால் நான் ஏன் எழுந்து நிற்க வேண்டும்?" என்று அவரிடம் எதிர்க்கேள்வி கேட்டார் நம்பியார். அப்போது அந்த இடத்தைக் கடந்து போன எம்.ஜி.ஆர். லேசாகச் சிரித்தபடியே அந்தப் பக்கமாக நடந்து போனார்.

நம்பியாரின் குடும்ப விழாக்கள் எதுவும் எம்.ஜி.ஆர். இல்லாமல் நடக்காது என்கின்ற அளவிற்கு அவர்கள் இருவரும் நெருக்கமாக இருந்தனர். நம்பியாருக்கு திருமணம் நடைபெற்றபோது அவருக்கு மாப்பிள்ளைத் தோழனாக இருந்தவர் எம்.ஜி.ஆர்.தான். அதே போன்று நம்பியாரின் மூத்த மகனான சுகுமாரனுக்கு முதல் முதலாக அன்னம் ஊட்டும் நிகழ்ச்சி பழனியில் நடைபெற்றபோது சுகுமாரைத் தனது தோளில் தூக்கிக் கொண்டு வந்தவர் எம்.ஜி.ஆர்.

முக்கியமான பல சந்திப்புகளை நம்பியார் வீட்டில் வைத்துக் கொள்வது எம்.ஜி.ஆரின் வழக்கம். சிவாஜியை வைத்து 'ஹீரோ 72' என்ற படத்தை ஆரம்பித்துவிட்டு அதை முடிக்க முடியாமல் இயக்குனர் ஸ்ரீதர் திணறிக் கொண்டிருந்த போது, "நீங்கள் ஏன் எம்.ஜி.ஆரை வைத்து ஒரு படம் ஆரம்பிக்கக் கூடாது? அவரை வைத்து படம் எடுத்தால் நிச்சயமாக உங்களது பிரச்னைகள் எல்லாம் தீரும்" என்று ஸ்ரீதருக்கு யோசனை சொன்னார் இந்தி நடிகர் ராஜேந்திர குமார்.

அந்தச் சம்பவம் நடைபெறுவதற்குச் சில வருடங்கள் முன்னாலே 'அன்று சிந்திய ரத்தம்' என்ற பெயரிலே எம்.ஜி.ஆரை வைத்து ஸ்ரீதர் ஆரம்பித்த ஒரு படம் இரண்டு நாள் படப்பிடிப்போடு அப்படியே நின்று போயிருந்ததால் எம்.ஜி.ஆரை சந்தித்து தனது பிரச்னைகளைப் பற்றி எடுத்துச் சொல்லி அவரிடம் கால்ஷீட் கேட்பதற்கு முதலில் சங்கடப்பட்டார் ஸ்ரீதர்.

பின்னர் எம்.ஜி.ஆரின் ஒப்பனையாளரான பீதாம்பரம் மூலம் எம்.ஜி.ஆரைச் சந்திக்க நேரம் கேட்டு அனுப்பினார் ஸ்ரீதர். சந்திரமுகி, குசேலன், சின்னத் தம்பி, சிவலிங்கா ஆகிய படங்களை இயக்கிய பிரபல இயக்குனரான பி.வாசு அந்த பீதாம்பரத்தின் மகன்தான்.

ஸ்ரீதர் தன்னைப் பார்க்க விரும்புகிறார் என்றவுடனே எதற்காக தன்னைப் பார்க்க ஸ்ரீதர் வருகிறார் என்பது எம்.ஜி.ஆருக்கு தெளிவாகத் தெரிந்துவிட்டது.

“நிச்சயமாக அவருடைய படத்தில் நான் நடிக்கிறேன். ஆனால் என்னைப் பார்க்க அவர் தோட்டத்திற்கு வர வேண்டாம். அவர் இங்கே வந்தால் தேவையில்லாத விமர்சனத்துக்கு ஆளாவார். அதனால் ஏதாவது பொது இடத்தில் சந்திக்கலாம்" என்று சொன்ன எம்.ஜி.ஆர். “அந்தப் பொது இடம் நம்பியார் வீடாக இருந்தால் இன்னும் மகிழ்ச்சி" என்று ஸ்ரீதருக்குச் செய்தி சொல்லி அனுப்பினார். தன்னுடைய இமேஜ் கெட்டுவிடக்கூடாது என்று எம்.ஜி.ஆர். அந்த அளவு பெருமையாக இருப்பதைக் கண்ட ஸ்ரீதர் நெகிழ்ந்து போய் "நான் தோட்டத்திலேயே அவரைச் சந்திக்கறேன்” என்று சொல்லி எம்.ஜி.ஆரை அவரது தோட்டத்திலேயே சந்தித்தார்.

எம்.ஜி.ஆருக்கும் நம்பியாருக்கும் இடையே எத்தகைய உறவு இருந்தது என்பதை உலகத்துக்கு எடுத்துக்காட்டக் கூடிய ஒரு சம்பவம், நானும் என்னுடைய சகோதரர் சித்ரா ராமுவும் இணைந்து தயாரித்த ‘ஜல்லிக்கட்டு’ படத்தின் நூறாவது நாள் விழாவிலே நடைபெற்றது.

அந்த விழாவிற்குத் தலைமை தாங்கி அந்தப் படத்திலே நடித்த கலைஞர்களுக்கு பரிசுக் கேடயங்களை வழங்கியவர் அப்போது முதல்வராக இருந்த புரட்சித் தலைவர் எம்.ஜி.ஆர். அவர் கலந்து கொண்ட ஒரே சிவாஜி பட விழாவாக ஜல்லிக்கட்டு படத்தின் நூறாவது நாள் விழா அமைந்தது.

அந்த விழாவிலே நடிகர் திலகம் சிவாஜி கணேசனுக்குக் கேடயம் கொடுப்பதற்கு முன்னாலே அவருடைய கன்னத்திலே முத்தம் கொடுத்துவிட்டு அதற்குப் பிறகு அவருக்குக் கேடயத்தை வழங்கினார் எம்.ஜி.ஆர்.

அதைத் தொடர்ந்து அந்தப் படத்திலே கதாநாயகியாக நடித்த ராதாவிற்கும் மற்ற நடிகர் நடிகைகளுக்கும் பரிசுக் கேடயங்களைக் கொடுத்துவிட்டு, எம்.என்.நம்பியாருக்கு அவர் கேடயம் வழங்கியபோது அந்த கேடயத்தை வாங்க மறுத்து விட்டார் நம்பியார். ‘ஏன்?’ என்று சைகையாலே எம்.ஜி.ஆர். கேட்டபோது தன்னுடைய கன்னத்தில் கையை வைத்துக்கொண்டு “சிவாஜிக்குக்

கொடுத்தது போல எனக்கும் கன்னத்தில் முத்தம் கொடுத்தால்தான் கேடயத்தை வாங்கிக் கொள்வேன்" என்றார் நம்பியார். சிறிது நேரம் முத்தமெல்லாம் தரமாட்டேன் என்று சொல்லி அவருக்குப் போக்குக் காட்டிய எம.ஜி.ஆர். அதன்பிறகு நம்பியாருக்கு முத்தம் கொடுத்தபோது, அந்த விழா நடந்த வள்ளுவர் கோட்டம் ரசிகர்களின் உற்சாகமான ஆரவாரத்தால் அதிர்ந்தது.

எம்.கே. தியாகராஜ பாகவதர் காலத்திலே நடிக்கத் தொடங்கிய நம்பியார், எம்.ஜி.ஆர்., சிவாஜி, ஜெமினி கணேசன், எஸ்.எஸ். ராஜேந்திரன், முத்துராமன், ஜெய்சங்கர், ரவிச்சந்திரன், ரஜினிகாந்த், கமல்ஹாசன் மட்டுமில்லாமல் அவரது ஐந்தாவது தலைமுறையைச் சேர்ந்த கே.பாக்யராஜ், சரத்குமார், கார்த்திக், பிரசாந்த் ஆகியோரோடும் எண்ணற்ற படங்களில் நடித்துள்ளார்.

எப்படிப்பட்ட பிசியான சூழ்நிலையிலும் வாய்க்கு வந்த தொகையைச் சம்பளமாகக் கேட்கும் வழக்கம் அவரிடம் இருந்தது இல்லை. எண்பதுகளில் தொடர்ந்து பல ஆண்டுகள் எல்லா படங்களுக்கும் முப்பதாயிரம் ரூபாய் மட்டுமே வாங்கிக் கொண்டிருந்தார். புது தயாரிப்பாளர் போனாலும் சரி, ஏவிஎம் போன்ற பெரிய நிறுவனங்கள் போனாலும் சரி அவரது சம்பளத் தொகை மாறாது. நியாய விலைக் கடை மாதிரி ஒரே சீரான சம்பளத்தை மிக நீண்ட காலம் வாங்கிக் கொண்டிருந்த ஒரே நடிகர் நம்பியார்.

அதேபோன்று தனி மனித வாழ்க்கையிலும் மிகுந்த ஒழுக்கத்தைக் கடைப்பிடித்த நம்பியாருக்கு எல்லோருடனும் ஜாலியாக அரட்டை அடிப்பது மிகவும் பிடித்த ஒரு விஷயம். படப்பிடிப்புத் தளத்தில் அவர் இருந்தால் நிச்சயம் அங்கே தொடர்ந்து சிரிப்புச் சத்தம் கேட்டபடி இருக்கும். அதே நேரத்தில் ரசிகர்கள் அவரைப் பார்க்க வந்துவிட்டால் முகத்தைக் கடுமையாக வைத்துக் கொள்ளத் தொடங்கிவிடுவார். "அவர்கள் முன்னாலே ஏன் அப்படிக் கடுமையாக இருந்தீர்கள்?" என்று யாராவது கேட்டால், "அவர்கள் வில்லன் நம்பியாரைப் பார்க்கத்தானே வருகிறார்கள். அதனால்தான் அந்த வேடம்" என்று சிரித்தபடி பதில் கூறுவது அவர் வழக்கம்.

நவாப் ராஜமாணிக்கத்தின் நாடகக் குழுவிலே நடித்துக் கொண்டிருந்தபோது முதல் முறையாக சபரிமலைக்குப் போன

சித்ரா லட்சுமணன்

அவர், அதற்குப் பிறகு அறுபது முறைக்கும் மேலாக சபரிமலைக்குச் சென்று வந்துள்ளார். எம்.என்.நம்பியாரை குருசாமியாக ஏற்றுக் கொண்டு அமிதாப் பச்சன், ரஜினிகாந்த் தொடங்கி பல நட்சத்திரங்கள் சபரிமலைப் பயணம் மேற்கொண்டிருக்கின்றனர்.

சைவ உணவை மட்டுமே உண்டு வாழ்ந்த நம்பியார், எப்போது வெளிப்புறப் படப்பிடிப்புக்குச் சென்றாலும், மனைவி ருக்மணியைத் தவறாமல் தம்முடன் அழைத்துச் சென்றுவிடுவார். அவருடன் ஒரு சமையல் அறையே பயணிக்கும். எந்த ஊருக்கு சென்றாலும், அவர் மனைவி சமைத்துத் தரும் சாப்பாட்டைத்தான் சாப்பிடுவார்.

'பக்த ராமதாஸ்' படத்தில் தனது திரை வாழ்க்கையை ஆரம்பித்த எம்.என்.நம்பியாருக்கு கடைசிப் படமாக விஜயகாந்த் நாயகனாக நடித்த 'சுதேசி' படம் அமைந்தது.

53

இருபது வயதில் அறுபது வயதுக் கிழவனாக நடித்த வி.கே.ராமசாமி

ஆயிரத்துக்கும் மேற்பட்ட திரைப்படங்களில் நடித்து தமிழ்த் திரைப்பட ரசிகர்களின் உள்ளங்களைக் கொள்ளை கொண்ட நடிகரான வி.கே..ராமசாமி வித்தியாசமான குரலுக்குச் சொந்தக்காரர். வசனங்களைப் பேசுவதில் தமக்கென ஒரு தனி பாணியைக் கையாண்டவர்.

ராமசாமியின் தந்தையான கந்தன் செட்டியார் ஒரு எண்ணெய் வியாபாரி. வியாபாரத்தில் அவருக்கு நல்ல வருமானம் வந்ததால் தமது பிள்ளைகளை நன்றாகப் படிக்கவைத்துப் பெரிய அதிகாரிகளாக ஆக்க வேண்டும் என்று ஆசைப்பட்டார்.

அப்போது வி.கே.ராமசாமியின் ஒன்றுவிட்ட அண்ணனான மாரியப்பன் என்பவர் யதார்த்தம் பொன்னுசாமிப் பிள்ளையின் நாடகக் குழுவில் நடிகராகவும் பாடகராகவும் இருந்தார். அந்த நாடகக் குழு நாடகம் நடத்த விருதுநகருக்கு வந்தபோது, தன்னுடைய அண்ணன் மகன் நடிக்கின்ற நாடகத்தைப் பார்க்கத் தனது குடும்பத்தினர் அனைவரையும் அழைத்துக் கொண்டு சென்றார் கந்தன் செட்டியார். மகனைப் பெரிய அதிகாரியாக்க வேண்டும் என்ற அவரது கனவைத் தகர்க்கப்

போகிற கோடாலியாக அந்த நாடகம் அமையப்போகிறது என்று அப்போது அவருக்குத் தெரியாது.

நாடகத்தில் மாரியப்பனின் அபாரமான நடிப்பையும், அவரது நடிப்பிற்குக் கிடைத்த கைதட்டல்களையும் பார்த்து வி.கே.ராமசாமி அசந்துபோனார். நாமும் நடிகனாகி மாரியப்பனைப்போல கைதட்டல்களையும் பாராட்டையும் பெறவேண்டும் என்ற ஆசை விதையை விகே.ராமசாமி மனதில் விதைத்தது அந்த நாடகம்தான்.

தன்னுடைய ஆசையை தனது அண்ணனான மாரியப்பனிடம் தெரிவித்தார் வி.கே.ராமசாமி. தம்பியை நாடகக் குழுவில் சேர்ப்பதிலே அவருக்கு எந்த பிரச்னையும் இல்லை என்றாலும் ராமசாமியை நாடகக் குழுவில் சேர்த்துவிட்ட பிறகு கந்தன் செட்டியாரிடம் யார் திட்டு வாங்குவது என்று பயந்த மாரியப்பன், விகே.ராமசாமிக்குத் தெரியாமல் அந்த ஊரைவிட்டுக் கிளம்பி விட்டார்.

மாரியப்பன் சொல்லிக் கொள்ளாமல் போய்விட்டாலும் அதற்காக ராமசாமி சோர்ந்து போய்விடவில்லை. நாடகக் குழுவில் சேர்வதற்கு நாளை எதிர்பார்த்துக் கொண்டிருந்த அவர் எட்டாம் வகுப்பு பரீட்சை முடிந்ததும் நண்பர் ஒருவரிடம் பணம் வாங்கிக் கொண்டு புதுக்கோட்டைக்கு அருகில் அமைந்துள்ள பொன்னமராவதிக்கு பஸ் ஏறினார். அப்போது யதார்த்தம் பொன்னுசாமி பிள்ளை குழுவினர் அங்கேதான் நாடகம் நடத்திக் கொண்டிருந்தனர்.

திடீரென்று தம்பியைப் பார்த்ததில் மாரியப்பன் அதிர்ச்சி அடைந்தாலும், அந்த நாடகக் குழுவிலே ராமசாமி சேர்வதற்குத் தன்னாலான உதவிகளைச் செய்தார்.இனி நடிப்புதான் நமது வாழ்க்கை என்று வி.கே.ராமசாமி முடிவெடுத்தபோது பல ஊர்களில் மகனைத் தேடி அலைந்துவிட்டு பொன்னமராவதிக்கு வந்து சேர்ந்தார் விகே.ராமசாமியின் தந்தையான கந்தன் செட்டியார்.நாடகக் குழுவை விட்டு வர மாட்டேன் என்று வி.கே. ராமசாமி அழுது புரண்ட போதிலும் அதைப் பொருட்படுத்தாமல் அவரை விருதுநகருக்கு அழைத்துக் கொண்டு சென்று விட்டார் கந்தன் செட்டியார்.

நாடகக் குழுவை விட்டுப் பிரிந்து வந்த வி.கே.ராமசாமியை அந்த நாடகக் குழுவின் நினைவுகள் இரவும் பகலும் வாட்டவே வீட்டிலிருந்த யாருக்கும் ஒரு வார்த்தைகூடச் சொல்லாமல்

மீண்டும் யதார்த்தம் பொன்னுசாமிப் பிள்ளையின் நாடகக் குழுவை நோக்கி ஓடினார்.

யதார்த்தம் பொன்னுசாமி பிள்ளை நாடக முதலாளிகளில் மிகவும் வித்தியாசமான ஒரு மனிதர்.எல்லோரையும் சமமாகவும் அன்பாகவும் நடத்துவதில் அவருக்கு இணையாக இன்னொருவரை சொல்ல முடியாது

அந்தக் காலத்தில் நடிகர் திலகம் சிவாஜி கணேசன், டி.ஆர். மகாலிங்கம், கே.ஆர். ராமசாமி, காகா ராதாகிருஷ்ணன், சாரங்கபாணி, எஸ்.ஏ.நடராஜன், ஈ.ஆர்.சகாதேவன், ஏ.பி.நாகராஜன், இசை மேதை எஸ்.வி.வெங்கட்ராமன் போன்ற பல கலைச் சிற்பிகளை உருவாக்கிய கலைக்கூடமாக யதார்த்தம் பொன்னுசாமிப் பிள்ளையின் நாடகக் குழு திகழ்ந்தது. அந்த நாடகக் குழுவிலே இருந்தபோது அங்கே நடிகராக இருந்த ஏ.பி. நாகராஜனுக்கும் ராமசாமிக்கும் இடையே நல்ல நட்பு உருவாகியது.

சின்னச் சின்ன வேடங்களை ஏற்று நடித்த ராமசாமி, அந்த நாடகக் குழூவில் அடுத்த கட்டத்துக்கு வந்தபோது மகனின் பிரிவால் மிகவும் பாதிக்கப்பட்ட ராமசாமியின் தந்தை அவரைப் பார்க்க வந்தார்.

தனது உடல்நிலையைக் காரணமாகக் காட்டி ராமசாமியை விருது நகருக்கு அழைத்துச் சென்றார் அவர். இந்த முறை மொத்தக் குடும்பமும் ராமசாமிக்கு அறிவுரை கூறியது. அவருக்குத் தனியாக ஒரு கடையை அமைத்துக் கொடுத்து அதன் வியாபாரத்தைப் பார்த்துக் கொள்ளும்படி சொன்னார் கந்தன் செட்டியார்

“நாடகம் தவிர வேறெதிலும் எனக்கு நாட்டம் இல்லை. வியாபாரத்தைப் பற்றி ஒரு அணா பைசா எனக்குத் தெரியாது” என்று கதறினார் ராமசாமி

“கூத்தாடுற தொழில் ஒரு தொழிலா? நம் குடும்பத்துக்கு என்று ஒரு பெருமை இருக்கிறது. அதைக் குலைத்துவிடாதே” என்று கண்டிப்போடு கூறிய கந்தன் செட்டியார், இந்த முறை பாதுகாப்பை பலப்படுத்தியிருந்ததால் மீண்டும் வீட்டை விட்டு ஓடிப்போவது ராமசாமிக்கு அவ்வளவு எளிதாக இல்லை.

அப்படிப்பட்ட ஒரு சூழ்நிலையில்தான் அந்த அற்புதக் கலைஞனை அந்த வீட்டிலிருந்து வெளியே கொண்டு வர காலம் ஒரு நாடகத்தை நிகழ்த்திக் காட்டியது.

யதார்த்தம் பொன்னுசாமிப் பிள்ளையை விட்டுப் பிரிந்து

தனியாக வந்த வி.கே.ராமசாமியின் அண்ணன் மாரியப்பன், டி..கே.ராமச்சந்திரன், கோபாலகிருஷ்ண பாகவதர் ஆகியோர் இணைந்து ஸ்ரீ லஷ்மி பால கான சபா என்ற பெயரிலே ஒரு நாடகக் குழுவை ஆரம்பித்தனர். அந்த நாடகக் குழுவில் வி.கே.ராமசாமியை இணைத்துக் கொண்டார் மாரியப்பன்.

நாடகக் குழுவை நிர்வகிப்பது என்பது யானையைக் கட்டி தீனி போடுவதற்குச் சமமான ஒரு வேலை என்பதால் மாரியப்பனாலும் அவர்களது நண்பர்களாலும் நீண்ட நாள் நாடகக் குழுவை நடத்த முடியவில்லை.அதனால் நாடகக் குழுவைக் கலைத்துவிட்டு அதில் நடித்துக் கொண்டிருந்த கலைஞர்கள் அனைவரும் நடிகர் எஸ்.வி. சஹஸ்ரநாமத்தின் நிர்வாகத்தில் கலைவாணர் என்.எஸ். கிருஷ்ணனின் மனைவி டி.ஏ.மதுரம் நடத்திக் கொண்டிருந்த நாடகக் குழுவில் இணைந்தனர். அப்போது லஷ்மி காந்தன் கொலை வழக்கிலே கைதாகி என்.எஸ்.கிருஷ்ணன் சிறையில் இருந்தார்.

எம்ஜிஆரை வைத்து அதிகமான படங்களை இயக்கியவர் என்ற பெருமையைப் பெற்ற இயக்குனர் ப.நீலகண்டன் எழுதிய 'தியாக உள்ளம்' என்ற நாடகத்தை கலைவாணரின் நாடகக் குழுவினர் நடத்தியபோது, அந்த நாடகத்தில் பிளாக் மார்க்கெட் சண்முகம் பிள்ளை என்கிற அறுபது வயதுக் கிழவன் வேடத்தில் நடித்தார் விகே.ராமசாமி. அந்த நாடகத்தைப் பார்த்த எவரும் ராமசாமியின் நடிப்பைப் பாராட்டாமல் இருந்ததே இல்லை.

'தியாக உள்ளம்' நாடகம் மிகப் பெரிய வெற்றியைப் பெறவே அதைப் படமாக்கும் உரிமையை வாங்குவதற்காக ஏவி.எம். ஸ்டூடியோ அதிபரான ஏ.வி.மெய்யப்பச் செட்டியார் ஒருநாள் அந்த நாடகத்தைப் பார்க்க வந்தார்.

அப்போது நாடகத்தை சினிமாவாக எடுப்பவர்கள் பெரும்பாலும் அந்த நாடகத்தில் நடிப்பவர்களையே சினிமாவிலும் பயன்படுத்துவது வழக்கம் என்பதால் மொத்த நாடகக் குழுவையும் பரபரப்பு தொற்றிக் கொண்டது. தங்களது திறமை முழுவதையும் அன்று மேடையிலே காட்டிவிடுவது என்று அந்த நாடகத்தில் நடித்த எல்லா நடிகர்களும் முடிவு செய்து கொண்டனர்.

நாடகத்தில் நடிப்பது, அதற்குப் பிறகு சாப்பாடு தயாராகும் இடத்துக்குப் போய்ச் சாப்பிடுவது ஆகிய இரண்டு வேலைகளைத் தவிர வேறு எதுவும் அப்போது வி.கே.ராமசாமிக்கு தெரியாது

என்பதால், எப்போதும் நடிப்பதுபோல அன்றைய நாடகத்திலும் அவர் நடித்தார்.

நாடகத்தைப் பார்த்துவிட்டு எல்லோரையும் பாராட்டிய மெய்யப்பச் செட்டியார் "அந்த பிளாக் மார்க்கெட் சண்முகம் வேடம் போட்ட பெரியவர் ரொம்பவும் சிறப்பாக நடித்தார். அவரைக் கூப்பிடுங்கள், நான் அவரைப் பார்க்க வேண்டும்" என்றார். அவர் அப்படி சொன்னவுடன் செட்டியாருக்கு அருகிலேயே நின்றுகொண்டிருந்த வி.கே.ராமசாமியை அழைத்த எஸ்.வி.சஹஸ்ரநாமம், "இவர்தான் அந்த வேடம் ஏற்ற நடிகர்" என்று மெய்யப்பச் செட்டியாருக்கு அவரை அறிமுகம் செய்து வைத்தார்.

அப்போது வி.கே. ராமசாமிக்கு இருபது வயதுதான் என்பதால், எஸ்.வி. சஹஸ்ரநாமம் சொன்னதை செட்டியார் நம்பவில்லை.

"பிளாக் மார்க்கெட் சண்முகம் வேடத்திலே நடித்த பெரியவரைக் கூப்பிடுங்கள் என்று சொன்னால், இந்தப் பையனை எதற்குக் கூப்பிட்டீர்கள்?" என்று செட்டியார் கேட்டபோது அங்கேயிருந்தவர்களால் சிரிப்பை அடக்க முடியவில்லை. ஏனென்றால் அவர்களுக்கு அது புது அனுபவம் இல்லை. ராமசாமிதான் அந்த பிளாக் மார்க்கெட் சண்முகம் என்பதை முதல் முறையாக அந்த நாடகத்தைப் பார்த்த எவருமே அதுவரை நம்பியதில்லை.

"இந்தப் பையன்தான் அந்த வேடம் போட்ட நடிகர்" என்று திரும்ப மெய்யப்ப செட்டியாரிடம் சொன்ன எஸ்.வி.சஹஸ்ரநாமம் "நீங்கள் அதை நம்பாததில் எங்களுக்கு எந்த ஆச்சரியமும் இல்லை. ஏனெனில் வேறு ஒரு நாடகக் குழுவில் இவன் நடித்த 'பம்பாய் மெயில்', 'இழந்த காதல்' ஆகிய நாடகங்களைப் பார்த்துவிட்டு அந்த நாடகத்தில் நடித்தவருக்குக் குறைந்தது ஐம்பது வயதாவது இருக்கும் என்ற எண்ணத்தில் நீங்கள் கூப்பிட்டதுபோல அந்தப் பெரியவரைக் கூப்பிடுங்கள் என்றுதான் நாங்களும் சொன்னோம். உங்களுக்கு இன்னும் சந்தேகம் தீரவில்லை என்றால் கொஞ்சம் பொறுங்கள்" என்று சொல்லிவிட்டு அந்த நாடகத்தின் வசனங்களைப் பேசிக் காட்டும்படி ராமசாமியிடம் கூறினார்.

வி.கே.ராமசாமி அந்த வசனங்களைப் பேசிக் காட்டியதும் அசந்து போன மெய்யப்பச் செட்டியார், "நான் மட்டுமில்லை. யாராலும்

இவர்தான் அந்த வேடத்தில் நடித்தவர் என்பதை அவ்வளவு எளிதில் கண்டுபிடிக்கவே முடியாது. முக்கியமாக இவரது குரல் தனித்தன்மை வாய்ந்த வித்தியாசமான குரல். எதிர்காலத்தில் இவருக்கு அடையாளமாக அந்தக் குரல்தான் அமையப்போகிறது" என்று வி.கே.ராமசாமியைப் பாராட்டினார்.

மூவாயிரம் ரூபாய் கொடுத்து அந்த நாடகத்தைப் படமாக்கும் உரிமையை ப.நீலகண்டனிடமிருந்து வாங்கிய மெய்யப்பச் செட்டியார் அந்தப் படத்திலே உதவி இயக்குனராகத் தன்னுடன் பணியாற்றும்படி அவரைக் கேட்டுக் கொண்டார். ப.நீலகண்டன் பணியாற்றிய முதல் திரைப்படமாக அந்தப் படம் அமைந்தது.

'நாம் இருவர்' என்று அந்தப் படத்துக்குப் பெயர் சூட்டிய மெய்யப்பச் செட்டியார் அந்த நாடகத்தில் நடித்த பெரும்பாலான கலைஞர்களை அந்தப் படத்திலே பயன்படுத்திக் கொண்டார். ஆரம்பத்தில் அந்தப் படத்திலே கதாநாயகனாக நடிக்க ஒப்பந்தமான எஸ்.வி.சஹஸ்ரநாமம், என்.எஸ்.கிருஷ்ணனின் வழக்கு சம்பந்தமான பணிகளைக் கவனிக்க வேண்டியிருந்ததால் அந்தப் படத்திலிருந்து ஒரு கட்டத்தில் விலகிவிடவே பிரபல பாடகரான டி.ஆர். மகாலிங்கத்தை அந்தப் படத்திலே நாயகனாக்கிய மெய்யப்பச் செட்டியார், நாடகத்தில் வி.கே.ராமசாமி ஏற்ற அதே பிளாக் மார்க்கெட் சண்முகம் வேடத்தை வி.கே.ராமசாமிக்கே வழங்கினார்.

காரைக்குடிக்கு அருகே தேவகோட்டை ராஸ்தாவிலே அமைக்கப்பட்ட ஏவி.எம். ஸ்டூடியோவிலே உருவான அந்தப் படம் மிகப் பெரிய வெற்றிப்படமாக அமைந்தது. அதற்குப் பிறகு வி.கே.ராமசாமிக்குத் தொடர்ந்து பட வாய்ப்புகள் குவிந்தன என்றாலும், எல்லா படங்களிலும் வயதான வேடங்களே அவருக்குக் கிடைத்தன.

வி.கே.ராமசாமி நடிகராக மட்டுமின்றி படத் தயாரிப்பாளராகவும் பல சாதனைகளைச் செய்தவர்.

தமிழ்த் திரையுலகம் என்றும் மறக்கமுடியாத மிகப்பெரிய சாதனையாளரான நடிகவேள் எம்.ஆர்.ராதா இந்த சினிமா உலகில் மிக நீண்ட காலம் வலம் வர பாதை அமைத்துத் தந்தவர் விகே. ராமசாமிதான் என்பது பலர் அறியாத ஒரு செய்தி.

54

வி.கே.ராமசாமியைக் கதாசிரியராக்கிய ஏ.பி.நாகராஜன்

'நாம் இருவர்' படத்திலே வி.கே.ராமசாமி ஏற்றிருந்த பிளாக் மார்க்கெட் சண்முகம் பாத்திரம் மிகச் சிறந்த பாராட்டுதல்களைப் பெற்றுத் தந்தாலும், அதற்குப் பிறகு இரண்டு வருடங்கள் பட வாய்ப்புகள் எதுவும் அவரைத் தேடி வரவில்லை. கலைவாணர் என்.எஸ்.கிருஷ்ணன் அவரது "நல்ல தம்பி" திரைப்படத்தில் வாய்ப்புத் தந்ததற்குப் பிறகுதான் வி.கே.ராமசாமியின் வாழ்க்கையில் வசந்தம் வீசத் தொடங்கியது.

அதைத் தொடர்ந்து 'கிருஷ்ண பக்தி', 'வன சுந்தரி', 'லைலா மஜ்னு' ஆகிய படங்களில் நடித்த வி.கே.ராமசாமிக்கு மாடர்ன் தியேட்டர்ஸ் தயாரிப்பிலே உருவான 'திகம்பர சாமியார்' படத்திலும் 'சர்வாதிகாரி' படத்திலும் நல்ல வேடங்கள் அமைந்தன. அதற்குப் பிறகு அவரது திரையுலக வாழ்க்கை ஏறுமுகமாகவே அமைந்தது.

1947ஆம் ஆண்டிலே நடிகராக தமிழ்த் திரையுலகில் கால் பதித்த வி.கே.ராமசாமி 1957ஆம் ஆண்டிலே திரைப்படத் தயாரிப்பாளராக உயர்ந்தார். யதார்த்தம் பொன்னுசாமிப் பிள்ளையின் நாடகக் குழுவிலே இருந்தபோது விகே.ராமசாமிக்கும், ஏ.பி.நாகராஜனுக்கும் இடையே உருவான நட்பு அவர் தயாரிப்பாளராக உதவியது.

நாடக வாழ்க்கைக்குப் பிறகு 'நால்வர்' படத்தின் மூலம் திரை உலகில் கதாசிரியராக அறிமுகமாகி 'நல்ல தங்காள்', 'பெண்ணரசி', 'டவுன் பஸ்' ஆகிய பல திரைப்படங்களுக்கு கதை வசனம் எழுதி புகழ் பெற்றிருந்த ஏ.பி.நாகராஜனும், வி.கே.ராமசாமியும் சேர்ந்து ஸ்ரீ லஷ்மி பிக்சர்ஸ் என்ற பட நிறுவனத்தைத் தொடங்கினார்கள்.

ஏ.பி.நாகராஜனின் கதை வசனத்தில் "மக்களைப் பெற்ற மகராசி" என்ற படத்தை எடுக்க முடிவு செய்த அவர்கள் படத்தின் இயக்குனராக கே.சோமுவை ஒப்பந்தம் செய்தார்கள்.ஏ.பி. நாகராஜன் கதை வசனம் எழுதிய பல படங்களை இயக்கியவர் என்பதால் கே.சோமு அவர்களது முதல் படத்தை இயக்க ஒப்புக் கொண்டார்.

கதாநாயகனாக யாரை ஒப்பந்தம் செய்யலாம் என்றெல்லாம் அவர்கள் இருவரும் யோசிக்கவே இல்லை. அவர்களுடைய ஒரே தேர்வாக இருந்தவர் சிவாஜி கணேசன்."பராசக்தி" படத்திலே நடித்தபோது வி.கே.ராமசாமிக்கு சிவாஜி கணேசனுடன் நல்ல பழக்கம் இருந்ததால், அவர்கள் கேட்ட மறுநிமிடமே எந்த மறுப்பும் சொல்லாமல் அவர்களது படத்திலே நடிக்க ஒப்புக் கொண்டார் சிவாஜி.

ஏ.பி.நாகராஜன் கதை வசனம் எழுதிய அந்தப் படத்தில் சிவாஜிக்கு ஜோடியாக பானுமதி நடித்தார். கே.வி.மகாதேவனின் அருமையான பாடல்களைக் கொண்ட "மக்களைப் பெற்ற மகராசி" மிகப் பெரிய வெற்றிப்படமாக அமைந்தது.

அந்தப் படத்தின் வெற்றியைத் தொடர்ந்து சிவாஜி கணேசன்-சாவித்திரி ஜோடியாக நடிக்க 'வடிவுக்கு வளைகாப்பு' என்ற படத்தை அவர்கள் தொடங்கினார்கள். அந்தப் படம்தான் ஏ.பி.நாகராஜன் இயக்கிய முதல் படம். அந்தப் படம் ஐந்தாயிரம் அடிகள் வளர்ந்த நிலையில் ஜெமினி கணேசனை மணமுடித்திருந்த 'வடிவுக்கு வளைகாப்பு' படத்தின் நாயகி சாவித்திரிக்கு நிஜ வாழ்க்கையிலேயே வளைகாப்பு நடந்தது. சாவித்திரியின் கர்ப்பம் காரணமாக அந்தப் படத்தின் படப்பிடிப்பைத் தொடர்ந்து நடத்த முடியாத சூழ்நிலை உருவாயிற்று.

மீண்டும் அந்தப் படத்தின் படப்பிடிப்பில் சாவித்திரி கலந்து கொள்ள குறைந்தது எட்டு மாதங்களாவது ஆகும் என்பதால், அதற்கிடையிலே பெரிய நட்சத்திரங்கள் யாரும் இல்லாமல்

ஒரு படத்தைத் தயாரிக்கலாம் என்று ஏ.பி.நாகராஜனும், வி.கே.ராமசாமியும் முடிவெடுத்தனர். "அதற்கு ஏற்றாற்போல ஏதாவது கதை வைத்திருக்கிறீர்களா?" என்று ஏ.பி. நாகராஜனிடம், வி.கே.ராமசாமி கேட்டபோது "நம்முடைய அடுத்த படத்திற்கு கதை எழுதப் போவது நான் இல்லை, நீங்கள்" என்றார் ஏ.பி.நாகராஜன்.

அதைக் கேட்டு அதிர்ச்சியடைந்த வி.கே.ராமசாமி "என்ன விளையாடுகிறீர்களா? நானாவது கதை எழுதுவதாவது..." என்று நீட்டி முழக்கியபோது "கதை எழுதத் தேவையான எல்லா தகுதிகளும் உங்களிடம் இருக்கிறது. நாடகத்தில் நடிக்கும்போது காட்சிக்கு ஏற்ற மாதிரி நீங்க வசனம் பேசி நடித்ததை நான் பல முறை ரசித்திருக்கிறேன். அதேபோன்று நான் கதை சொல்லும்போது அந்தக் கதையில் எந்த இடம் தொய்வாக இருக்கிறதென்று மிகச்சரியாகக் கண்டுபிடித்துச் சொல்லக்கூடிய ஆற்றல் உங்களிடம் இருப்பதையும் நான் என் அனுபவத்தில் தெரிந்து வைத்திருக்கிறேன்.

அவ்வளவு திறமையும், கற்பனை சக்தியும் உள்ள நீங்கள் கதை எழுத ஆரம்பித்தீர்கள் என்றால் நிச்சயம் வெற்றி பெறுவீர்கள். ஒரு எழுத்தாளனுக்கு முக்கியமான தேவை அனுபவம். அது உங்களிடம் நிறைய இருக்கு. அதனால் இன்றைக்கே பிள்ளையார் சுழி போட்டு கதையை எழுத ஆரம்பியுங்கள்" என்றார் ஏ.பி.நாகராஜன்.

அவர் அப்படிச் சொல்லிவிட்டுப் போனவுடன் ஒரு கதையை எழுதித்தான் பார்ப்போமே என்ற எண்ணத்தில் இரவு பத்து மணிக்கு கதை எழுத உட்கார்ந்த ராமசாமி முதலில் அந்தக் கதைக்கு 'நல்ல இடத்து சம்பந்தம்' என்று மங்கலகரமான பெயரைச் சூட்டினார்.

அறிஞர் அண்ணா 'ஓர் இரவு' கதைக்கு ஒரே இரவில் வசனம் எழுதி முடித்ததைப்போல விடியற்காலை ஐந்து மணிக்குள் கதையை முழுவதுமாக எழுதி முடித்த வி.கே.ராமசாமி அடுத்து அவரது அலுவலகத்துக்குப் பக்கத்திலே இருந்த பாண்டி பஜாருக்குப் போய் கீதா ஹோட்டலில் காபியைக் குடித்துவிட்டு வந்து படுத்து விட்டார்.

காலை ஒன்பது மணிக்கு அலுவலகம் வந்த ஏ.பி.நாகராஜன் வி.கே. ராமசாமி எழுதி வைத்திருந்த கதையைப் படித்துப் பார்த்துவிட்டு அசந்து போனார்.

வி.கே.ராமசாமியை நடிகனாக ஆக்கியதில் மொத்த பங்கும் அவரது அண்ணனான மாரியப்பனையும், டி.கே.ராமச்சந்திரனையும் மட்டுமே சாரும். தன்னை நடிகனாக்கிய டி.கே.ராமச்சந்திரன் மீது விகே.ராமசாமிக்கு மிகுந்த மரியாதையும் அன்பும் உண்டு என்பதால் அவரது கதாபாத்திரத்தைச் சுற்றியே 'நல்ல இடத்து சம்பந்தம்' கதையை எழுதியிருந்தார்.

காலையில் வி.கே.ராமசாமி எழுந்தவுடன் "கதை ரொம்பவும் பிரமாதமாக இருக்கு. அதனால் உடனே ஷூட்டிங்கிற்கு போய் விடலாம் என்று நினைக்கிறேன். நாளைக்கு நல்ல நாள் என்பதால் எல்லோரிடமும் பேசி அட்வான்ஸ் கொடுத்துவிட்டால் ஒரு மாதத்தில் படப்பிடிப்பை ஆரம்பித்து விடலாம்" என்றார் ஏ.பி. நாகராஜன்.

கதையின் முக்கிய பாத்திரம் டி.கே.ராமச்சந்திரனின் பாத்திரம்தான் என்பதால் முதலில் அவரது தேதிகளை உறுதிப்படுத்திக்கொள்ள நினைத்த வி.கே.ராமசாமி அவர் பெயருக்கு ஒரு செக் எழுதி தயாரிப்பு நிர்வாகியிடம் கொடுத்து "டி.கே.ராமச்சந்திரனைப் பார்த்து இந்த செக்கைக் கொடுத்து விட்டு அவருடைய தேதியை எழுதி வாங்கிக் கொண்டு வாருங்கள்" என்று கூறினார்.

அந்தத் தயாரிப்பு நிர்வாகியின் கார் வெளியே போன தருணத்தில் இன்னொரு கார் அந்த காம்பவுண்டிற்குள் நுழைந்தது. அதிலிருந்து இறங்கினார் நடிகவேள் எம்.ஆர்.ராதா.

அந்த அலுவலகத்துக்கு உள்ளே எம்.ஆர்.ராதா காலடி எடுத்து வைத்த அந்தக் கால கட்டத்தில் அவர் நடித்து 'ரத்தக் கண்ணீர்' உட்பட நான்கு படங்கள் வெளியாகியிருந்தன.

அவர் நடித்த முதல் மூன்று படங்களில் அவருக்கு நல்ல நடிகர் என்ற பெயர் கிடைத்ததே தவிர, அந்தப் படங்கள் வெற்றிப் படங்களாக அமையவில்லை. அதனால் "படமே ஓடாதபோது தன்னை யார் சினிமாவில் நடிக்கக் கூப்பிடுவார்கள்" என்று தனக்குத் தானே ஆறுதல் சொல்லிக் கொண்டார் எம்.ஆர்.ராதா.

அதற்குப் பிறகு சிவாஜி கணேசனை ‘பராசக்தி’ படத்திலே அறிமுகப்படுத்திய நேஷனல் பிக்சர்ஸ் அதிபர் பெருமாள் முதலியார், எம்.ஆர்.ராதாவிற்கு தனி அடையாளத்தைத் தந்த ‘ரத்தக் கண்ணீர்’ நாடகத்தை திரைப்படமாக எடுக்க முன்வந்தார்

‘ரத்தக் கண்ணீர்’ படம் மிகப்பெரிய வெற்றிப் படமாக அமைந்தது. ஆனால் அதற்குப் பின்னாலேயும் எம்.ஆர்.ராதாவிற்கு பட வாய்ப்புகள் வரவில்லை. அந்தச் சூழ்நிலையில்தான் வி.கே. ராமசாமியைச் சந்திக்க அவரது அலுவலகத்துக்கு வந்தார் அவர்.

“என் நாடகம் எல்லாத்தையும் பட்டி தொட்டி எல்லாவற்றிலும் நான் போட்டுவிட்டேன். எல்லா ஜனங்களும் என் நாடகத்தைப் பலமுறை திரும்பத் திரும்பப் பார்த்துட்டாங்க. அதனால் முன்பு மாதிரி இப்போது நாடகங்களுக்கு வசூல் ஆக மாட்டேங்குது. வருமானம் இல்லாம நாடகக் குழுவில் இருக்கிற ஐம்பது பேருக்கும் சோறு போட்டு என்னால் சமாளிக்க முடியலே. அதனால கொஞ்ச நாளைக்கு நாடகத்தை நிறுத்திடலாம்னு முடிவு பண்ணியிருக்கேன். அது மட்டுமில்லாமல் இன்னும் எத்தனை நாளைக்குத்தான் நாடகம் ஆடிக்கிட்டு இருக்கிறது?

நீங்க என் கூட பாய்ஸ் கம்பெனியில் இருந்த பிள்ளைங்க. சிவாஜியை வைச்சி ஒரு படத்தை எடுத்து அதை வெற்றிப்படமாக ஆக்கி இருக்கீங்க. நாடகத்திலே இருந்தது மாதிரியே சினிமாவிலும் உங்களுக்கு நல்ல பேர் இருக்கு.

‘ராமசாமியும், நாகராஜனும் பொன்னுசாமிப் பிள்ளை கம்பெனியிலே உங்க கூட இருந்தவங்களாமே’ அப்படீன்னு என் கூட இருக்கிறவனுங்க எல்லோரும் என்கிட்டே உங்களைப் பற்றிக் கேட்காத நாளே இல்லை.

என்னைப் பற்றி உங்களுக்கு நல்லா தெரியும் என்பதால் உங்ககிட்ட வேஷம் கேட்கிறதிலே எந்தத் தப்பும் இல்லேன்னுதான் உங்களைத் தேடி இங்கே வந்தேன். என்னைப் பற்றி உங்களுக்குத்தான் நல்லா தெரியும். அதனால எனக்கு ஏற்ற மாதிரி நல்ல வேஷமா நீங்க கொடுத்தீங்கன்னா கொஞ்ச நாளைக்கு படங்களில் நடிச்சிக்கிட்டு இங்கேயே இருக்கலாம்னு இருக்கேன்” என்று அவர்களைத் தேடி தான் வந்த நோக்கத்தைச் சொல்லி முடித்தார் எம்.ஆர்.ராதா.

வி.கே.ராமசாமி, ஏ.பி.நாகராஜன் ஆகிய இருவருமே எம்.ஆர்.ராதா மீது மிகுந்த பாசமும், அன்பும் கொண்டவர்கள். மேடையிலே அவரது அசாத்தியமான நடிப்பாற்றலைக் கண்டு அவரை வியந்து பார்த்த வி.கே.ராமசாமியும், ஏ.பி.நாகராஜனும் எம்.ஆர்.ராதா அப்படிச் சொல்லி முடித்தவுடன் அவருக்கு என்ன பதில் சொல்வது என்று புரியாமல் தவித்தார்கள்.

எம்.ஆர்.ராதாவே தங்களைத் தேடி வந்து வாய்ப்புக் கேட்கும்போது அவருக்கு வாய்ப்புத் தரவேண்டியது தங்களுடைய கடமை என்பதிலே அவர்கள் இருவருக்கும் மாறுபட்ட கருத்து இல்லை. ஆனால் ஒழுங்காக படப்பிடிப்பிற்கு வந்து குறிப்பிட்ட நேரத்திலே அவர் படத்தை முடித்துக் கொடுப்பாரா என்ற சந்தேகம் அவர்கள் இருவருக்குமே இருந்தது.

முதல் நான்கு நாட்கள் படப்பிடிப்பில் கலந்து கொண்டுவிட்டு, திரும்பவும் நாடகத்திற்குப் போகிறேன் என்று அவர் கிளம்பிவிட்டார் என்றால் யார் அவரைக் கேள்வி கேட்க முடியும்? அப்படி ஏதாவது நடந்துவிட்டால் முதல் படத்திலே சம்பாதித்து வைத்துள்ள நல்ல பெயர் அனைத்தும் ஒரே நாளில் போய்விடுமே என்று அவர்கள் அஞ்சினார்கள்.

சிறிது நேர மவுனத்திற்குப் பிறகு ராமசாமியைத் தனியாக அழைத்த ஏ.பி.நாகராஜன். "நான் ராதா அண்ணனிடம் பழகியதற்கும் நீங்கள் பழகியதற்கும் வித்தியாசம் இருக்கிறது. அதனால் அவருடைய சம்பளம் உட்பட எல்லா விஷயங்களைப் பற்றியும் நீங்கள் அவரிடம் தெளிவாகப் பேசி விடுங்கள். அண்ணன் என்ன சொல்கிறார் என்பதை வைத்து அடுத்து நாம் என்ன செய்வது என்ற முடிவுக்கு வரலாம்" என்று சொல்லிவிட்டு அந்த இடத்தை விட்டு அகன்று விட்டார்.

சிங்கத்தின் கூண்டுக்குள் தன்னைத் தள்ளிவிட்டுப் போகிறாரே என்று அவரையே பார்த்துக் கொண்டு இருந்தார் வி.கே.ராமசாமி.

55

எம்.ஆர்.ராதாவின் வாழ்க்கையில் மறுமலர்ச்சியை ஏற்படுத்திய வி.கே.ராமசாமி

"*ரா*தா அண்ணன்கிட்ட எல்லா விஷயத்தைப் பற்றியும் தெளிவாகப் பேசிவிடுங்கள்" என்று வி.கே.ராமசாமியிடம் சொல்லிவிட்டு ஏ.பி.நாகராஜன் நகர்ந்ததும் சிறிது நேரம் அந்த அறையில் மவுனம் நிலவியது. தான் வியந்து பார்த்த அபூர்வ நடிகரான எம்.ஆர்.ராதாவிடம் நீங்கள் ஒழுங்காகப் படப்பிடிப்பிற்கு வருவீர்களா என்று நேருக்கு நேராக எப்படிக் கேட்பது என்ற அச்சத்தில் வி.கே. ராமசாமி தடுமாறிக் கொண்டிருந்தபோது அவர் என்னென்ன கேட்க வேண்டும் என்று நினைத்துக் கொண்டிருந்தாரோ அந்தக் கேள்விகளுக்கெல்லாம் நடிகவேள் எம்.ஆர்.ராதா அவராகவே பதில் சொல்லத் தொடங்கினார்.

"என்னைப் படத்திலே போட்டீங்கன்னா என்னாலே உங்களுக்கு எந்தத் தொந்திரவும் நிச்சயமாக வராது. இந்தப் படம் முடிகிறவரையில் நான் நாடகம் ஆட மட்டுமில்லை-சென்னையை விட்டே போக மாட்டேன்.

கே.பி.சுந்தராம்பாளுக்குக் கொடுத்ததை விட அதிகமாக எனக்குச் சம்பளம் கொடுக்கணும் என்று 'ரத்தக் கண்ணீர்' படத் தயாரிப்பாளர் பெருமாள் முதலியாரிடம் கேட்ட மாதிரி எல்லாம்

உங்ககிட்ட நான் நிச்சயமாக அதிக சம்பளம் கேட்கமாட்டேன். உங்களால் எவ்வளவு கொடுக்க முடியுமோ அதைக் கொடுங்க போதும். உங்க படத்தை வச்சி நான் அடுத்தவங்க படத்திலே சம்பளம் வாங்கிக்கறேன்.

எனக்கு சான்ஸ் கேட்டு எல்லாம் பழக்கம் இல்லேங்கிறதினால உங்க படத்தில் என்னைப் போடுவதோடு இல்லாமல் மற்ற படங்களிலும் என்னைப் போடச் சொல்லி உங்களுக்குத் தெரிந்த எல்லா தயாரிப்பாளர்களிடமும் நீங்கதான் சொல்லணும்"என்று தன்னிலை விளக்கமாக எல்லாவற்றையும் சொல்லி முடித்தார் எம்.ஆர். ராதா.

அவர் அப்படிச் சொல்லி முடித்தவுடன் வி.கே.ராமசாமி, ஏ.பி.நாகராஜன் ஆகிய இருவருக்குமே கொஞ்சம் தெளிவு பிறந்தது. அடுத்து படத்தின் கதையைப் பற்றி ராதாவிடம் சொல்லத் தொடங்கினார் ஏ.பி.நாகராஜன்.

"அண்ணே அடுத்த படத்துக்கான கதையை எழுதியுள்ள ராமசாமி அண்ணன் டி.கே.ராமச்சந்திரனை மனசிலே வைத்துக்கொண்டுதான் கதையை எழுதியிருக்காரு. அவங்க இரண்டு பேரும் நான்கைந்து வருஷம் ஒன்றாக நாடகக் கம்பெனி நடத்தி நல்லது கெட்டதைச் சேர்ந்து அனுபவிச்சவங்க. அதனால நாம்ப நன்றாக இருக்கும் போது அவருக்கு நன்றிக் கடனாக ஏதாவது செய்யவேண்டும் என்பதை நினைத்துக் கொண்டு அவர் எழுதிய கதை அது.

இந்த விஷயம் எல்லாம் டி.கே.ராமச்சந்திரன் அண்ணனுக்கு தெரியும் என்பது மட்டுமில்லை; அவருக்கு முன்பணம் கொடுத்துவிட்டு தேதிகளைச் சொல்லிவிட்டு வருவதற்காக நீங்க வருவதற்குக் கொஞ்சம் முன்னால்தான் புரொடக்ஷன் மேனேஜர் போனார்" என்று கொஞ்சம் தயக்கத்துடன் எம்.ஆர்.ராதாவிடம் சொன்னார் ஏ.பி.நாகராஜன்.

டிகே.ராமச்சந்திரன் முக்கிய வேடத்தில் நடிப்பது ஏற்கனவே முடிவாகி விட்டதால் அதற்கு அடுத்த பாத்திரத்தைத்தான் உங்களுக்குத் தர முடியும் என்பதைச் சுற்றி வளைத்து எம்.ஆர்.ராதாவிடம் சொல்ல ஏ.பி.நாகராஜன் முயற்சித்தபோது தனது பேச்சுத் திறனால் ஒரு நொடியில் அதை அப்படியே மாற்றினார் எம்.ஆர்.ராதா.

"ஏம்ப்பா அவன் என்ன வேற ஆளா? அவனும் நம்ம புள்ளைதானே. என்கூடவே வர்ற மாதிரி ஒரு நல்ல வேஷமாகப் பார்த்து அவனுக்குக் கொடுங்க. நான் என்ன வேண்டாம் என்றா சொல்லப்போகிறேன்?" என்று அவர் சொன்னதும் வி.கே. ராமசாமி, ஏ.பி.நாகராஜன் ஆகிய இருவருக்குமே என்ன பதில் சொல்வதென்று தெரியவில்லை.

இன்று வாய்ப்புக் கேட்கின்ற நிலையில் இருந்தாலும் எம்.ஆர்.ராதாவின் திறமையையும், அனுபவத்தையும் மறந்துவிடக் கூடாது என்று எண்ணிய வி.கே.ராமசாமியும் ஏ.பி.நாகராஜனும் உடனே தங்களது மனதை மாற்றிக் கொண்டனர்.

"நீங்க எங்களுடைய கம்பெனியைத் தேடி வந்தது எங்களுக்குப் பெருமை. இந்தப் படத்தில் உங்களுக்கு நல்ல பேரும் புகழும் கிடைக்கணும். அதை வைத்து உங்களுக்கு நிறைய புதுப்படங்கள் வரணும்" என்று சொல்லிவிட்டு, எம்.ஆர்.ராதாவிற்கு ஒரு தொகையை அவர்கள் முன்பணமாகக் கொடுத்தனர்.

அதை வாங்கிக் கொண்டு எம்.ஆர்.ராதா கிளம்பிய அடுத்த நிமிடம் டி.கே. ராமச்சந்திரனைப் பார்க்கப்போன புரொடக்‌ஷன் மேனேஜரின் கார் அந்த காம்பவுண்டிற்குள் நுழைந்தது.

"டி.கே.ராமச்சந்திரனிடம் செக்கைக் கொடுத்துவிட்டு மொத்த கால்ஷீட் தேதிகளையும் எழுதி வாங்கிக் கொண்டு வந்து விட்டேன்" என்று உற்சாகமாகச் சொன்னபடியே அலுவலகத்திற்குள் காலடி எடுத்து வைத்தார் அந்த புரொடக்‌ஷன் மேனேஜர்.

டி.கே.ராமச்சந்திரனுக்கு வி.கே.ராமசாமி தன் மனதில் கொடுத்திருந்த இடம் மிகவும் உயர்வானது. அப்படிப்பட்ட அவருக்கு நிச்சயிக்கப்பட்ட பாத்திரத்தில் ராதா அண்ணன் நடிக்கப் போகிறார் என்று எப்படி டி.கே.ராமச்சந்திரனிடம் சொல்வது என்று சங்கடப்பட்ட வி.கே.ராமசாமி, எம்.ஆர்.ராதா நடிக்கவிருந்த பாத்திரத்திற்கு அடுத்தபடியாக அந்தக் கதையில் முக்கியமாக இடம் பெற்றிருந்த ஒரு பாத்திரத்தை விரிவுபடுத்தி அந்தப் பாத்திரத்தில் அவரை நடிக்க வைக்க முடிவு செய்தார்.

"நமக்கு எல்லாம் மூத்தவரான ராதா அண்ணன் திடீரென ஆபீசிற்கு வந்து எனக்கு உங்களுடைய படத்தில் வேஷம்

கொடுத்தே ஆக வேண்டும் என்று கூறிவிட்டார். அவர் பேச்சை யாராலும் தட்ட முடியவில்லை. ஆகவே நீங்கள் பெரிய மனது செய்து இந்தப் படத்தில் ராதா அண்ணனுக்கு அடுத்து உள்ள பாத்திரத்தில் நடிக்க வேண்டும். அடுத்தபடியாக உங்களை வைத்து ஒரு கதை எழுதி படமாக்குவதாக ராமசாமி அண்ணன் சொல்லியிருக்காரு என்று ராமச்சந்திரனிடம் எடுத்துச் சொல்லி அவரை எப்படியாவது சமாதானப்படுத்திவிட்டு வா" என்று அந்த புரொடக்ஷன் மேனேஜரை மீண்டும் ராமச்சந்திரன் வீட்டுக்கு அனுப்பி வைத்தார் வி.கே.ராமசாமி.

அவரிடம் என்ன பேச வேண்டும், எப்படிப் பேச வேண்டும் என்று விளக்கமாகச் சொல்லி அனுப்பினாலும் ராமச்சந்திரன் அவர் சொன்னது எதையும் ஏற்றுக்கொள்ள மாட்டார் என்று வி.கே.ராமசாமியின் உள் மனது சொன்னது.

டி.கே.ராமச்சந்திரன் விட்டுக்குப் போன புரொடக்ஷன் மேனேஜர் போன வேகத்திலேயே திரும்பி வந்தார்.

"என்னைப்பற்றி நாகராஜனை விட ராமசாமிக்குத்தான் நன்றாக தெரியும். அதனால் அவருடைய அடுத்த படத்திலேயே நான் நடிக்கிறேன் என்று அவரிடம் சொல்லி விடுங்கள்" என்று சொன்னதோடு மட்டுமின்றி முதலில் கொடுத்து அனுப்பப்பட்ட செக்கையும் ராமச்சந்திரன் திருப்பிக் கொடுத்து விட்டார் என்ற படி செக்கை வி.கே.ராமசாமியிடம் நீட்டினார் அந்த மேனேஜர்.

அவர் அப்படிச் சொன்னதைக் கேட்டவுடன் வி.கே.ராமசாமிக்குத் தாள முடியாத வருத்தம் ஏற்பட்டது. அந்த வருத்தத்திலிருந்து மீண்டு வர இரண்டு நாட்கள் எடுத்துக் கொண்ட அவர் பின்னர் இதெல்லாம் விதியின் விளையாட்டு என்று தன் மனதைத் தேற்றிக் கொண்டு 'நல்ல இடத்து சம்பந்தம்' படத்தின் ஆரம்ப வேளைகளில் தீவிரமாக இறங்கினார்.

பிரேம் நசீரும், சவுகார் ஜானகியும் ஜோடியாக நடிக்க வி.கே.ராமசாமியின் கதைக்கு ஏ.பி.நாகராஜன் வசனம் எழுதிய அந்தப் படத்தை கே.சோமு இயக்கினார்

'ரத்தக் கண்ணீர்' படத்தின் வெற்றிக்குப் பிறகும் எம்.ஆர் ராதாவிற்குப் பட வாய்ப்புகள் அதிகமாக வராமல் இருந்ததற்கு முக்கியமான காரணம் அவர் மீது தயாரிப்பாளர்களுக்கு இருந்த

பயம்தான். அவர் ஒழுங்காகப் படப்பிடிப்பிற்கு வருவாரா, அப்படி அவர் வராவிட்டால் யார் அவரிடம் கேட்பது என்றெல்லாம் பயந்து கொண்டு அவரை ஒப்பந்தம் செய்யத் தயங்கிய தயாரிப்பாளர்களில் பலர் வி.கே.ராமசாமியிடம் தங்களது பயத்தைப் பகிர்ந்து கொண்டனர்.

"இப்போதுதான் ஒரு படம் எடுத்து வெற்றி கண்டிருக்கிறீர்கள். உங்களுக்கு என்று சினிமா உலகத்திலே ஒரு மரியாதையும் இப்போது இருக்கு. இந்த நேரத்திலே ராதாவைப் படத்திலே போட்டு ஏன் விஷப் பரீட்சை பண்றீங்க?" என்று வி.கே.ராமசாமியிடம் நேரடியாகப் பல தயாரிப்பாளர்கள் சொல்லியபோது அவர்களுக்கு எந்தப் பதிலும் சொல்லாமல் அந்த இடத்தை விட்டே போய்விடுவதை வழக்கமாக்கிக் கொண்டார் வி.கே.ராமசாமி.

ஆனால் அவர்களுடைய எதிர்பார்ப்பிற்கு முற்றிலும் மாறாக நடந்து கொண்டார் எம்.ஆர்.ராதா. காலை ஆறு மணிக்கு எல்லாம் படப்பிடிப்புத் தளத்திற்கு வந்து விடுவதை வழக்கமாக்கிக் கொண்ட அவர், இரவு படப்பிடிப்பு நீண்ட சமயங்களில் பன்னிரண்டு மணி வரை கூட அவர்களுடன் இருந்தார்.

படப்பிடிப்புத் தளத்திலே எம்.ஆர்.ராதா எப்படி நடந்து கொள்கிறார் என்பதை வேடிக்கை பார்ப்பதற்காகவே தயாரிப்பாளர்கள் பலர் 'நல்ல இடத்து சம்பந்தம்' படத்தின் படப்பிடிப்பு நடந்த இடத்துக்கு வரத் தொடங்கினர். படப்பிடிப்பிலே அவர் தந்த ஒத்துழைப்பு எல்லோரையும் ஆச்சர்யப்பட வைத்தது.

முப்பது நாட்களில் மொத்த படப்பிடிப்பும் முடிக்கப்பட்டு 1958ஆம் ஆண்டிலே வெளிவந்த 'நல்ல இடத்து சம்பந்தம்' மிகப்பெரிய வெற்றிப்படமாக அமைந்தது. அந்தப் படத்திலே எம்.ஆர்.ராதா ஏற்றிருந்த பாத்திரம் மிகச் சிறந்த வரவேற்பைப் பெற்றதைத் தொடர்ந்து அவருக்கு படவாய்ப்புகள் குவியத் தொடங்கின.

எம்.ஆர்.ராதாவை வைத்துப் படம் எடுக்கத் தொடங்கிய போது 'விஷப் பரீட்சை செய்யாதீர்கள்' என்று வி.கே.ராமசாமியை எச்சரித்த பலர் அவரைத் தங்கள் படங்களுக்கு ஒப்பந்தம் செய்ய வரிசையில் நின்றனர்.

தனக்குக் கிடைத்த வரவேற்பைப் பார்த்து மகிழ்ச்சி அடைந்த

எம்.ஆர்.ராதா, "நிறைய பேர் அவங்களுடைய படங்களில் நடிக்கக் கூப்பிடுறாங்கப்பா. உங்களால்தான் இந்த மறுவாழ்வு. உங்களுக்கு நான் ரொம்ப நன்றிக் கடன்பட்டிருக்கிறேன்" என்று வி.கே.ராமசாமியிடமும் ஏ.பி.நாகராஜனிடமும் நெகிழ்ச்சியோடு குறிப்பிட்டார்.

"அண்ணே உங்ககிட்டே இருக்கிற திறமை இருக்கிறதே, அது மலை போன்றது. உங்களுக்குக் கிடைத்துள்ள எல்லா வரவேற்புக்கும் நீங்கதான் காரணம். அதுக்கு ஒரு கருவியாக இருக்கின்ற வாய்ப்பு எங்களுக்குக் கிடைத்தது, அவ்வளவுதான். இனிமேல் இந்த சினிமா வேண்டாம் என்று நீங்களாக விலகினாலே ஒழிய இந்த சினிமா உங்களை விடாது" என்று மிகுந்த அடக்கத்தோடு அவருக்கு அவர்கள் இருவரும் பதில் கூறினார்கள்.

அவர்கள் இருவரும் சொன்ன அந்த வாக்கு அப்படியே பலித்தது. அதற்குப் பிறகு எம்.ஆர்.ராதா இல்லாத திரைப்படங்களே இல்லை என்ற நிலை தமிழ்த் திரையுலகில் உருவானது.

எந்தப் படத்தின் படப்பிடிப்பு தாமதமானதால் அவர்கள் இருவரும் 'நல்ல இடத்து சம்பந்தம்' படத்தை ஆரம்பித்தார்களோ அந்த 'வடிவுக்கு வளைகாப்பு' படம் 'நல்ல இடத்து சம்பந்தம்' படம் வெளியாகி நான்கு ஆண்டுகளுக்குப் பிறகு வெளியானது.

அந்தப் படமே வி.கே.ராமசாமியும் ஏ.பி.நாகராஜனும் இணைந்து பணியாற்றிய கடைசிப் படமாக அமைந்தது.

அந்த இருவருக்குமிடையே ஏற்பட்ட கருத்து வேறுபாட்டின் காரணத்தைத் தெரிந்துகொள்ள முடியவில்லை என்றாலும், அதற்குப் பிறகு பல வெற்றிப்படங்களைக் கொடுத்த ஏ.பி. நாகராஜன் அந்தப் படங்கள் எதிலேயும் வி.கே.ராமசாமிக்கு வாய்ப்புத் தரவில்லை என்பதைப் பார்க்கும்போது அவர்களது மன வேறுபாட்டின் ஆழத்தை நம்மால் புரிந்துகொள்ள முடிகிறது.

56

அண்ணனின் காதலுக்கு எம்.ஜி.ஆர். போட்ட முட்டுக்கட்டை

தமிழ்ப் பட உலகை முப்பதாண்டு காலமும், தமிழ் நாட்டை பதினொரு ஆண்டு காலமும் ஆட்சி செய்த மக்கள் திலகம் எம்.ஜி.ஆர். தன்னுடைய இளம் வயதில் எம்.ஜி.ராமச்சந்திரனாக இருந்த கால கட்டத்தில் பார்கவியையும், எம்.ஜி.ஆர். என்ற மூன்றெழுத்துப் பெயரை காலம் அவருக்குச் சூட்டிய பிறகு சதானந்தவதி, வி.என். ஜானகி ஆகியோரையும் திருமணம் செய்து கொண்டதை எல்லோரும் அறிவார்கள். ஆனால் தனது இளம் வயதில் எம்ஜிஆர் ஒரு பெண்ணைக் காதலித்தார் என்ற செய்தி பலர் அறியாத ஒன்று.

எம்.ஜி.ஆரின் அண்ணனான சக்ரபாணிதான் ஆரம்பத்தில் காதல் மன்னனாக இருந்தவர். இளம் வயதில் மிகவும் அழகான தோற்றத்துடன் இருந்த அவருக்கு எக்கச்சக்கமான காதல் கடிதங்கள் வரும்.

அந்தக் காதல் கடிதங்களை எல்லாம் ஒரு நாள் படித்துப் பார்த்த எம்.ஜி.ஆர் அடுத்த வேலையாக அந்தக் காதல் கடிதங்களை எடுத்துக் கொண்டு தன் தாயாரிடம் போனார். "இத்தனை கடிதங்கள் யாருக்கு வந்திருக்கின்றன?" என்று தாயார் கேட்டதும், "எல்லாம் அண்ணனுக்கு வந்திருக்கும் கடிதங்கள்தான். படிக்கிறேன்

கேளுங்கள்" என்று சொல்லிவிட்டு அந்தக் கடிதங்களை உற்சாகமாகப் படிக்க ஆரம்பித்தார் அவர்.

காதல் ரசம் சொட்டச் சொட்ட எழுதப்பட்ட அந்தக் கடிதங்களைப் பார்த்துவிட்டு சக்ரபாணியை ஒரு பத்து நிமிடமாவது தனது தாயார் திட்டுவார் என்பது எம்ஜிஆரின் எதிர்பார்ப்பாக இருந்தது. ஆனால் அவரது தாயாரோ "என்னப்பா இதெல்லாம்?" என்று சக்ரபாணியைப் பார்த்து மிகச் சாதாரணமாக ஒரு கேள்வியை கேட்டுவிட்டுப் போய்விட்டார்

தன்னுடைய எண்ணம் நிறைவேறாததால் மிகப்பெரிய ஏமாற்றம் அடைந்த எம்.ஜி.ஆர். சக்ரபாணியின் காதல் வாழ்க்கையில் வேறு வழிகளில் குறுக்கிட முடிவு செய்தார்.

ஒரு நாள் நன்கு உடையணிந்து கொண்டு எம்.ஜி.சக்ரபாணி வெளியே கிளம்பியபோது அவருடன் இவரும் புறப்பட்டார்.

"நீ எங்கே வர்றே" என்று சக்ரபாணி கேட்டபோது, "எத்தனை நாள் வீட்டுக்குள்ளேயே அடைந்து கிடப்பது? அதனால் நானும் உங்ககூட வர்றேன்" என்று பதில் பிறந்தது எம்.ஜி.ஆரிடமிருந்து.

"வெளியே போகணும்னா நீ தனியா போக வேண்டியதுதானே? யார் வேண்டாம் என்று சொகிறார்கள். எதுக்கு என்கூட வர்றே?" என்று சற்று ஆத்திரத்துடன் சக்ரபாணி கேட்க, "தனியாகப் போக பயமாக இருக்கு" என்று மிகவும் சாதுவாக ஒரு பதிலைச் சொன்னார் எம்ஜிஆர்.

"ஓகோ, நீ இதுவரைக்கும் தனியா போனதே இல்லையா?" என்று சக்ரபாணி கேட்டபோது அவரது கேள்விக்கு பதிலைத் தயாராக வைத்திருந்த எம்.ஜி.ஆர். "அப்படிப் போனதினால்தான் பயமா இருக்குங்கிறதைப் புரிஞ்சிகிட்டேன்" என்று சொன்னவுடன் கோபத்துடன் வீட்டுக்குத் திரும்பிய சக்ரபாணி தனது கையிலிருந்த துண்டை அங்கிருந்த நாற்காலியின் மீது போட்டுவிட்டு அறைக்குள் போய் கட்டிலில் படுத்துக் கொண்டார்.

எம்.ஜி.சக்ரபாணியைப் பொறுத்தவரை துண்டு இல்லாமல் அவர் வீட்டை விட்டு வெளியே போகவே மாட்டார் என்பதால் அவர் தனது துண்டை எந்த நாற்காலியின் மீது போட்டாரோ அந்த நாற்காலியில் உட்கார்ந்து கொண்டார் எம்.ஜி.ஆர்.

அவர் அப்படி தன்னுடைய துண்டின் மீது உட்கார்ந்து கொண்டதும் "நான் இன்றைக்கு எங்கேயும் போகப் போவது இல்லை போதுமா. இப்ப உனக்கு சந்தோஷம்தானே?"என்று எம்ஜிஆரிடம் ஆத்திரம் கொப்பளிக்க சொல்லிவிட்டு வாசல் பக்கத்தில் இருந்த திண்ணையில் போய் உட்கார்ந்துகொண்டார் சக்ரபாணி.

அப்படிச் சொன்னதற்குப் பிறகும் அண்ணன் மீது நம்பிக்கை பிறக்காததால் அவர் திண்ணையில் உட்கார்ந்து கொண்டிருப்பதை வாசலிலேயே அமர்ந்து கண்காணித்துக் கொண்டிருந்த எம்.ஜி.ஆர். தனது தாயாரிடமிருந்து அழைப்பு வந்ததை அடுத்து வீட்டுக்கு உள்ளே போனார்.

"எதுக்கு எப்பவும் அவனுடைய வம்புக்கே போறே?" என்று எம்.ஜி.ஆரிடம் கேட்ட அவரது அன்னை சத்யபாமா, காபி கோப்பை ஒன்றை அவரிடம் கொடுத்து அதைக் கொடுத்துவிட்டு அண்ணன் சக்ரபாணியை சமாதானப்படுத்திவிட்டு வருமாறு எம்ஜிஆரிடம் கூறினார்.

காபி கோப்பையுடன் வெளியே சென்ற எம்ஜிஆருக்கு மிகப்பெரிய அதிர்ச்சி காத்துக் கொண்டிருந்தது. அவர் கண்ணில் மண்ணைத் தூவி விட்டு சக்ரபாணி அந்த இடத்தை விட்டுப் பறந்திருந்தார்.

"திரும்பி வரட்டும் பார்த்துக் கொள்கிறேன்" என்று முனகிய படியே வீட்டுக்குள் நுழைந்தார் எம்ஜிஆர்.

அப்பட தொடர்ந்து அண்ணனின் காதல் விவகாரங்களுக்கு முட்டுக்கட்டை போட்டுக் கொண்டிருந்த எம்ஜிஆரை ஒரு கால கட்டத்தில் காதல் வலையில் சிக்க வைத்தது காலம்.

எம்.ஜி.ஆருக்கு முதல் காதல் தோன்றியபோது அவருக்கு வயது பதினாறு. அவர்கள் குடியிருந்த வீட்டின் இன்னொரு புறத்தில் தங்கியிருந்த ஒரு பெண்ணை, காதலிக்கத் தொடங்கிய அவர் அந்தப் பெண்ணின் கவனத்தைத் தன் பக்கம் திருப்புவதற்காகச் செய்யாத முயற்சிகளே இல்லை என்றுதான் சொல்ல வேண்டும். அவர் இருக்கும் பக்கம் அந்தப் பெண் நடந்து சென்றால் போதும் எம்ஜிஆரின் வாய் தானாகவே ஒரு பாட்டைப் பாட ஆரம்பித்துவிடும்.

சித்ரா லட்சுமணன்

அந்தப் பெண்ணிற்கும் தன் மீது லேசான ஈர்ப்பு இருக்கிறது என்பது ஒரு கால கட்டத்தில் தெரிய வந்ததும் அந்தப் பெண்ணுடன் நேரிலே பேச ஒரு சந்தர்ப்பத்தை எதிர்நோக்கி ஆவலுடன் காத்துக் கொண்டிருந்தார் எம்ஜிஆர்.

இரவு சாப்பாடு முடிந்தவுடன் இலையைப் போடுவதற்காக அந்தப் பெண் தினமும் வெளியே வருவது வழக்கம் என்பதால் அவளுடன் பேச சரியான நேரம் அதுதான் என்று முடிவு செய்த அவர் எந்த நேரத்தில் அந்தப் பெண் இலையைப் போட வருகிறார் என்பதைத் தெரிந்து கொள்வதற்காகத் தொடர்ந்து இரண்டு மூன்று நாட்கள் அந்தப் பெண்ணைக் கண்காணித்தார். அவருடைய அந்த முயற்சியை முறியடிக்கின்ற மாதிரி ஒரு நாள் இரவு ஏழு மணிக்கு வந்த அந்தப் பெண் அடுத்த நாள் எட்டு மணிக்கு வந்தார். இன்னொரு நாள் ஏழரை மணிக்கு வந்தார்.

ஆனால் அதனால் எல்லாம் எம்.ஜி.ஆர். சோர்ந்துவிடவில்லை.

எப்படியும் ஏழு மணி முதல் அவள் வரத் தொடங்குவதைத் தெரிந்து கொண்ட அவர், ஒரு நாள் சரியாக ஏழு மணிக்கு அவள் வரக்கூடிய பாதையில் கட்டிலைப் போட்டு படுத்துக் கொண்டார்.

என்றும் ஒன்பது மணிக்கு முன்னாள் படுக்காத எம்.ஜி.ஆர். அன்று ஏழு மணிக்கே படுத்துவிட்டதைப் பார்த்த சத்யபாமா அம்மையார் "என்னடா அதுக்குள்ளே படுத்துட்டே" என்று கேட்டபோது "தலை வலிக்கிற மாதிரி இருக்கும்மா அதனால்தான்" என்று தாயாரிடம் பதில் சொல்லிய எம்.ஜி.ஆருக்கு அந்தப் பதிலால் விளையப்போகிற வினைகள் பற்றி அப்போது தெரியாது.

சாப்பாட்டு இலையைப் போட அந்தப் பக்கமாக வந்த அந்தப் பெண் தலை வலிப்பதாக எம்ஜிஆர் தன் தாயிடம் சொன்னதைக் கேட்டுவிட்டு சிரித்தபடியே அந்த இடத்தைக் கடந்தாள்.

அவள் திரும்பி வரும்போது அவளுடன் எப்படியாவது பேசிவிட முடிவெடுத்த எம்ஜிஆர் அவள் வாசலில் இலையைப் போட்டுவிட்டு வீட்டுக்குள் காலடி எடுத்து வைத்ததும் அவளை நோக்கி அவசரமாக எழுந்தார். அப்போது ஒரு கை அவரை அழுத்தியது.

அந்த கைக்குச் சொந்தக்காரர் அன்னை சத்யபாமா.

"ஏன் இப்படி அவசரமா எழுந்திருக்கிறே? இந்தா அமிர்தாஞ்சனம். இதைத் தடவிக்கிட்டு கண்ணை மூடிக் கொண்டு படுத்துக் கொள். தலைவலி தானாகப் போய்விடும்" என்றார் அவர்

அப்போது மீண்டும் எம்ஜிஆரைப் பார்த்து சிரித்தபடியே அந்தப் பெண் வீட்டுக்குள் போனாள்.

தன்னுடைய காதல் அனுபவங்களை எல்லாம் தனது நண்பர்களுடன் பகிர்ந்து கொள்வதை வழக்கமாக வைத்துக் கொண்டிருந்த எம்ஜிஆர் முதல் நாள் தன் வீட்டில் நடந்ததைப்பற்றி அவர்களிடம் சொல்லியபோது அவரது நண்பர் ஒருவர் "அந்த பெண்ணுக்கு என்ன வயசு?" என்று கேட்டார்

"பன்னிரண்டு அல்லது பதிமூன்று இருக்கும்" என்று எம்ஜிஆர் சொன்னவுடன் "வயதுக்கு வராத பெண்தானே" என்று அந்த நண்பர் சொல்ல அடுத்தபடியாக அங்கே இருந்த இன்னொருவர் "இவனுக்கு வயது பதினாறு. அந்த பொண்ணுக்கு பன்னிரண்டு. இந்த லட்சணத்தில் இவங்களுக்கு காதலாம்" என்று சொல்லி கிண்டல் செய்தார். மற்றவர்கள் அதைக் கேட்டு சிரித்தவுடன் அந்த இடத்தை விட்டு மௌனமாக வெளியேறினார் எம்ஜிஆர்.

இந்தச் சம்பவம் நடந்து சில மாதங்களுக்குப் பிறகு ஒரு நாள் வேலைக்குச் சென்று விட்டுத் திரும்பிய எம்ஜிஆர் தனது வீடு விழாக் கோலம் பூண்டிருப்பதைப் பார்த்துவிட்டு என்ன விசேஷம் என்று விசாரித்தபோது அவர் காதல் வயப்பட்டிருந்த அந்தப் பெண் பருவம் அடைந்து விட்டாள் என்ற செய்தி அவருக்குத் தெரிய வந்தது.

நண்பர்கள் கிண்டல் செய்த பிறகு அவர்களிடம் தன்னுடைய காதலைப் பற்றி எந்தச் செய்தியையும் எம்.ஜி.ஆர். பகிர்ந்து கொள்ளாததால் "என்னப்பா உன் காதல் எவ்வளவு தூரத்தில் இருக்கிறது?" என்று அவரது நண்பர்கள் ஒரு நாள் அவரிடம் கேட்டனர்.

"இனிமே அதைப்பற்றிப் பேசவே கூடாது" என்று எம்ஜிஆர் சொன்னவுடன் "ஏன், உங்க அம்மா ஏதாவது மிரட்டினாங்களா" என்று கேட்டார் அவரது நண்பர்.

"இல்லேப்பா அந்தப் பொண்ணு வயசுக்கு வந்துவிட்டது. அதனால இனிமே அந்த விளையாட்டெல்லாம் வைத்துக் கொள்ளக் கூடாது"

என்று எம்ஜிஆர் சொன்னவுடன் அவரது நண்பர்களால் சிரிப்பை அடக்க முடியவில்லை.

“எதுக்கு இப்போ பைத்தியம் மாதிரி எல்லோரும் சிரிக்கிறீங்க?” என்று எம்ஜிஆர் கேட்டபோது, “பைத்தியம் உனக்கா இல்லே எங்களுக்கா?” என்று கேட்ட அவர்கள், “எப்ப காதல் பண்ணக்கூடாதோ அப்போ அந்தப் பொண்ணு பின்னாலேயே காதல் காதல்னு அலைஞ்சே. எப்போ காதல் பண்ணணுமோ அப்போ ஒதுங்கி ஓடறேயே” என்று அவரைக் கிண்டல் செய்தனர்.

அன்று அவர்கள் சொன்ன அந்த வார்த்தைகள்தான் எம்ஜிஆரின் காதல் பயணம் மீண்டும் தொடரக் காரணமாக அமைந்தன.

ஒரு நாள் அந்தப் பெண் தண்ணீர் பிடிப்பதற்காக குழாய் அருகில் வந்தபோது அவளது கவனத்தைத் தன் பக்கம் திருப்புவதற்காக சத்தியவான் சாவித்திரி நாடகப் பாடலான “ஏனோ என்னை எழுப்பலானாய் மடமானே” என்ற பாடலை ஆர்மோனியத்தை வாசித்தபடி எம்ஜிஆர் உரத்த குரலில் பாடத் தொடங்க அந்த பாட்டைக் கேட்ட அந்தப் பெண் சிரித்தபடியே தனது ஓரக் கண்ணால் அவரைப் பார்த்தாள். அடுத்த கணம் உற்சாகம் கரைபுரண்டு ஓட திரும்பவும் உரக்க அந்தப் பாடலைப் பாடத் தொடங்கினார் அவர்.

அப்போது சுவாமி தோத்திரங்களைச் சொல்லியபடி அவரது தாயார் குளியல் அறையில் குளித்துக் கொண்டிருந்த விஷயம் எம்ஜிஆருக்குத் தெரியாது.

திடீரென்று மழை பெய்வது போல ராமச்சந்திரன் மீதும் அவரது ஆர்மோனியம் மீதும் தண்ணீர் விழத் தலையை நிமிர்ந்து பார்த்தார் ராமச்சந்திரன்.

கையில் ஒரு தண்ணீர்த் தவலையை ஏந்தியபடி கோபத்துடன் அங்கே நின்று கொண்டிருந்தார் சத்யபாமா அம்மையார்.

“வயசுப் பொண்ணுங்க இருக்கிற இடத்தில என்ன பாட்டுடா இதெல்லாம்? இனிமே இந்த வீட்டுக்குள்ளே உன் பாட்டுச் சத்தம் கேட்டுது நான் என்ன செய்வேன்னு எனக்கே தெரியாது. சாதகம் பண்ணணும்னு ஆசையாக இருந்தா கடற்கரைக்குப் போ.

அங்கே போய் என்ன பாட்டு வேணுமானாலும் பாடு" என்று சொல்லிவிட்டு மீண்டும் குளியல் அறைக்குள் போய்விட்டார் அவர்.

தாயார் போனவுடன் அந்தப் பெண் அதையெல்லாம் பார்த்துக்கொண்டு அங்கே நிற்கிறாளா என்பதை முதலில் பார்த்த எம்.ஜி.ஆர் அவள் அங்கே இல்லை என்றதும்தான் நிம்மதி அடைந்தார்.

எம்.ஜி.ஆருக்குத் தனது தாயாரிடம் மிகுந்த பயமும் மரியாதையும் உண்டு என்றாலும் அந்தக் காதல் விவகாரத்திற்கு மட்டும் அவரால் முற்றுப்புள்ளி வைக்க முடியவில்லை.

அதனால் அவர் என்னென்ன பிரச்னைகளைச் சந்திக்க நேர்ந்தது என்பதை அடுத்த கட்டுரையில் பார்ப்போம்.

57

எம்.ஜி.ஆர். எழுதிய முதல் காதல் கடிதம்

தன்னுடைய காதல் விவகாரத்தில் தினமும் என்னென்ன நடக்கிறது என்று மீண்டும் தனது நண்பர்களிடம் எம்ஜிஆர் தெரிவிக்க ஆரம்பித்தவுடன் "அந்தப் பெண்ணை நீ தனியாக சந்தித்துப் பேச வேண்டுமானால் அந்தப் பெண்ணிற்கு உடனடியாக ஒரு கடிதம் எழுது" என்று எம்ஜிஆருக்கு அவர்கள் ஆலோசனை கூறினார்கள்.

"நான் எழுதுகின்ற கடிதம் யார் கையிலாவது சிக்கிவிட்டால்?" என்று எம்ஜிஆர் பயப்பட, அதற்கும் ஒரு வழியை அவர்கள் தயாராக வைத்திருந்தார்கள்.

அவர்களின் யோசனைப்படி தினசரி பேப்பர் ஒன்றின் ஓரத்தைக் கிழித்து "சந்தித்துப் பேச எப்போது அனுமதி கிடைக்கும்" என்று ஒரு வரியினை அதில் எழுதினார் எம்ஜிஆர்.

முதல் முறை அந்தக் கடிதத்தை எம்ஜிஆர் அவளிடம் நீட்டிய போது அந்தக் கடிதத்தைக் கையில் வாங்கிக் கொள்ளாமலே ஓடி விட்டாள் அந்தப் பெண்.

அதற்காக முயற்சியைக் கைவிட்டு விடாமல் மறுநாள் அந்தக் கடிதத்தை அவளது கையில் திணித்தார் எம்ஜிஆர். அந்தக் கடிதத்தை வாங்கியபோது, அவளது கைகள் கிடுகிடுவென்று நடுங்கின.

அதற்குப் பிறகு எம்ஜிஆரின் கண்ணில் அவள் தென்படவே இல்லை. ஒரு நாள் எதிர்பாராதவிதமாக அவள் எதிரே வந்தபோது அவளது கையைப் பிடித்த எம்ஜிஆர் "என்னுடைய கடிதத்துக்கு பதிலே இல்லையே" என்றார்.

உடனே "கையை விடுங்க யாராவது பார்த்துவிடப் போகிறார்கள்" என்று சொல்லிவிட்டு, தனது கையை அவரிடமிருந்து விடுவித்துக் கொண்டு ஓடிவிட்டாள் அந்தப் பெண்.

இப்படிப்பட்ட சூழ்நிலையில் ஒரு நாள் அந்தப் பெண்ணை சத்யபாமா அம்மையாரிடம் ஒப்படைத்துவிட்டு அந்தப் பெண்ணின் தாயாரும், அவரது சகோதரியும் அவர்களுடைய உறவினரின் வீட்டு நிகழ்ச்சிக்குச் சென்றனர். அந்தச் சந்தர்ப்பத்தைப் பயன்படுத்திக் கொண்டு எப்படியாவது அன்றிரவு அவளைச் சந்தித்துப் பேசி விடுவது என்று முடிவெடுத்து அவளைத் தேடிப் போன எம்.ஜி.ஆர். அந்தப் பெண் தனது தாயாரின் அருகில் படுத்துக் கொண்டிருந்ததைப் பார்த்ததும் அவளை சீண்டப் போய் தனது தாயார் எழுந்துவிட்டால் நிலைமை விபரீதமாகி விடுமே என்ற பயத்தில் தன்னுடைய அறைக்கு வேகமாகத் திரும்பிவிட்டார்.

படுக்கையில் தூக்கம் வராமல் அவர் புரண்டு கொண்டிருந்த போது என்ன காரணத்தாலோ அவரது மனசு மட்டும் அந்தப் பெண் நிச்சயம் தன்னைத் தேடி வருவாள் என்று அவருக்குச் சொல்லிக் கொண்டேயிருந்தது.

அன்றிரவு இரண்டு மணிக்கு எம்ஜிஆரின் மனம் என்ன சொன்னதோ அது நடந்தது. அந்தப் பெண் அவரைத் தேடி வந்தாள்.

அவள் வாயிற்கதவு அருகே வந்து நின்றதும் எம்ஜிஆரால் தனது உள்ளத்து உணர்ச்சிகளைக் கட்டுப்படுத்த முடியவில்லை. மெல்ல எழுந்து அவள் அருகே சென்ற அவர் அவளது கைகளைத் தொடப் போனபோது வேகமாகத் தனது கையை இழுத்துக் கொண்ட அவள் "என்னைத் தொடாதீர்கள்" என்றாள்.

"அப்படின்னா எதுக்கு இங்கே வந்தே" என்று எம்ஜிஆர் கேட்டவுடன் அந்த அறைக்குள்ளே வந்த அவள் எம்ஜிஆரின் முகத்தை நேருக்கு நேராகப் பார்த்தபடி "நீங்க என்னைக்

கல்யாணம் செய்து கொள்ளப் போறீங்களா?" என்று கேட்டாள்

அந்த இரவில் அப்படி ஒரு கேள்வியைத் தன்னிடம் அந்தப் பெண் கேட்பாள் என்று எம்.ஜி.ஆர். கனவிலும் எதிர்பார்க்கவில்லை. ஆகவே உடனடியாக எந்தப் பதிலும் சொல்ல முடியாமல் சிலைபோல நின்று விட்டார் அவர்.

"உங்க ஜாதி வேறு. என்னுடைய ஜாதி வேறு. நீங்க மலையாளி. நான் தமிழ். நாம் எப்படி கல்யாணம் செய்து கொள்ள முடியும்? அப்படி இருக்கும்போது நீங்க இப்படி எனக்குக் கடிதம் எழுதறது வெளியே தெரிஞ்சா என்னை வேற யாராவது கல்யாணம் செய்து கொள்வார்களா? என் வாழ்க்கையைப் பற்றிக் கொஞ்சம்கூட யோசிக்காமல் யார் யாரோ சொல்லுவதை எல்லாம் கேட்டுக்கிட்டு.. இனிமே இப்படி எல்லாம் எனக்குக் கடிதம் எழுதாதீங்க" என்று அந்தப் பெண் சொல்லி முடிக்க யாரோ குழாயைத் திறக்கும் சத்தம் கேட்டது.

அந்தச் சத்தத்தைக் கேட்டவுடன் சப்த நாடியும் ஒடுங்கிப்போய் வியர்க்க விறுவிறுக்க எம்.ஜி.ஆர். எட்டிப் பார்த்தார். அப்போது அந்தப் பெண் லேசாக சிரித்தபடி "பயப்படாதீங்க. அது உங்க அம்மா இல்லே. என்னுடைய சிநேகிதி" என்றாள்.

அவள் அப்படிச் சொன்ன பிறகும் எம்.ஜி.ஆரின் படபடப்பு அடங்கவில்லை.

"அந்த அக்காதான் என்னை எழுப்பி அனுப்பி வைத்தார்கள்" என்று அந்தப் பெண் சொன்னவுடன் "அந்த அக்கா உன்னை எழுப்பி அனுப்பினார்களா" என்று ஆச்சர்யத்தோடு கேட்டார் எம்ஜிஆர்.

"ஆமாம். இரவு இரண்டு மணிக்கு என்னை எழுப்பும்படி நான்தான் அந்த அக்காவிடம் சொல்லி வைத்திருந்தேன். அவங்களுக்கு 'எல்லா விஷயமும்' தெரியும்" என்று அந்த "எல்லா விஷயமும்" என்ற வார்த்தைக்குக் கூடுதல் அழுத்தம் கொடுத்து பதில் சொன்னாள் அந்தப் பெண்.

அவள் அப்படிச் சொன்னவுடன் அந்தப் பெண்ணை எம்ஜிஆர் வியப்போடு பார்க்க, "உங்களைக் கல்யாணம் செய்து

கொள்கின்ற அதிர்ஷ்டம் எனக்கு இருந்தால் நான் ரொம்ப சந்தோஷப்படுவேன்தான். ஆனால் அது நடக்காது" என்று கூறிய அந்தப் பெண் ராமச்சந்திரனின் காலில் விழுந்து வணங்கி விட்டு அந்த அறையை விட்டுப் போனாள்.

அவள் போனவுடன் அதிர்ந்துபோய் அப்படியே கட்டிலில் போய் உட்கார்ந்தார் எம்ஜிஆர். சினிமாவில் வருவதுபோல, "நீங்க என்னைக் கல்யாணம் செய்து கொள்ளப் போறீங்களா?" என்று அந்தப் பெண் கேட்ட கேள்வி அவரது காதுகளில் திரும்பத் திரும்ப எதிரொலித்துக் கொண்டேயிருந்தது.

அதற்குப் பிறகு எப்போது அவர் தூங்கினார் என்று அவருக்கே தெரியாது.

காலையில் கண் விழித்ததும் முதல் நாள் இரவு நடந்த எல்லா விஷயங்களும் அவரது நினைவுக்கு வந்தன. கூடவே இரவு நடந்த விஷயங்கள் அம்மாவுக்குத் தெரிந்திருக்குமோ என்ற சந்தேகமும் அவருக்குள் எழுந்தது.

அவரது தாயார் முகத்தில் எந்த மாறுதலும் இல்லாமல் இருந்ததைப் பார்த்தவுடன்தான் மன நிம்மதி அடைந்தார் அவர்.

அதன்பிறகு நாடகம் ஒன்றில் நடிக்க அண்ணனுடன் வீட்டைவிட்டுக் கிளம்பிய அவர் அடுத்த சில நாட்களுக்கு வீட்டுப் பக்கம் வரவேயில்லை.

நீண்ட இடைவெளிக்குப் பிறகு அவர் வீடு திரும்பியபோது வீட்டில் அப்படி ஒரு அமைதி நிலவியது. அந்தப் பெண்ணின் அண்ணியார் ஒரு தூணின் அருகே அமர்ந்தபடி விக்கி விக்கி அழுது கொண்டிருந்தார். அதைப் பார்த்த உடனே அங்கே ஏதோ ஒரு பெரிய பிரச்னை நடந்து முடிந்திருக்கிறது என்று எம்.ஜி.ஆருக்குத் தெளிவாகப் புரிந்தது.

தமது கணிப்பு சரியானதுதான் என்பதை அடுத்த இரண்டு மணி நேரத்தில் புரிந்து கொண்டார்.

இரவு இரண்டு மணிக்கு எந்தப் பெண் அவரது காதலியை எழுப்பி அனுப்பினாளோ அவள் மூலம் அவளது கணவனுக்கு அந்தச் செய்தி தெரிய வர அதை அவர் அந்தப் பெண்ணின் அண்ணனிடம் அப்படியே ஒரு வார்த்தை தவறாமல் சொல்ல,

"உங்களை நம்பி பெண்ணை ஒப்படைத்துவிட்டுப் போன எங்களுக்கு நீங்கள் செய்யும் உதவி இதுதானா?" என்று அன்னை சத்யபாமாவிடம் உரத்த குரலில் சண்டை போட்டிருக்கிறார் அந்தப் பெண்ணின் தாயார். அவர்கள் போட்ட சண்டையில் அங்கே குடி இருந்த அனைவருக்கும் இந்த விஷயம் தெரிந்துவிட்டிருக்கிறது.

இந்தப் பிரச்னை காரணமாக அந்த வீட்டைக் காலி செய்துவிட்டு வேறு வீட்டுக்குப் போக முடிவு செய்த சத்யபாமா அம்மையார் புது வீடு ஒன்றைப் பார்த்து அந்த வீட்டுக்கு முன்பணமும் கொடுத்து விட்டார்கள்.

அந்த விவரங்கள் எல்லாம் தெரிந்துகொண்டவுடன் மனமொடிந்துபோன எம்.ஜி.ஆர்., அந்தக் கவலையில் படுத்துக் கொண்டிருக்கும்போது அங்கே வந்த அந்தப் பெண், எம்.ஜி.ஆரின் மீது ஒரு கடிதத்தைச் சுருட்டி வீசினாள்.

"நீங்கள் ஏதோ தவறே செய்யாதவர் போலவும், உங்களை என்னிடமிருந்து காப்பாற்ற இந்த வீட்டைக் காலி செய்துவிட்டுப் போவதைப் போலவும் மற்றவர்களை நம்ப வைக்க உங்களது தாயார் முடிவெடுத்து விட்டார்கள். நடந்த உண்மை என்ன என்பதைச் சொன்னால் உங்களது தாய்க்கு அவமானம் என்பதால் நீங்கள் எதுவும் பேச மாட்டீர்கள். உங்களது மானத்தை உங்களது தாயார் காப்பாற்றட்டும். அவரது மானத்தை நீங்கள் காப்பாற்றுங்கள்" என்று அந்தக் கடிதத்தில் எழுதியிருந்தாள் அந்தப் பெண்.

அந்தக் கடிதத்தை எம்ஜிஆர் திரும்பத் திரும்பப் படித்தார். அந்தக் கடிதம் அவரது மனதை மிகவும் பாதித்தது. ஆகவே அந்தப் பெண் சம்மதித்தால் என்ன நேர்ந்தாலும் அந்தப் பெண்ணை மணந்து கொள்வது என்று முடிவெடுத்த அவர், தனது முடிவை ஒரு காகிதத்தில் எழுதி அந்தப் பெண் அந்தப் பக்கமாகப் போனபோது அவள் கைக்குக் கிடைக்குமாறு அவளுக்கு முன்னே வீசினார்.

அந்தக் கடிதத்தில் தான் அடுத்து குடிபோகவிருக்கும் புது வீட்டின் முகவரியைக் குறிப்பிட்டிருந்த அவர் அந்தப் பெண் தனக்கு எழுதும் கடிதம் தன் வீட்டில் வேறு யாரிடமாவது கிடைத்து அவர்கள் அதைப் படித்துப் பார்த்துக் கிழித்துப் போட்டுவிட்டால் என்ன செய்வது என்ற எச்சரிக்கை உணர்வின் காரணமாகத் தனது

நெஞ்சம் மறப்பதில்லை - இரண்டாம் பாகம்

வீட்டின் பக்கத்திலிருந்த வெற்றிலை பாக்குக் கடைக்காரரின் விலாசத்தையும் அதில் எழுதினார்.

"கல்யாணத்தைப் பற்றிச் சிந்திக்கவே தெரியாதிருந்த நான் திருமணத்துக்குத் தயாரானேன். அவளைச் சந்திப்பது பற்றியெல்லாம் சிறிதும் எண்ணாமல் அவளை நல்ல மனைவியாக்கிக் கொள்ள முடிவெடுத்தேன். அன்றே அவள் புறப்பட்டு வருவதானாலும் அவளை ஏற்றுக் கொள்ள நான் தயாராக இருந்தேன்" என்று அந்தச் சம்பவம் பற்றி ஒரு கட்டுரையில் பதிவு செய்துள்ளார் எம்.ஜி.ஆர்.

அப்படி கடிதம் எழுதிவிட்டதோடு தனது கடமை முடிந்துவிட்டது என்று எண்ணாமல், அடிக்கடி அந்தப் பெண்ணின் நிலைமையைப் பற்றி அவளது தோழியின் கணவர் மூலம் கேட்டுத் தெரிந்து கொள்வதை வழக்கமாக வைத்திருந்தார் எம்.ஜி.ஆர்.

ஒரு சில மாதங்களுக்குப் பிறகு அந்தப் பெண்ணிற்குத் திருமணமாகி விட்டது என்பதை அந்த நண்பர் மூலமாகத் தெரிந்துகொண்ட எம்.ஜி.ஆர். மனமார அந்த மணமக்களை வாழ்த்தினார்.

58

நடிகையை மாற்றச் சொன்னதால் பட வாய்ப்பை இழந்த எஸ்.வி.ரங்காராவ்

தமிழ்த் திரையுலகம் திரையிலே எத்தனையோ அப்பாக்களைச் சந்தித்திருக்கிறது என்றாலும் எஸ்.வி.ரங்காராவிற்கு நிகரான ஒரு அப்பாவை இன்றுவரை சந்திக்கவில்லை என்பதுதான் உண்மை. அன்று முதல் இன்றுவரை தமிழ் சினிமாவின் அன்பான அப்பா என்றால் அது எஸ்.வி.ரங்காராவ் மட்டுமே.

அப்பா வேடங்கள் மட்டுமின்றி அக்பர், பீஷ்மர், தட்சன், துரியோதனன், கடோத்கஜன், அரிச்சந்திரன், இரண்யன், கம்சன், கீசகன், நரகாசுரன், ராவணன், யமன் என்று எத்தனையோ புராண பாத்திரங்களையும், சரித்திரப் பாத்திரங்களையும் ரங்காராவ் ஏற்றிருந்தாலும், அவர் நடித்து ரசிகர்கள் மனதில் நீங்காமல் இடம் பெற்றிருக்கும் பாத்திரங்கள் 'படிக்காத மேதை', 'எங்க வீட்டுப் பிள்ளை', 'அன்னை, மிஸ்ஸியம்மா' ஆகிய படங்களில் அவர் ஏற்ற பாத்திரங்கள்தான்.

தனது பன்னிரண்டாவது வயதில் மேடை ஏறிய ரங்காராவிற்கு அதற்குப் பிறகு அவர் கல்லூரிப் படிப்பை முடிக்கும்வரை நடிப்பதற்கான வாய்ப்புக் கிடைக்கவில்லை.

கல்லூரியில் படித்த நாட்களில் அவர் நெஞ்சம் முழுவதும் நிறைந்திருந்தது நாடகத்திலும் திரைப்படங்களிலும் நடிக்கின்ற கனவுகள்தான்.

பட்டப் படிப்பு முடிந்ததும் தீயணைப்புத் துறையில் உயர் அதிகாரியாக வேலைக்குச் சேர்ந்தார் ரங்காராவ். அங்கே பணியாற்றும்போது எத்தனையோ தீ விபத்துக்களைத் தண்ணீர் ஊற்றி அணைத்த அவரால், தன் மனதில் கொழுந்துவிட்டு எரிந்துகொண்டிருந்த நடிப்பு ஆர்வம் என்னும் தீயை மட்டும் அணைக்கவே முடியவில்லை.

அப்படிப்பட்ட ஒரு சந்தர்ப்பத்தில்தான் "வருதினி" என்ற தெலுங்குப் படத்தில் கதாநாயகனாக நடிக்க அவருக்கு அழைப்பு வந்தது. அடுத்த நிமிடமே தனது வேலையை ராஜினாமா செய்துவிட்டு படப்படிப்பில் கலந்துகொள்ள சேலத்துக்குப் பயணமானார் ரங்காராவ்.

பரபரப்பாகப் படப்பிடிப்பு நடைபெற்ற அந்தப் படம், 1947ஆம் ஆண்டு வெளியானது. பட வெளியீட்டுக்குப் பிறகு அந்தப் படத்தைத் தயாரித்து இயக்கிய ரங்காராவின் உறவினர் பி.வி.ராமானந்தம், அந்தப் படத்திலே கதாநாயகனாக நடித்த ரங்காராவ் ஆகிய இருவரைத் தவிர, வேறு எவர் நினைவிலும் அப்படம் இல்லை.

கதாநாயகனாக ஜொலிக்காத ரங்காராவ் வில்லன் வேடத்தில் நடித்தால் நிச்சயம் நல்ல வரவேற்பைப் பெறுவார் என்று பி.ஏ.சுப்பாராவ் என்ற தயாரிப்பாளருக்குத் தோன்றவே தனது 'பல்லட்டூரி பில்லா' என்ற தெலுங்குப் படத்தில் வில்லன் வேடத்தில் நடிக்கும் வாய்ப்பை அவருக்கு வழங்கினார். அந்தப் படம்தான் என்.டி.ராமாராவ் அறிமுகமான முதல் படம். அது மட்டுமின்றி என்.டி.ராமாராவும்-ஏ.நாகேஸ்வரராவும் இணைந்து நடித்த முதல் படமாகவும் அந்தப் படம் அமைந்தது. மிகப்பெரிய வெற்றிப் படமாக அமைந்த அந்தப் படத்தில், வில்லனாக நடிக்க வாய்ப்பு வந்தும் தனது தந்தை திடீரென்று இறந்துவிட்டதால் ரங்காராவால் அந்த வாய்ப்பை ஏற்றுக் கொள்ள முடியவில்லை. குறிப்பிட்ட நாளில் இவர் வராததால் இவருக்கு அழைப்பு விடுத்த சுப்பாராவே அந்தப் பாத்திரத்தில் நடித்தார்.

சித்ரா லட்சுமணன்

ஒரு கதவு மூடினால் இன்னொரு கதவு திறக்கும் என்ற பழமொழிக்கேற்ப எஸ்.வி.ரங்காராவைத் தேடி வந்தது 'பாதாள பைரவி' படத்தில் மந்திரவாதியாக நடிக்கின்ற வாய்ப்பு.

எஸ்.வி.ரங்காராவ் என்ற ஆற்றல் மிக்க அற்புதமான நடிகரை ரசிகர்களுக்கு மட்டுமின்றி, திரை உலகிற்கும் அடையாளம் காட்டிய திரைப்படமாக 'பாதாள பைரவி' அமைந்தது. தமிழ், தெலுங்கு ஆகிய இரு மொழிகளிலும் தயாரிக்கப்பட்ட அந்தப் படம் மிகப்பெரிய வெற்றிப்படமாக அமைந்தது.

பாதாள பைரவியைத் தொடர்ந்து 'பெல்லி சேசி சூடு' என்ற பெயரில் தெலுங்கிலும், 'கல்யாணம் பண்ணிப் பார்' என்ற பெயரில் தமிழிலும் ஒரே நேரத்தில் தயாரான இரு மொழிப்படத்தில் ஒரு ஜமீன்தாரின் வேடத்தில் நடித்தார் எஸ்.வி.ரங்காராவ். அந்தப் பாத்திரத்தில் அவரது நடிப்பும் உடல் மொழியும் படம் பார்த்த அனைவரையும் கவர்ந்தது. நாகிரெட்டியும், சக்ரபாணியும் இணைந்து தயாரித்த 'பாதாள பைரவி', 'பெல்லி சேசி சூடு' ஆகிய இரு படங்களில் நடித்த பிறகு ரங்காராவின் திரையுலக வாழ்க்கை ஏறுமுகமாகவே அமைந்தது.

அதற்குப் பிறகு நாகிரெட்டி, சக்ரபாணி ஆகிய இருவருக்கும் செல்லப்பிள்ளையானார் ரங்காராவ். "அவர்கள் இருவரும் பிலிம் இல்லாமல் கூட படம் எடுப்பார்கள் ஆனால் ரங்காராவ் இல்லாமல் படம் எடுக்க மாட்டார்கள்" என்று அவர்களது நிறுவனத்தில் பணியாற்றியவர்களே கூறுகின்ற அளவிற்கு விஜயா வாகினி படங்களில் தவறாமல் இடம் பெற்றார் ரங்காராவ்.

விஜயா வாகினியின் அடுத்த தயாரிப்பான 'மிஸ்ஸியம்மா' படத்தில் ஜமுனாவின் தந்தையாக நடித்திருந்தார் அவர். அதுவரை அப்பாவாக மட்டும் இருந்த எஸ்.வி.ரங்காராவ் அந்தப் படத்திற்குப் பிறகுதான் அன்புள்ள அப்பாவானார் என்று சொல்லலாம்.

1947ஆம் ஆண்டு திரையுலகில் அறிமுகமான ரங்காராவிற்கு திருப்புமுனை ஆண்டாக 1957ஆம் ஆண்டு அமைந்தது. அந்த ஆண்டில்தான் ரங்காராவ் கடோத்கஜனாக நடித்த 'மாயா பஜார்' திரைப்படம் வெளிவந்தது. இன்றைய தலைமுறையினருக்கும் அறிமுகமான நடிகராக ரங்காராவ் இருக்கிறார் என்றால் அதற்குக் காரணம் அந்தப் படத்திலே அவர் ஏற்றிருந்த கடோத்கஜன் வேடம்தான்.

நெஞ்சம் மறப்பதில்லை - இரண்டாம் பாகம்

'மாயா பஜார்' படத்தில் கிருஷ்ணராக நடித்தவர் என்.டி.ராமராவ். கிருஷ்ணர், ராமர் போன்ற புராண வேடங்களில் நடிப்பதில் ஈடு இணையற்று விளங்கிய என்.டி.ராமா ராவ் 'மாயா பஜார்' படத்தில் கிருஷ்ணர் வேடத்தில் நடிக்கும்போது முதலில் அவ்வளவாக அந்தப் பாத்திரத்தில் ஈடுபாட்டோடு நடிக்கவில்லை.

ஆகவே அந்தப் பாத்திரத்தில் அவர் ஈடுபாட்டோடு நடிப்பதற்காக வித்தியாசமான ஒரு உத்தியைக் கையாள அந்தப் படத்தின் தயாரிப்பாளர்களான நாகிரெட்டியும், சக்ரபாணியும் முடிவு செய்தனர்.

அவர்கள் ஏற்பாட்டின்படி கிருஷ்ணர் வேடத்தில் படப்பிடிப்புத் தளத்திற்குள் என்.டி.ராம ராவ் காலடி எடுத்து வைத்ததும் ஆண்டவனுக்குக் காட்டுவது போல அவருக்கு ஒரு பூஜாரி தினமும் கற்பூர ஆரத்தி எடுக்கத் தொடங்கினார். அதன் விளைவாக நாட்கள் செல்லச் செல்ல நடிப்பில் மட்டுமின்றி நிஜத்திலேயே கிருஷ்ணராக அவர் மாறிவிட்டார் என்கிறார் ரங்காராவ்.

எம்.ஜி.ஆருக்கு ஜோடியாக எண்ணற்ற படங்களில் நடித்த சரோஜாதேவிதான் எஸ்.வி.ரங்காராவின் மகளாக அதிகமான படங்களில் நடித்த பெருமைக்குச் சொந்தக்காரர். அவர்கள் இருவரும் இணைந்து நடித்த முதல் படம் 'சபாஷ் மீனா'. அவர்கள் இருவரும் தந்தையும் மகளுமாக நடித்த படங்களில் ரசிகர்களால் மறக்க முடியாத ஒரு திரைப்படம் 'எங்க வீட்டுப் பிள்ளை'. தன்னுடைய மகள் மீது அளவில்லாப் பாசத்தைக் காட்டும் தந்தையாக அந்தப் படத்திலே வாழ்ந்திருந்தார் ரங்காராவ். விஜயா வாகினி தயாரிப்புகளில் மிகப் பெரிய வெற்றிப் படமாக அந்தப் படம் அமைந்தது. அந்தப் படத்தின் வெற்றிக்குப் பிறகு விஜயா வாகினி தயாரித்த படம் "எங்க வீட்டுப் பெண்".

விஜயா ப்ரொடக்‌ஷன் நிறுவனத்தின் முதல் தயாரிப்பான 'சவுகார்' படத்தின் தமிழ்ப் பதிப்புதான் எங்க வீட்டுப் பெண். 'சவுகார்' என்ற பாத்திரத்தில் சவுகார் ஜானகி அறிமுகமான அந்தப் படத்தைத் தமிழில் தயாரித்தபோது அந்தப் பாத்திரத்தில் நடிக்க நாகிரெட்டியும், சக்ரபாணியும் விஜய் நிர்மலா என்ற நடிகையைத் தேர்ந்தெடுத்து இருந்தனர்.

அந்தப் படத்திற்கு முன்னாலே 'பார்கவி நிலையம்' என்ற படத்தில் பிரேம் நசீருக்கு ஜோடியாக நடித்திருந்தார் விஜய் நிர்மலா. தமிழ்ப் படத்திற்காக அவரை ஒப்பந்தம் செய்வதற்கு முன்னாலே அவருக்கு மூவிடெஸ்ட் எடுத்துப் பார்த்தபோது, அவர் தமிழில் பேசத் தடுமாறுவது நாகிரெட்டிக்கும் சக்ரபாணிக்கும் தெரிந்தது. ஆகவே அவருக்குத் தமிழ் கற்றுக் கொடுப்பதற்காக ஒரு தமிழாசிரியர் நியமிக்கப்பட்டார்.

'எங்க வீட்டுப் பெண்' படப்பிடிப்பில் முதல் காட்சியாக எஸ்.வி.ரங்காராவும், விஜய் நிர்மலாவும் நடித்த காட்சியைப் படமாக்கினார் நாகிரெட்டி. அந்தப் படத்தை அவர்தான் இயக்கினார் என்றாலும், என்ன காரணத்தாலோ படத்தின் டைட்டிலில் அவரது பெயர் இடம் பெறவில்லை. சாணக்யாவின் பெயர்தான் டைட்டிலில் டைரக்டர் என்று இடம் பெற்றிருந்தது.

"ஸ்டார்ட் சவுண்ட், கேமரா ஆக்ஷன்" என்று நாகிரெட்டியார் குரல் கொடுத்தவுடன் விஜய் நிர்மலாவிற்கு ஏற்பட்ட படபடப்பில் அவரால் வசனத்தை சரியாகப் பேச முடியவில்லை.

“பல்லி மாதிரி இருக்கும் இந்தப் பெண்ணை எல்லாம் கதாநாயகியாகப் போட்டால் சரியாக வருமா? உடனே இந்த பெண்ணை மாற்றிவிட்டு வேறு பெண்ணைப் போட்டு படம் எடுக்கின்ற வழியைப் பாருங்கள்” என்று சற்று உரக்கவே சொல்லிவிட்டு அந்த செட்டின் ஓரத்தில் இருந்த ஒரு நாற்காலியில் போய் உட்கார்ந்துவிட்டார் ரங்காராவ்.

“அந்தப் பெண் நடிக்கின்ற முதல் தமிழ்ப்படம் இதுதான். தமிழ் மொழியிலே பேசி அந்தப் பெண்ணிற்குப் பழக்கம் இல்லை என்பதால் படபடப்பாக இருக்கிறாள். இரண்டு மூன்று நாட்கள் நடித்தால் சரியாகிவிடும்” என்றெல்லாம் நாகிரெட்டி, ரங்காராவிடம் எவ்வளவோ சொல்லிய பிறகும் விஜய நிர்மலாவோடு மீண்டும் நடிக்க ரங்காராவ் ஒப்புக்கொள்ளவில்லை. அதைத் தொடர்ந்து முதல் நாள் படப்பிடிப்பு ஒரு காட்சி கூட படமாகாமல் ரத்தானது.

முதல் நாளே இப்படி என்றால் படத்தை முடிப்பதற்குள் என்னென்ன பிரச்னைகள் வருமோ என்று பயந்த நாகிரெட்டி தனது நண்பரான சக்ரபாணியிடம் ஆலோசனை நடத்தினார்.

"நடிகர்கள் மாற்றம் இல்லாமல் படப்பிடிப்பைத் தொடர்வது என்பது தற்கொலைக்குச் சமம்" என்றார் அவர்.

அவருடைய கருத்தை ஏற்றுக்கொண்ட நாகிரெட்டி, விஜய் நிர்மலாவை மாற்றவில்லை. அதற்குப் பதிலாக ரங்காராவை படத்திலிருந்து நீக்கிவிட்டு எஸ்.வி.சுப்பையாவை அந்தப் பாத்திரத்தில் நடிக்க ஒப்பந்தம் செய்தார்.

நாகிரெட்டி-சக்ரபாணி ஆகிய இருவருக்கும் செல்லப் பிள்ளையாக இருந்த ரங்காராவின் திரையுலக வாழ்க்கையில் நேர்ந்த விபத்து என்றுதான் அந்தச் சம்பவத்தைச் சொல்ல வேண்டும்.

ரங்காராவ், விஜய நிர்மலாவைப் பலபேர் முன்னிலையில் படப்பிடிப்புத் தளத்தில் விமர்சித்ததைப் போல, அவரைக் கடுமையாக படப்பிடிப்புத் தளத்திலே விமர்சித்தார் ஒரு பிரபல நடிகர்.

59

எஸ்.வி.ரங்காராவை நேருக்கு நேராக விமர்சித்த எம்.ஆர்.ராதா

"தினமும் படப்பிடிப்பிற்குக் கிளம்பும்போது அன்றைய படப் பிடிப்பில் என்னுடன் யார் யார் நடிக்கிறார்கள் என்று கேட்டுத் தெரிந்துகொண்டு கிளம்புவது என்னுடைய பழக்கம். படப்பிடிப்பில் எஸ்.வி.ரங்காராவோ, எம்.ஆர்.ராதாவோ இருக்கிறார்கள் என்று தெரிந்தால் நான் மிகுந்த எச்சரிக்கையோடு போவேன். ஏனென்றால் கொஞ்சம் ஏமாந்தாலும் அவர்கள் இருவரும் என்னைத் தூக்கி சாப்பிட்டு விடுவார்கள்" என்று ஒரு பத்திரிகைப் பேட்டியிலே குறிப்பிட்டிருக்கிறார் நடிகர் திலகம் சிவாஜி கணேசன். அவர் அப்படிப் பாராட்டியுள்ள மாபெரும் திறமைசாலிகளான எஸ். வி.ரங்காராவிற்கும் எம்.ஆர். ராதாவிற்கும் இடையே ஏவி. எம். தயாரிப்பில் உருவான 'நானும் ஒரு பெண்' படத்தின் படப்பிடிப்பின்போது மிகப்பெரிய மோதல் உருவானது.

சிறந்த குணச்சித்திர நடிகரான எஸ்.வி.ரங்காராவிடம் இருந்த மிகப்பெரிய பலவீனம் படப்பிடிப்பிற்குச் சரியான நேரத்தில் வராதது. என்ன காரணத்தாலோ அந்தப் பழக்கத்தை அவரால் மாற்றிக்கொள்ளவே முடியவில்லை.

‘நானும் ஒரு பெண்’ படத்திலே கதாநாயகன் எஸ்.எஸ். ராஜேந்திரனுக்குத் தந்தையாக நடித்தார் எஸ்.வி.ரங்காராவ். அந்தப் படத்தின் உச்சகட்டக் காட்சி படமாக்கப்பட்டபோது அந்தக் காட்சியில் பங்குபெற வேண்டிய அனைத்து நட்சத்திரங்களும் வந்த பிறகும் எஸ்.வி.ரங்காராவ் வரவில்லை.

படப்பிடிப்பு தொடங்குவதற்கு ஒரு மணி நேரம் முன்னதாகவே செட்டிற்கு வந்துவிட்ட நடிகவேள் எம்.ஆர்.ராதா படப்பிடிப்பு தொடங்காததால் செட்டிற்குள்ளேயே குறுக்கும் நெடுக்குமாக நடக்கத் தொடங்கினார். அவர் பொறுமையை இழக்கின்ற நிலைக்குப் போனபோது, செட்டிற்குள் நுழைந்தார் எஸ்.வி.ரங்காராவ்.

உள் ஒன்று வைத்துப் புறம் ஒன்று பேசுவதை எப்போதுமே தனது வழக்கமாக வைத்துக் கொள்ளாத எம்.ஆர்.ராதா, ரங்காராவ் செட்டிற்குள் நுழைந்தவுடன் "கெட்டவனா நடிக்கிறவன் எல்லாம் படப்பிடிப்புக்கு ஒழுங்கா நேரத்தில வர்றான். நல்லவனா நடிக்கிறவன் ஒரு ஒழுங்கு இல்லாம என்ன பாடு படுத்தறான் பாரு" என்று ரங்காராவின் காதில் விழுகின்ற மாதிரி உரக்க தன்னுடைய கருத்தைச சொன்னார்.

அப்படி அவர் வெளிப்படையாகத் தனது கருத்தைச் சொன்னதால் ரங்காராவ் கோபித்துக் கொண்டு கிளம்பி விடுவாரோ என்று படக்குழுவினர் அனைவரும் பயந்தனர். ஆனால் அதற்கு மாறாக ராதா அப்படிப் பேசியதால் தயாரிப்பாளர்களுக்கு மிகப்பெரிய நன்மை விளைந்தது. காலையில் படப்பிடிப்புக்கு வந்த ரங்காராவ் அந்தக் காட்சியை மொத்தமாக நடித்து முடித்துவிட்டுத்தான் அன்றிரவு வீட்டுக்குப் போனாராம்.

படப்பிடிப்பிற்குத் தாமதமாக வருகின்ற பழக்கம் காரணமாக, பல பட வாய்ப்புகளை இழந்துள்ளார் எஸ்.வி.ரங்காராவ். அப்படி அவர் இழந்த ஒரு வாய்ப்புதான் ஸ்ரீதரின் ‘கலைக்கோவில்’ படத்திலே முத்துராமனின் தந்தையாக நடிக்கின்ற வாய்ப்பு.

மெல்லிசை மன்னர் எம்.எஸ்.விஸ்வநாதன், கலை இயக்குனர் கங்கா ஆகிய இருவரும் இணைந்து தயாரித்த படம் "கலைக்கோவில்" அந்தப் படத்தின் கதாநாயகனான முத்துராமனின் தந்தை பாத்திரத்தில் இசைக்கலைஞராக நடிக்க முதலில் எஸ்.வி.ரங்காராவைத்தான் ஒப்பந்தம் செய்திருந்தார் ஸ்ரீதர்.

பல திரைப்படங்களில் ரங்காராவோடு ஸ்ரீதர் பணியாற்றி இருந்ததால் அவரைப் பற்றி நன்கு அறிந்திருந்த அவர், 'கலைக்கோவில்' படத்துக்கு ரங்காராவை ஒப்பந்தம் செய்வதற்கு முன்பு அவரைத் தன்னுடைய அலுவலகத்துக்கு வரவழைத்து "இந்தப் படத்தை மிகவும் குறுகிய காலத்தில் முடிக்கத் திட்டமிட்டிருக்கிறேன். அதனால் நீங்கள் தினமும் சரியான நேரத்தில் படப்பிடிப்பில் கலந்துகொள்ள வேண்டும். அப்படி வர முடியாது என்றால் இப்போதே சொல்லி விடுங்கள். நான் அதற்கேற்ப முடிவு செய்து கொள்கிறேன்" என்று அவரிடம் கூறினார்.

"காலை ஒன்பது மணிக்கு படப்பிடிப்பு என்றால் எட்டே முக்காலுக்கே வந்து விடுகிறேன். போதுமா?" என்று ஸ்ரீதரிடம் சொல்லிவிட்டுப் புறப்பட்டார் எஸ்.வி.ரங்காராவ்.

'கலைக்கோவில்' படத்துக்கான பூஜை காலை 6.30 மணிக்கு நடைபெற்றது. எல்லோரும் காலை ஆறு மணிக்கே பூஜைக்கு வந்து விட்டார்கள். ஆனால் ரங்காராவ் மட்டும் வரவில்லை. பூஜைக்கு நாம் எதற்கு என்று ரங்காராவ் நினைத்திருக்கலாம் என்று தன்னை சமாதானம் செய்து கொண்ட ஸ்ரீதர், பூஜையை ஆரம்பிக்கச் சொன்னார்.

பூஜை நடந்து முடிந்தது.

அடுத்து படப்பிடிப்பைத் தொடங்க வேண்டும். அதற்கு ரங்காராவ் வேண்டும் என்பதால் எல்லோரும் அவரது வரவை எதிர்பார்த்துக் கொண்டிருந்தனர். எட்டு மணி வரை அவர் வராததால் அவரது வீட்டுக்கு போன் செய்யச் சொன்னார் ஸ்ரீதர்.

"அவர் ஏழு மணிக்கெல்லாம் கிளம்பி விட்டாரே" என்று ரங்காராவ் வீட்டில் இருந்தவர்கள் பதில் சொன்னார்கள்.

"முதலிலேயே தெளிவாகச் சொல்லிவிட்டுத்தானே அவரை ஒப்பந்தம் செய்தோம். அதற்குப் பிறகும் இப்படிச் செய்கிறாரே" என்று படத்தின் தயாரிப்பாளர்களில் ஒருவரான கலை இயக்குனர் கங்காவிடம் சலிப்போடு கூறிய ஸ்ரீதர், "இனிமேலும் அவருக்காகக் காத்திருக்க முடியாது. எஸ்.வி. சுப்பையா எங்கிருக்கிறார் என்று விசாரியுங்கள்.அவருக்கு இன்று படப்பிடிப்பு எதுவும் இல்லையென்றால் அவரை ஸ்டூடியோவிற்கு வரச் சொல்லுங்கள்" என்றார்.

எஸ்.வி.சுப்பையாவிற்கு அன்று படப்பிடிப்பு இல்லை என்பதால் ஸ்ரீதர் அழைத்ததும் ஸ்டுடியோவிற்கு வந்தார் அவர்.

அந்தக் குறிப்பிட்ட பாத்திரத்திற்கு தாடி வைத்திருந்தால்தான் நன்றாக இருக்கும் என்று ஸ்ரீதர் முடிவு செய்திருந்தார். சுப்பையா வந்ததும் அவரிடம் கதையைப் பற்றிக் கூறிவிட்டு அந்தப் பாத்திரத்திற்கு தாடியை ஒட்டிக்கொண்டு அவர் நடிக்க வேண்டும் என்று ஸ்ரீதர் சொன்னவுடன், தான் அமர்ந்திருந்த நாற்காலியிலிருந்து எழுந்து விட்டார் சுப்பையா.

சுப்பையா தாடி ஒட்டி நடிப்பதில்லை என்பதை ஒரு கொள்கையாக வைத்திருந்ததால் “என்னை மன்னிச்சிக்கங்க. என்னால் தாடி எல்லாம் ஒட்டிக்கொண்டு நடிக்க முடியாது. அதனால் இந்தப் பாத்திரத்துக்கு வேறு யாரையாவது போட்டுக் கொள்ளுங்கள்” என்றார்.

அதன் பின்னர் அந்தப் பாத்திரத்திற்காக தான் வரைந்து வைத்திருக்கும் ஸ்கெட்ச், அவரது பாத்திரப் படைப்பு, அதற்கான வசனங்கள் எல்லாவற்றையும் எடுத்துச் சொல்லி அந்தப் படத்தில் நடிக்க அவரைச் சம்மதிக்க வைத்தார் ஸ்ரீதர்.

சுப்பையாவை வைத்து படப்பிடிப்பு தொடங்கிய அரை மணி நேரத்தில் தன்னுடைய காரில் இருந்து கம்பீரமாக இறங்கி வந்தார் எஸ்.வி. ரங்காராவ்.

அவருடைய பாத்திரத்தில் சுப்பையா உள்ளே நடித்துக் கொண்டிருக்கிறார் என்பதை யார் அவரிடம் சொல்வது என்று எல்லோரும் தடுமாறினார்கள். ஏனெனில் ரங்காராவ் மிகப்பெரிய கோபக்காரர்.

“பூஜை நேரத்துக்கு நீங்கள் வராததை ஸ்ரீதர் அபசகுனமாக நினைத்து விட்டார்.அதனால்தான் உங்களை மாத்திவிட்டு...."என்று ஸ்ரீதரின் வலதுகரமாக இருந்த சித்ராலயா கோபு இழுத்தவுடனேயே சூழ்நிலையைப் புரிந்துகொண்ட எஸ்.வி.ரங்காராவ் “ஸ்ரீதரை எப்போதும் மதிப்பவன் நான். எனக்கு அவர் மேல் எந்தக் கோபமும் இல்லை என்பதை அவரிடம் சொல்லிவிடுங்கள்” என்று கோபுவிடம் சொல்லிவிட்டு தனது காரில் ஏறிப் புறப்பட்டுவிட்டார்

தன் மேல் தவறு இருந்தால் அதை ஒப்புக்கொள்கின்ற நேர்மையான குணத்துக்குச் சொந்தக்காரரான எஸ்.வி.ரங்காராவ்

சித்ரா லட்சுமணன்

யாராவது தன்னைப்பற்றித் தவறாகக் குற்றம் சாட்டினால் அதை எதிர்கொள்ளவும் தயங்க மாட்டார்.

ஏ.வி.எம் தயாரிப்பான "பக்த பிரகலாதா"வில் இரண்யனின் வேடம் ஏற்று நடித்தபோது நான்கு அல்லது ஐந்து மணி நேரத்துக்கு மேல் படப்பிடிப்பில் எஸ்.வி.ரங்காராவ் இருக்க மாட்டார். மாலை ஆறுமணி வரை இருந்து நடித்துவிட்டுப் போங்கள் என்று அவரிடம் சொல்லக் கூடிய தைரியம் படக் குழுவினருக்கு இல்லாததால் படப்பிடிப்பில் ரங்காராவ் சரியாக ஒத்துழைப்புத் தருவதில்லை என்ற தகவலைப் பட முதலாளியான ஏ.வி.மெய்யப்ப செட்டியாரிடம் அவர்கள் தெரிவித்தனர்.

“இன்று படப்பிடிப்புத் தளத்துக்கு வந்து நான் அவரிடம் பேசிக் கொள்கிறேன்” என்று அவர்களிடம் சொன்ன மெய்யப்ப செட்டியார் படப்பிடிப்பு தொடங்கிய அரை மணி நேரத்தில் அங்கே வந்தார். அவரைப் படப்பிடிப்புத் தளத்தில் பார்த்த உடனேயே தன்னைப்பற்றி யாரோ புகார் சொல்லித்தான் அவர் அங்கே வந்திருக்கிறார் என்று ரங்காராவிற்குப் புரிந்துவிட்டது.

மதிய உணவு இடைவெளியின்போது தான் அணிந்திருந்த கவசங்கள், ஆபரணங்கள் ஆகியவற்றைப் பொறுமையாகக் கழட்டிய ரங்காராவ் “மிஸ்டர் செட்டியார் கொஞ்சம் இதைப் பிடியுங்கள்” என்று மெய்யப்ப செட்டியாரிடம் தந்தார்.

அவற்றைக் கையில் வாங்கிய செட்டியார் “இவ்வளவு கனமாக இருக்கிறதே. எப்படி இதைப் போட்டுக் கொண்டு நடிக்கிறீர்கள்?” என்று கேட்டவுடன் எந்த நோக்கத்துக்காக அந்த ஆபரணங்களை அவரிடம் கொடுத்தாரோ அந்த நோக்கம் நிறைவேறிவிட்ட மகிழ்ச்சியில் “இப்போது சொல்லுங்கள். இவ்வளவு கனமான நகைகளையும், கவசத்தையும் அணிந்து கொண்டு என்னால் எவ்வளவு நேரம் தொடர்ந்து நடிக்க முடியும்? படப்பிடிப்பு முடிந்து வீட்டுக்குப் போன பிறகு கூட இந்த நகைகளை அணிந்து கொண்டு நடித்த வலி தீர இரண்டு மணி நேரம் ஆகிறது” என்றார் ரங்காராவ்.

அவர் தரப்பில் இருந்த நியாயத்தைப் புரிந்துகொண்ட செட்டியார் “நீங்கள் சொல்வது உணமைதான். உங்களால் எவ்வளவு நேரம் முடியுமோ அவ்வளவு நேரம் நடியுங்கள் போதும்” என்றாராம்.

'நர்த்தனசாலா' என்ற படத்தில் கீசகனாக நடித்ததற்காகச் சிறந்த நடிகருக்கான பட்டத்தை இந்தோனேஷியாவில் நடைபெற்ற பட விழாவில் பெற்ற ரங்காராவைப் பாராட்டிய தெலுங்கு நடிகர் கும்மிடி "ரங்காராவ் இந்தியாவில் பிறந்தது நாம் செய்த அதிர்ஷ்டம். ஆனால் அவரைப் பொறுத்தவரை அது மிகப்பெரிய துரதிருஷ்டம். மேற்கத்திய நாடுகளில் அவர் பிறந்திருந்தால் உலகின் மிகச் சிறந்த நடிகர்களில் ஒருவராக அவர் புகழ் பெற்றிருப்பார்" என்று குறிப்பட்டிருக்கிறார்.

அவருடைய அந்தக் கருத்தை யாரால் மறுக்க முடியும்?

60

சாவித்திரியைப் போல குணச்சித்திர நடிகையாக ஆசைப்பட்ட சில்க் ஸ்மிதா

தமிழ், தெலுங்கு, கன்னடம், மலையாளம், இந்தி ஆகிய எல்லா மொழி ரசிகர்களையும் தனது கவர்ச்சியான நடனங்களின் மூலம் கிறங்க வைத்த சில்க் ஸ்மிதா, சாவித்திரியைப்போல குணச்சித்திர நடிகை ஆக வேண்டும் என்ற ஆசையுடன் சினிமா உலகில் அடி எடுத்து வைத்தவர்,

பாரதிராஜாவின் இயக்கத்தில் முழுமையான ஒரு கதாபாத்திரத்தில் சில்க் ஸ்மிதா நடித்திருந்த 'அலைகள் ஓய்வதில்லை' அவர் நடித்த முதல் படமாக வந்திருக்குமானால் ஸ்மிதாவின் கனவு நிறைவேறி இருந்திருக்கும். ஆனால் அவரது முதல் படமாக 'வண்டிச் சக்கரம்' படம் வெளிவந்து அவரது வாழ்க்கையைப் புரட்டிப் போட்டு விட்டது.

'வண்டிச் சக்கரம்' படத்திலே போதை ஏறிய கண்களுடன் "வா மச்சான் வா வண்ணாரப்பேட்டை, ஊத்திக்கிட்டே கேளேண்டா என்னோட பாட்டை" என்று ஆடிப்பாடி அவர் ரசிகர்களை அழைத்ததற்குப் பிறகு அவரை அந்த மாதிரியான பாத்திரங்களில் தொடர்ந்து பார்க்கவே ரசிகர்கள் ஆசைப்பட்டார்கள்.

அதுமட்டுமின்றி அவருடைய பலவீனமான பொருளாதாரச் சூழ்நிலையும் நல்ல பாத்திரங்களுக்காகக் காத்திருக்க அவரை அனுமதிக்கவில்லை.

ஸ்மிதாவின் உண்மையான பெயர் விஜயலட்சுமி. அவருக்கு ஒரு தம்பி பிறந்தவுடன் அவரது தந்தை அவர்களை விட்டுப் பிரிந்து விட்டதால் அன்னபூரணி என்ற ஒரு பெண்மணியின் வீட்டில்தான் வளர்ந்தார் விஜயலட்சுமி. அவருக்கு சினிமா ஆசையை ஊட்டியதில் அன்னபூரணி அம்மாளுக்குப் பெரும் பங்கு உண்டு. அன்னபூரணி அம்மாள் சாப்பாடு இல்லாமல் கூட இருந்து விடுவார். ஆனால், சினிமா பார்க்காமல் அவரால் இருக்கவே முடியாது. அந்த அம்மாளின் வீட்டில் வளர்ந்ததால் சினிமா ஆசை விஜயலட்சுமியையும் தொற்றிக் கொண்டது.

சினிமா மீது இருந்த நாட்டத்தால் நான்காவது வகுப்பிற்கு மேல் அவரால் படிக்க முடியவில்லை. சின்ன வயதில் சாவித்திரி நடித்த 'தேவதாஸ்' படத்தைப் பத்து முறைக்கு மேல் பார்த்த விஜயலட்சுமிக்கு, சாவித்திரியை மிகவும் பிடித்துப் போனது. அதற்குப் பிறகு சாவித்திரி நடித்த எந்தப் படம் வெளியானாலும் அன்னபூரணி அம்மாளை அழைத்துக் கொண்டு முதல் காட்சிக்கே சென்றுவிடுவதை வழக்கமாக்கிக் கொண்டார் விஜயலட்சுமி. அது மட்டுமின்றி சாவித்திரியின் புகைப்படம் எந்தப் பத்திரிகையில் வந்தாலும் அதைத் தவறாமல் கத்தரித்து பத்திரப்படுத்திக் கொள்வார்.

காலம் தனது கடமையைச் சரியாகச் செய்ய விஜயலட்சுமி பருவமெய்தினார். கறுப்பு என்றும் சொல்ல முடியாமல் சிவப்பு என்றும் சொல்ல முடியாமல் இரண்டிற்கும் இடைப்பட்ட நிறத்தில் இருந்த விஜயலட்சுமி, பருவ வயதின் காரணமாக பார்க்க மிகவும் லட்சணமாக இருக்கவே அவரை மணமுடிக்க ஒருவர் முன்வந்தார். அவருடன் விஜயலட்சுமிக்குத் திருமணம் நடந்தது.

மூன்று வேளை நிம்மதியாக சாப்பிட்டுவிட்டு வாழ்க்கையைக் கழிக்கலாம் என்ற ஒரே நோக்கத்தில்தான் திருமணத்திற்கு ஒப்புக்கொண்டார் விஜயலட்சுமி. ஆனால் அவரது புருஷன் வீட்டிலோ அவர் எதிர்பார்த்ததற்கு முற்றிலும் மாறாக வறுமை கோரத்தாண்டவமாடியது. அதற்கு மேலாக அவரது மாமியார் திரைப்படங்களில் சித்தரிக்கப்படுகின்ற மாமியார்களை விட

மோசமாக அவரை கொடுமைப்படுத்தத் தொடங்கினார். அவருடைய கணவனோ தன்னுடைய இச்சையைத் தீர்த்துக் கொள்ளுகின்ற ஒரு கருவியாகவே அவரைப் பார்த்தார். இனியும் அந்த வீட்டில் வாழ முடியாது என்ற சூழ்நிலையில் புருஷன் வீட்டிலிருந்து புறப்பட்டு தனது தாயாரின் வீட்டுக்கு வந்தார் விஜயலட்சுமி. அவரது தாயாரான நரசம்மா, விஜயலட்சுமி எடுத்த முடிவை ரசிக்கவில்லை. ஏழ்மையான அந்தச் சூழ்நிலையில் மீண்டும் அவரைச் சுமக்க அவர் தயாராக இல்லாததுதான் அதற்குக் காரணம். விஜயலட்சுமியை வளர்த்த அன்னபூரணி அம்மாள் அவரது செயலை எதிர்க்காதது மட்டுமின்றி ஆதரவும் தெரிவித்தார்.

சென்னையிலே அன்னபூரணி அம்மாவிற்கு சினிமாக்காரர்கள் சிலரைத் தெரியும் என்பதால் அவர்களது பரிந்துரையின் பேரில் விஜயலட்சுமியை சினிமாவில் சேர்த்து விடலாம் என்ற எண்ணத்தில் சினிமா ஆசையைச் சுமந்து கொண்டிருந்த விஜயலட்சுமியை அழைத்துக் கொண்டு சென்னைக்குப் புறப்பட்டார் அன்னபூரணி அம்மாள்.

அவர்கள் இருவரும் எதிர்பார்த்தபடி அன்னபூரணி அம்மாளுக்குத் தெரிந்த எவரும் சென்னையிலே அவர்களுக்கு உதவ முன்வரவில்லை. பருவப் பெண்ணை வைத்துக் கொண்டு எங்கே தங்குவது என்று அன்னபூரணி அம்மாள் தடுமாறியபோது அவருக்குத் தெரிந்த ஒரு நடிகையின் மூலம் நடிகை அபர்ணாவின் தாயார் வீட்டில் அவர்கள் இருவரும் தங்க ஒரு இடம் கிடைத்தது. அங்கே தங்கியிருந்தபடியே விஜயலட்சுமிக்கு வாய்ப்புத் தேடி சென்னையில் உள்ள எல்லா ஸ்டூடியோக்களிலும் ஏறி இறங்கினார் அன்னபூரணி அம்மாள். ஆனால், அதனால் எந்தப் பலனும் ஏற்படவில்லை.

சினிமா வாய்ப்பு அவர்களுக்கு எட்டாக் கனியாக இருந்தபோது அபர்ணாவின் அம்மா வீட்டிலிருந்து அபர்ணாவின் வீட்டுக்கு அவர்கள் இருவரும் மாற்றப்பட்டனர்.

அங்கே போனவுடன் விஜயலட்சுமிக்கு ஒரு வேலையும் கிடைத்தது. அபர்ணா அவரைத் தன்னுடைய உதவியாளராகச் சேர்த்துக் கொண்டார். 'டச் அப்' பெண்ணின் வேலைதான் என்றாலும் ஸ்டூடியோவில் எல்லா நட்சத்திரங்களையும் பார்க்க வாய்ப்பு

கிடைக்கும் என்பதால் அந்த வேலை விஜயலட்சுமிக்கு கரும்பாய் இனித்தது. அப்போது பல முன்னணி கதாநாயகர்களின் படங்களில் அபர்ணா நடித்துக் கொண்டிருந்த காரணத்தால் ரஜினிகாந்த், கமல்ஹாசன் ஆகிய எல்லோரையும் பக்கத்தில் இருந்து விஜயலட்சுமியால் பார்க்க முடிந்தது. தன்னை மறந்து அவர்களை விஜயலட்சுமி பார்த்துக் கொண்டிருந்தபோது பல இயக்குனர்கள் பார்வை விஜயலட்சுமியின் மீது படர்வதைப் பார்த்தார் அபர்ணா. என்றாவது ஒரு நாள் தனது கிரீடத்தை விஜயலட்சுமி பறிக்கக்கூடும் என்று அவரது உள்மனது சொன்னதாலோ என்னவோ விஜயலட்சுமி சின்னச் சின்னத் தவறுகள் செய்த போது கூட அவர் மீது எரிந்து விழத் தொடங்கினார். அது தவிர சின்னச்சின்ன அடி உதைகளும் அபர்ணாவிடமிருந்து விஜயலட்சுமிக்கு போனஸாகக் கிடைத்தன.

எப்போது இந்தச் சித்திரவதையிலிருந்து மீளுகின்ற நேரம் வரும் என்று விஜயலட்சுமி சிந்தித்துக்கொண்டிருந்தபோது, எப்படி இந்தப் பெண்ணை வெளியே அனுப்புவது என்று அபர்ணா தீவிரமாக யோசித்துக் கொண்டிருந்தார்.

ஒரு நல்ல நாளில் அபர்ணா தனது வீட்டை விட்டு விஜயலட்சுமியை வெளியேற்ற, சாலிகிராமத்தில் ஒரு தனி அறை எடுத்து விஜயலட்சுமியுடன் தங்கினார் அன்னபூரணி அம்மாள். இதற்கிடையிலே சினிமாவிலே ஆங்காங்கே தலைகாட்டக்கூடிய சில வாய்ப்புகள் விஜயலட்சுமிக்குக் கிடைத்தன. மூன்று வேளை இல்லாவிட்டாலும் ஒரு வேளையாவது சாப்பிட்டு வாழ்க்கையைக் கழிக்க வேண்டுமே என்பதற்காக எந்தச் சலனமும் இல்லாமல் வந்த வாய்ப்புகள் எல்லாவற்றையும் ஏற்றுக் கொண்டார் அவர்.

இதற்கிடையில் ஒரு மலையாளப் படத்தில் நடிக்கக் கூடிய வாய்ப்பும் அவருக்கு வந்தது. "இணைய தேடி" என்ற பெயரில் வெளியான அந்தப் படம்தான் விஜயலட்சுமி நடித்த முதல் திரைப்படம்.

ஏறக்குறைய அந்தத் தருணத்தில்தான் அப்போது நடிகர் சிவகுமாரின் மேனேஜராக இருந்த திருப்பூர் மணி, வினு சக்ரவர்த்தியின் கதை வசனத்தில் 'வண்டிச்சக்கரம்' என்ற படத்தை எடுக்க திட்டமிட்டுக் கொண்டிருந்தார். சிவகுமாரும், சரிதாவும் ஜோடியாக நடிக்கவிருந்த அந்தப் படத்திலே சாராயம் விற்கும்

சித்ரா லட்சுமணன்

ஒரு பருவப் பெண்ணின் பாத்திரத்தில் நடிக்க வாளிப்பான உடல் கட்டையும் வசீகரமான கண்களையும் கொண்ட ஒரு பெண்ணை அவர்கள் தீவிரமாகத் தேடிக் கொண்டிருந்தார்கள்.

அப்படிப்பட்ட ஒரு சூழ்நிலையில்தான் 'வண்டிச்சக்கரம்' படத்தின் கதாசிரியரான வினு சக்ரவர்த்தியின் வீட்டுக்கு எதிரே இருந்த ஒரு மாவு மிஷினில் மிளகாய் அரைப்பதற்காக வந்தார் விஜயலட்சுமி.

தனது பத்தொன்பதாவது வயதில் பருவத்தின் தலைவாயிலில் இருந்த அவரைப் பார்த்தவுடன் 'வண்டிச்சக்கரம்' படத்திற்காக நாம் தேடிக் கொண்டிருக்கும் பெண் இவர்தான் என்று வினு சக்ரவர்த்தியின் உள்மனது சொல்லவே விஜயலட்சுமியை சந்தித்துப் பேசுவதற்காக அவசரம் அவசரமாகக் கீழே இறங்கி வந்தார் அவர்.

சிவகுமாரும், சரிதாவும் ஜோடியாக நடிக்க 'வண்டிச்சக்கரம்' என்ற பெயரில் உருவாகும் படத்துக்கு தான்தான் கதை வசனகர்த்தா என்று விஜயலட்சுமியிடம் தன்னைஅறிமுகப்படுத்திக் கொண்ட அவர் "அந்தப் படத்தில் சாராயம் விற்கின்ற ஒரு பெண்ணின் பாத்திரத்தில் நடிக்க ஒரு நடிகையைத் தேடிக் கொண்டு இருக்கிறோம்" என்று சொல்லி முடிப்பதற்குள்ளாகவே "நான் நடிக்கிறேனே" என்றார் விஜயலட்சுமி.

அடுத்து, "அந்த பாத்திரத்தில் கொஞ்சம் கவர்ச்சியாக நடிக்க வேண்டும்" என்று வினு சக்ரவர்த்தி சொன்னபோது, "சரி" என்பதற்கு அடையாளமாக வேகமாகத் தலையாட்டினார் விஜயலட்சுமி.

வினு சக்ரவர்த்தியை மிகவும் கவர்ந்தவர் இந்தி நடிகையான ஸ்மிதா பாட்டீல் என்பதால் அவருடைய பெயரையே விஜயலட்சுமிக்குச் சூட்ட ஆசைப்பட்ட அவர் "உன் பெயரை ஸ்மிதா என்று மாற்றலாமா?" என்று அவரிடம் கேட்டார். சினிமாவில் நடிப்பதற்காக என்ன வேண்டுமானாலும் செய்யத் தயாராக இருந்ததால் பெயர் மாற்றத்துக்கு விஜயலட்சுமி எந்த ஆட்சேபமும் தெரிவிக்கவில்லை.

சிவகுமார், தயாரிப்பாளர் திருப்பூர் மணி, இயக்குனர் கே.விஜயன் ஆகிய எல்லோரிடமும் ஸ்மிதா என்று தான் பெயர் சூட்டியிருந்த விஜயலட்சுமியை வினு சக்ரவர்த்தி அறிமுகப்படுத்தியபோது ஒருவர்கூட அவருக்கு எதிராக எந்தக் கருத்தும் சொல்லவில்லை.

முதல் நாள் படப்பிடிப்பில் "ஸ்பெஷல் சரக்கு... சாப்பிடு ராஜு" என்று கொஞ்சல் மொழியில் சிவகுமாரிடம் பேசி அவரை ஸ்மிதா உபசரிக்கும் காட்சி படமாக்கப்பட்டபோதே இந்த சினிமா உலகத்தை ஒரு கை பார்க்காமல் இவர் போக மாட்டார் என்று அந்தப் படப்பிடிப்பில் இருந்த பலருக்குப் புரிந்துவிட்டது

1980ஆம் ஆண்டு வெளியான 'வண்டிச்சக்கரம்' மிகப் பெரிய வெற்றிப்படமாக அமைந்ததைத் தொடர்ந்து அந்தப் படத்தில் ஸ்மிதா ஏற்றிருந்த 'சில்க்' என்னும் பெயர் ஸ்மிதாவின் பெயரோடு இணைந்துகொள்ள விஜயலட்சுமி, சில்க் ஸ்மிதாவானார்.

61

சில்க் ஸ்மிதாவின் ஆசையை நிறைவேற்றிய பாரதிராஜா

'வண்டிச்சக்கரம்' படத்தைத் தொடர்ந்து இயக்குனர் பாரதிராஜாவிடமிருந்து சில்க் ஸ்மிதாவிற்கு அழைப்பு வந்தது. "இந்த முறையாவது அவரது படத்தில் நடிக்க வாய்ப்பு கிடைக்கவேண்டும்" என்று எல்லா தெய்வங்களையும் வேண்டிக் கொண்டு அவரைப் பார்க்கக் கிளம்பினார் ஸ்மிதா.

'வண்டிச்சக்கரம்' படத்திற்கு முன்பாகவே பாக்யராஜ் கதாநாயகனாக அறிமுகமான 'புதிய வார்ப்புகள்' படத்தில் பூக்காரி பாத்திரத்தில் நடிப்பதற்காக பாரதிராஜாவைப் பார்க்கச் சென்றார் அவர். ஆனால் அந்தப் படத்தில் அவர் தேர்வாகவில்லை. பின்னர் அவர் நடிக்கவிருந்த அந்தப் பாத்திரத்தில் சதிஸ்ரீ என்னும் நடிகை நடித்தார்.

இந்த முறை சில்க் ஸ்மிதாவின் வேண்டுதல் வீணாகவில்லை. 'அலைகள் ஓய்வதில்லை' படத்தில் நடிக்க ஸ்மிதா தேர்ந்தெடுக்கப் பட்டார்.

சினிமாவில் எந்த மாதிரியான பாத்திரத்தில் நடித்துப் பெயர் வாங்க வேண்டும் என்று ஸ்மிதா ஆசைப்பட்டாரோ அப்படிப்பட்ட ஒரு பாத்திரத்தை அந்தப் படத்தில் ஸ்மிதாவிற்கு வழங்கினார் பாரதிராஜா.

ஸ்மிதா அந்தப் படத்தில் ஏற்றிருந்த பாத்திரத்தில் அவரிடமிருந்து முழுமையான நடிப்பை வரவழைக்க வேண்டும் என்பதற்காக பலமுறை ஸ்மிதாவை அறைந்திருக்கிறார் பாரதிராஜா. ஆனால் அந்த அடிகளில் ஒரு அடிகூட ஸ்மிதாவுக்கு வலிக்கவில்லை. அதற்குக் காரணம், 'வண்டிச் சக்கரம்' படத்தில் கவர்ச்சிக் குளத்தில் நீந்திய அவருக்கு 'அலைகள் ஓய்வதில்லை' படத்தில் அவர் வழங்கியிருந்த குணச்சித்திரப் பாத்திரம்.

'அலைகள் ஓய்வதில்லை' படத்தின் முதற்கட்டப் படப்பிடிப்பு நடந்து கொண்டிருந்தபோதே அந்தப் படத்தைத் தெலுங்கிலே தயாரிப்பதற்கான முயற்சிகள் தொடங்கிவிட்டன. 'சீதா கோக சிலகா' என்ற பெயரில் அந்தப் படத்தைத் தெலுங்கிலே தயாரித்தவர் 'சங்கராபரணம்' படத்தைத் தயாரித்த ஏ.டி.த.நாகேஸ்வரராவ் என்னும் தெலுங்குப் படத் தயாரிப்பாளர்.

'அலைகள் ஓய்வதில்லை' படத்தின் தெலுங்குப் பதிப்பில், ராதா நடித்த பாத்திரத்தில் 'கல்லுக்குள் ஈரம்' படத்தில் நாயகியாக நடித்த அருணா நடித்தார்

தியாகராஜனின் பாத்திரத்தில் சரத்பாபு நடித்தார். ஆனால், தமிழில் சில்க் ஸ்மிதா ஏற்றிருந்த பாத்திரத்தில் மட்டும் தெலுங்கிலும் அவரையே நடிக்க வைத்தார் பாரதிராஜா.

"தியாகராஜனின் மனைவியாக வந்து காதலர்களைச் சேர்த்து வைக்க முயற்சித்து அதற்காக தியாகராஜனிடம் அடிவாங்குவதற்கு முன் அவரை ஒரு பார்வை பார்ப்பாரே அது தியாகராஜனுக்கு மட்டுமா, அல்லது ஒட்டுமொத்த ஆண்களின் சமுதாயத்திற்குமா என்பது அவர் மனதுக்கே வெளிச்சம். எவ்வளவு அருமையான நடிகையை இழந்துவிட்டோம்?" என்று அந்தப் படத்தில் ஸ்மிதா நடித்திருந்த நடிப்பைப் போற்றி வலைதளத்தில் தனது விமர்சனத்தைப் பதிவு செய்திருக்கிறார் ஒரு ரசிகர்.

'அலைகள் ஓய்வதில்லை' படத்தில் ஸ்மிதாவின் நடிப்பு சாதாரண ரசிகர்களை மட்டுமின்றித் தமிழ்த் திரையுலகைப் பல்லாண்டு காலம் ஆண்ட திரைச் சக்கரவர்த்தி எம்ஜிஆரையும் பாதித்திருந்தது.

'அலைகள் ஓய்வதில்லை' படத்தைப் பார்த்து விட்டு அந்தப் படத்தின் உச்ச கட்டக் காட்சியில் தன்னுடைய மனதைப் பறிகொடுத்த முதல்வர் எம்ஜிஆர் சமுதாயத்துக்குத் தேவையான

சீர்திருத்தக் கருத்தைத் துணிச்சலாக எடுத்துச் சொன்ன 'அலைகள் ஓய்வதில்லை' படத்தையும் அந்தப் படத்தில் பங்கேற்ற கலைஞர்களையும் பாராட்டி அனைத்திந்திய அண்ணா திராவிட முன்னேற்றக் கழகத்தின் சார்பில் கலைவாணர் அரங்கிலே பாராட்டு விழா நடத்தினார். அனைத்திந்திய அண்ணா திராவிட முன்னேற்றக் கழகத்தின் சார்பில் ஒரு திரைப்படத்திற்கு பாராட்டு விழா நடந்தது அதுதான் முதல் தடவை.

அந்த விழாவிலே பேசிய புரட்சித் தலைவர் எம்ஜிஆர் "ராதாவின் அண்ணியாக குடும்பப் பாங்கான கேரக்டரில் சிறப்பாக நடித்துள்ள ஸ்மிதா இனி கிளாமரான கேரக்டர்களில் நடிப்பதைக் குறைத்துக் கொள்ள வேண்டும்" என்று குறிப்பிட்டார் என்றால் அந்த பாத்திரம் எந்த அளவு அவர் மனதைப் பாதித்திருந்தது என்பதை எளிதில் புரிந்து கொள்ளலாம்.

எம்ஜிஆருடைய விருப்பம்தான் சில்க் ஸ்மிதாவின் விருப்பமாகவும் இருந்தது என்றாலும் சினிமா உலகம் ஸ்மிதா பாட்டீலின் மறு உருவமாக அவரைப் பார்க்க விரும்பவில்லை. சில்க் ஸ்மிதாவாகவே பார்க்க ஆசைப்பட்டது.

சில்க் ஸ்மிதாவின் மீது கவர்ச்சி நடிகை என்ற முத்திரையை அழுத்தமாகப் பதித்ததில் 'மூன்றாம் பிறை' படத்திற்குப் பெரும் பங்கு உண்டு.

'பொன்மேனி உருகுதே' என்ற பாடலுக்கு அவர் ஆடியிருந்ததைப் பார்ப்பதற்காகவே திரும்பத் திரும்ப ரசிகர்கள் அந்தப் படத்தைப் பார்க்க வந்தனர்.

இளைஞர்கள் பலரது இரவுத் தூக்கத்தைக் கெடுக்கத் தொடங்கினார் ஸ்மிதா.

"உடம்பு இருக்கட்டும். வெறும் கண்களாலேயே போதை ஏற்றுவதில் சிலுக்கிற்கு நிகர் சிலுக்குதான்" என்று ஸ்மிதாவை ஆராதித்தது 'குமுதம்' பத்திரிகை.

'மூன்றாம் பிறை' படத்தைப் பார்க்க தியேட்டர்களுக்குப் போன ஸ்மிதா, கமல்ஹாசனுடன் சேர்ந்து, தான் ஆடியிருந்த 'பொன்மேனி உருகுதே' பாடலுக்குக் கிடைத்த வரவேற்பைப் பார்த்து அதிர்ந்து போனார்.

இனி எந்தப் பாதையில் அவர் பயணிக்க வேண்டும் என்பதை 'மூன்றாம் பிறை' அவருக்கு எடுத்துச் சொன்னது என்றால், அவர் எடுத்த முடிவு சரியானதுதான் ஆமோதித்தது 'சகலகலாவல்லவன்' பட வெற்றி.

அந்தப் படத்தில் இடம் பெற்ற "நேத்துராத்திரி அம்மா" பாடலை எஸ்.ஜானகி பாடியிருந்த விதம், அதற்கு புலியூர் சரோஜா அமைத்திருந்த நடனம், அந்த நடனத்தின்போது ஸ்மிதா காட்டிய அங்க அசைவுகள் எல்லாமாகச் சேர்ந்து அந்தப் பாடல் காட்சி பலரது தூக்கத்தை காவு வாங்கியது.

நான்கு நாட்கள் படமாக்கப்பட்ட அந்தப் பாடல் காட்சியின்போது ஸ்மிதா சரியாக நடனமாடாததால் நடன இயக்குனரான புலியூர் சரோஜா, ஸ்மிதாவைத் திட்டிய திட்டுகளுக்கு அளவே இல்லை என்றுதான் சொல்ல வேண்டும். ஆனால் அதனாலெல்லாம் புலியூர் சரோஜா மீது ஒரு இம்மியளவிற்குக்கூட ஸ்மிதா கோபம் கொள்ளவில்லை. தியேட்டரில் ரசிகர்கள் தன்னுடைய நடனத்தைப் பார்த்து கைதட்ட அந்தத் திட்டுக்கள்தான் உரமாக அமையப் போகின்றன என்பதை ஸ்மிதா மிகச் சரியாக உணர்ந்திருந்தார்.

'சகலகலாவல்லவன்' வெளியான முதல் நாளன்றே திரையுலகில் பரபரப்பு தொற்றிக் கொண்டது. வசூலில் புதிய சரித்திரம் படைத்த அந்தப் படத்தின் மாபெரும் வெற்றியில் சில்க் ஸ்மிதா பங்கேற்ற 'நேத்து ராத்திரி அம்மா' என்ற பாடலுக்கும் அந்தப் பாடலுக்கு ஸ்மிதா ஆடிய ஆட்டத்திற்கும் முக்கியப் பங்கு இருந்தது.

அடுத்த ஐந்தாண்டுகளுக்கு தமிழ் சினிமாவின் கவர்ச்சிப் பிரதேசத்தை ஆளப்போகிற அரசி என்று ஸ்மிதாவிற்கு கிரீடம் சூட்டி, பல தயாரிப்பாளர்கள் மகிழ்ந்தனர். 1980களின் துவக்கத்தில் தமிழ் சினிமா தவிர்க்க முடியாத ஒரு நடிகையாக உருவெடுத்தார் ஸ்மிதா.

1983 ல் சில்க் ஸ்மிதாவின் பெயரால் நாடெங்கும் ரசிகர் மன்றங்கள் தோன்றின. மதுரையில் அவர் பெயராலே மன்றத்தைத் துவங்கிய ஒரு ரசிகர் கூட்டம், சில்க் ஸ்மிதாவின் மன்றத்துக்கெனத் தனிக் கொடியைப் பறக்கவிட்டு பரபரப்பை ஏற்படுத்தியது.

தமிழ்ப் படங்களைப் போலவே தமிழ்ப் பத்திரிகைகளும் ஸ்மிதாவின் படத்தைப் போடாமல் பத்திரிகையை நடத்த முடியாது என்ற நிலைக்குத் தள்ளப்பட்டன.

வாசகர்களுக்கு நான்கு வாரங்களில் சில்க் ஸ்மிதா தெலுங்கு கற்றுத் தரப்போவதாக ஒரு விளம்பரத்தை, பத்திரிகை ஒன்று வெளியிட்டது என்றால் 'வெள்ளிரிக்கா பிஞ்சு ஒண்ணு' என்ற பாடலுக்கு சில்க் ஸ்மிதா ஆடிய பிறகுதான் தியாகராஜன் நடித்த 'மலையூர் மம்பட்டியான்' படம் வியாபாரம் ஆனது என்று இன்னொரு பத்திரிகை செய்தி வெளியிட்டது.

இவைகள் எல்லாவற்றையும் தாண்டி ஒரு படப்பிடிப்பில் சிவாஜி செட்டிற்குள் வந்தபோது சில்க் ஸ்மிதா கால் மேல் கால் போட்டு உட்கார்ந்து இருந்ததாகவும், அதைப் பற்றி அந்த செட்டில் இருந்த ஒருவர் ஸ்மிதாவிடம் கேட்டபோது "என்னுடைய கால் மேல் என்னுடைய காலைப் போட்டு உட்கார்ந்திருக்கிறேன்.அதிலென்ன தவறு?" என்று அவர் பதில் அளித்ததாகவும் மற்றொரு பத்திரிகை செய்தி வெளியிட்டிருந்தது.

ஒவ்வொரு நாளும் உண்மைக் கலப்பே இல்லாமல் பல செய்திகள் ஸ்மிதாவைப் பற்றி வந்த வண்ணம் இருந்தபோதிலும் ஸ்மிதா அந்தச் செய்திகளால் எந்தக் கலக்கமும் அடையவில்லை.

"அப்படிப்பட்ட செய்திகள் உங்களைப் பாதிக்கவில்லையா?" என்று ஒரு பத்திரிகை நிருபர் கேட்டபோது ஆத்திரப்படாமல் அவருக்கு அமைதியாகப் பதில் சொன்னார் சில்க்.

"நான் நடிக்க வந்து இன்னும் நான்கு வருடங்கள் கூட முழுதாக முடியவில்லை. அதற்குள் தமிழில் சிவாஜி கணேசன், ரஜினிகாந்த், கமல்ஹாசன், தெலுங்கில் சிரஞ்சீவி, சோபன்பாபு, கிருஷ்ணா, மலையாளத்தில் மது என்று தென்னிந்தியாவில் உள்ள எல்லா முன்னணிக் கதாநாயகர்களின் படங்களிலும் நான் நடித்துவிட்டேன். நான்கு வருடங்களில் இருநூறு படங்களில் நான் நடித்துவிட்டதைத் தாங்கிக்கொள்ள முடியாத சிலர் பரப்பி வரும் வதந்திகள்தான் அந்தச் செய்திகள். அந்தச் செய்திகளைப் படிக்கவோ அதை நினைத்து வருந்தவோ நேரம் இல்லாமல் நான் ஓடிக்கொண்டிருக்கிறேன்" என்று ஸ்மிதா பதில் கூறியபோது மனதளவில் அவருக்குள் ஒரு முதிர்ச்சி வந்து விட்டிருந்ததை அந்த நிருபரால் எளிதில் புரிந்துகொள்ள முடிந்தது.

ஆனால், அந்த முதிர்ச்சி எல்லாம் அடுத்த ஒரே வருடத்தில் அவரிடமிருந்து விடைபெற்றுக் கொண்டு விட்டதை 'வாழ்க்கை' படத்தின் படப்பிடிப்பில் நடைபெற்ற ஒரு சம்பவம் நிரூபித்தது.

62

சத்யராஜுடன் நடனம் ஆட மறுத்த சில்க் ஸ்மிதா

'வாழ்க்கை' படத்தின் இசையமைப்பாளரான இளையராஜா அந்தப் படத்திலே சரணமே இல்லாமல் பல்லவியை மட்டும் வைத்து ஒரு பாடலுக்கு இசையமைத்திருந்தார். "மெல்ல மெல்ல என்னைத் தொட்டு மன்மதன் உன் வேலையைக் காட்டு" என்று தொடங்கும் அந்தப் பாடலை வாகினி ஸ்டூடியோவில் அமைக்கப்பட்ட பிரம்மாண்டமான அரங்கத்தில் ரவீந்தரும் சில்க் ஸ்மிதாவும் ஆட படமாக்கினார் அந்தப் படத்தின் இயக்குனரான சி.வி. ராஜேந்திரன்.

ஒரு ஷாட்டில் ஸ்மிதாவைத் தூக்கிக் கொண்டு ஆடிய ரவீந்தர் ஆடி முடித்தவுடன் ஸ்மிதாவை மெல்லக் கீழே இறக்குவதற்குப் பதிலாக அப்படியே தடாலென்று கீழே விட்டு விட்டதால் நிலைதடுமாறி கீழே விழுந்தார் ஸ்மிதா. ரவீந்தர் வேண்டுமென்றே தன்னைக் கீழே தள்ளிவிட்டதாக நினைத்துக் கொண்ட அவர் "இனி நான் ரவீந்தருடன் நடிக்க மாட்டேன்" என்று எல்லோர் முன்பும் உரக்க சத்தம் போட்டுவிட்டு படப்பிடிப்புத் தளத்தைவிட்டுக் கிளம்பி விட்டார்.

அந்தச் சம்பவம் நடந்தபோது படத்தின் தயாரிப்பாளர்களான சித்ரா ராமு, சித்ரா லட்சுமணன் ஆகிய இருவருமே ஊரில் இல்லை. 'மண்வாசனை' படத்தின் நூறாவது நாள் விழாக்

நெஞ்சம் மறப்பதில்லை - இரண்டாம் பாகம்

கொண்டாட்டத்தில் கலந்துகொள்வதற்காக கோயம்புத்தூர் சென்றிருந்தனர். சில்க் ஸ்மிதாவின் கோபத்தால் படப்பிடிப்பு நின்று விட்டதால் உடனடியாக சென்னைக்குத் திரும்பிய சித்ரா லட்சுமணன் ஸ்மிதாவை நேரில் சந்தித்து சமாதானப்படுத்தினார்.

சில்க் ஸ்மிதாவை கதாநாயகியாக வைத்து முதல் முதலாக ஒரு படத்தை அறிவித்தவர் சித்ரா லட்சுமணன்தான் என்பதாலும் 'வாழ்க்கை' படத்தின் படப்பிடிப்பில் ஸ்மிதாவின் பிறந்தநாளை கேக் வெட்டிக் கொண்டாடியவர் என்பதாலும் ஸ்மிதாவுக்கு அவர் மீது மிகுந்த பாசமும் அன்பும் உண்டு. ஆகவே அவர் சமதானப்படுத்தியதும் மீண்டும் அந்தப் பாடல் காட்சியில் ரவீந்தருடன் ஆட ஒப்புக்கொண்டார் ஸ்மிதா. ஆனால் அதே நேரத்தில் ரவீந்தருடன் அவர் நடிக்க ஒப்புக்கொண்டிருந்த இன்னொரு படமான 'வீட்டுக்கு ஒரு கண்ணகி' படத்தில் நடிக்க திட்டவட்டமாக மறுத்துவிட்ட ஸ்மிதா அந்தப் படத்திற்காக வாங்கியிருந்த முன்பணத்தைத் திருப்பிக் கொடுத்து விட்டார்.

ரவீந்தருடன் மட்டுமின்றி சத்தியராஜுடனும் அப்படி ஒரு மோதல், ராம. நாராயணனின் 'சட்டத்தைத் திருத்துங்கள்' என்ற படத்தில் நடிக்கும்போது சில்க் ஸ்மிதாவிற்கு ஏற்பட்டது. மோகன் கதாநாயகனாக நடித்த அந்தப் படத்தில் துணைப் பாத்திரம் ஒன்றை ஏற்று நடித்த சத்யராஜிற்கு சில்க் ஸ்மிதாவுடன் நடனம் ஆடுகின்ற வாய்ப்பை வழங்கி இருந்தார் ராம.நாராயணன்.

அதுவரை நடனம் ஆடிப் பழக்கம் இல்லை என்பதால் சில்க் ஸ்மிதாவோடு ஆடியபோது தவறுதலாக அவரது காலை மிதித்துவிட்டார் சத்யராஜ். அடுத்த நிமிடமே "இந்த ஆளோடு இனி நான் நடனம் ஆட மாட்டேன்" என்று சொல்லிவிட்டு செட்டில் ஓரமாகப் போய் உட்கார்ந்து விட்டார் ஸ்மிதா.

"சத்யராஜ் நடனம் ஆடுவது இதுதான் முதல் தடவை. அதனால்தான் தெரியாமல் உங்க காலை அவர் மிதித்து விட்டார். அவர் பெரிய ஜமீந்தார் வீட்டுப் பிள்ளைம்மா. சினிமா ஆர்வத்தில்தான் இப்படி சின்னச்சின்ன பாத்திரங்களில் எல்லாம் நடித்துக்கொண்டு இருக்கிறார்" என்று யூனிட்டில் இருந்த எல்லோரும் மாறி மாறிச் சொன்ன பிறகே மீண்டும் அவருடன் ஆட ஒப்புக் கொண்டார் ஸ்மிதா.

அதே சத்யராஜ் கதாநாயகனாக 'ஜீவா' படத்திலே நடித்தபோது தன்னுடைய காதல் உட்பட பல அந்தரங்கமான விஷயங்களை எல்லாம் பகிர்ந்து கொள்கின்ற அளவிற்கு அவருடன் நெருக்கமாக இருந்தார்.

ஆரம்பத்தில் தனியாகவே படப்பிடிப்பிற்கு வந்து கொண்டிருந்த சில்க் ஸ்மிதா, ஒரு கால கட்டத்தில் தாடிக்காரர் ஒருவரோடு வர ஆரம்பித்தார். படப்பிடிப்புகளுக்கு மட்டுமின்றி திரையுலகில் நடைபெற்ற விழாக்களுக்கும் ஸ்மிதாவோடு அவர் வரத் தொடங்கினார்.

அப்போதெல்லாம் "ஸ்மிதாவோடு எப்போதும் ஒன்றாக சுற்றும் அந்த தாடிக்காரர் யார்?" என்று கிசுகிசுக்காத படப்பிடிப்புகளே இல்லை என்று சொல்லலாம்.

எல்லோரும் மனதில் வைத்துக் கொண்டு குமைந்து கொண்டிருந்த அந்த விஷயத்தை ஒரு படப்பிடிப்பின் இடைவேளையில் நேரடியாக சில்க் ஸ்மிதாவிடமே கேட்டார் ஸ்டண்ட் இயக்குனரான விக்ரம் தர்மா.

"அந்த ஆளு என்ன அழகா இருக்கிறார் என்று அவரை உங்கள் கூட வைத்துக் கொண்டு இருக்கீங்க?" என்று விக்ரம் தர்மா கேட்டவுடன் கோபத்தின் உச்சிக்கே போன ஸ்மிதா "என் கண்ணுக்கு அவர் அழகாக இருக்கிறார். உனக்கென்ன?" என்று அவரிடம் பொரிந்து தள்ளினார்.

அந்த தாடிக்காரரின் பெயர் ராதா கிருஷ்ணமூர்த்தி. அவர் ஒரு டாக்டர்.

அன்னபூரணி அம்மாளின் துணையோடு சினிமா உலகில் காலடி எடுத்து வைத்து ஸ்மிதா இல்லாத தமிழ் சினிமாவே இல்லை என்கின்ற அளவிற்கு ஒரு கால கட்டத்தில் உயர்ந்த ஸ்மிதாவின் வாழ்க்கையில் திடீர் என்று அடி எடுத்து வைத்தவர்தான் டாக்டர் ராதா கிருஷ்ணமூர்த்தி. அவர் எப்போது ஸ்மிதாவின் வாழ்க்கையில் அடி எடுத்து வைத்தார் என்பது சினிமா உலகில் இருந்த எவருக்குமே தெரியாத ஒரு புதிர் என்றுதான் சொல்ல வேண்டும்.

"ஸ்மிதாவிற்கு நான் தூரத்து உறவு. சிறு வயதிலிருந்தே ஸ்மிதாவை நான் நன்கு அறிவேன். ஒரு கட்டத்தில் சினிமா உலகில் தனக்கு

நெஞ்சம் மறப்பதில்லை – இரண்டாம் பாகம்

பாதுகாப்பில்லை என்று எண்ணிய ஸ்மிதா தனக்கு பாதுகாப்பாக இருக்கும்படி என்னைக் கேட்டுக் கொண்டாள். அவளுக்காக என்னுடைய குடும்பத்தை விட்டுவிட்டு வந்து நான் அவளுடன் தங்கினேன்.

நாட்கள் செல்லச் செல்ல எங்களுக்கு இடையிலே இருந்த நட்பு காதலாக மாறத் தொடங்கியது. அதைத் தொடர்ந்து பொது நிகழ்ச்சிகளுக்கு இருவரும் சேர்ந்து போகத் தொடங்கினோம்.

அவர் நடிக்கின்ற படத்தின் படப்பிடிப்புகளுக்கும் நான் அடிக்கடி செல்வது வழக்கம். அதைப் பார்த்துவிட்டு ஸ்மிதாவிற்கு தாடிக்கார காதலர் ஒருவர் இருப்பதாக பத்திரிகைகளில் தொடர்ந்து எழுதத் தொடங்கினார்கள். அதற்கெல்லாம் முற்றுப்புள்ளி வைக்க நாம் இருவரும் திருமணம் செய்து கொண்டால் என்ன என்று பலமுறை நான் ஸ்மிதாவைக் கேட்டிருக்கிறேன்.

ஆனால், ஸ்மிதாவிற்குத் திருமணத்தில் நம்பிக்கை இல்லை. தாலி கட்டிய பிறகு ஆண்கள் பெண்களை அடிமைபோல நடத்துகிறார்கள். அது பெண்களின் உரிமையைப் பறிக்கும் செயல் என்பது அவர் எண்ணமாக இருந்தது.

ஆகவே "திருமணம் செய்தால்தான் கணவன் மனைவியா? இல்லாவிட்டால் இல்லையா?" என்று என்னிடம் அவள் கேட்டாள்.

அவளுக்காக என்னுடைய மனைவி குழந்தைகளை எல்லாம் விட்டுவிட்டு வந்த நான் அவளுக்குத் திருமணத்தில் விருப்பம் இல்லை என்றவுடன் அவளை வற்புறுத்தவில்லை. அதன் பின்னர் தாலி கட்டாமலேயே இருவரும் கணவன் மனைவியாக ஒரே வீட்டில் வாழ்ந்தோம்" என்று சில்க் ஸ்மிதாவுடன் தனக்கு இருந்த உறவு பற்றி ஒரு பத்திரிகைப் பேட்டியிலே குறிப்பிட்டிருக்கிறார் டாக்டர் ராதாகிருஷ்ணமூர்த்தி.

ஸ்மிதா அவரது அந்தப் பேட்டியை மறுக்கவில்லை.

ஸ்மிதா வளர்ந்து கொண்டிருந்த கால கட்டத்தில் "ஸ்மிதாவை ஆண்களுக்குப் பிடிப்பதில் எந்த ஆச்சர்யமுமில்லை. ஆனால் பெண்களுக்கும் அவரைப் பிடித்திருப்பதுதான் ஆச்சர்யம். எனக்குத் தெரிந்து கவர்ச்சி நடிகைகளில், அதுவும் குறிப்பாக நடன நடிகைகளில் பெண்களைக் கவர்ந்த ஒரே நடிகை சில்க்

ஸ்மிதாதான்" என்று கமல்ஹாசன் ஒருமுறை தயாரிப்பாளர் சித்ரா லட்சுமணனிடம் கூறினார். அப்படி எல்லோரையும் கவர்ந்த அவரை ஏன் கதாநாயகி ஆக்கக் கூடாது என்ற எண்ணம் சித்ரா லட்சுமணனுக்கு வந்ததன் காரணமாக ஸ்மிதாவை வைத்து ராம. நாராயணன் இயக்கத்திலே 'நான்தாண்டி ராணி' என்று ஒரு படத்தைத் தொடங்கினார். அப்போது ராம.நாராயணன் பல படங்களை இயக்கிக்கொண்டிருந்த காரணத்தினால் அந்தப் படம் வளரவில்லை என்றாலும் ஸ்மிதா கதாநாயகியாக நடித்து 'சூரக்கோட்டை சிங்கக் குட்டி', 'சில்க் சில்க் சில்க்' உட்பட பல திரைப்படங்கள் வர அந்த அறிவிப்பே காரணமாக அமைந்தது.

கதாநாயகியாக நடித்த எந்தப் படமும் வெற்றி காணவில்லை என்பதால் மனமொடிந்து போனார் சில்க் ஸ்மிதா.

"மக்கள் என்னை விரும்பாமல் இருந்திருந்தால் என்னால் இத்தனை படங்களில் நடித்திருக்க முடியுமா? இத்தனை பேரும் புகழும் எனக்குக் கிடைத்திருக்குமா? அப்படியிருக்கும்போது நான் கதாநாயகியாக நடித்த படங்கள் ஏன் ஓடவில்லை? மற்ற நாயகிகளை விட நான் எந்த விதத்தில் குறைவு?" என்று பல கேள்விகளைத் தனக்குத் தானே கேட்டுக் கொண்டார் அவர்.

அந்தச் சிந்தனையின் விளைவாக கதாநாயகியாக தன்னை நிலைநிறுத்திக் கொள்ள வேண்டும் என்றால் சொந்தப் படம் தயாரித்தால்தான் அது முடியும் என்று ஒரு தவறான முடிவுக்கு வந்தார் அவர்.

தமிழ்த் திரைப்பட உலக சரித்திரத்தை ஊன்றிப் பார்த்தால் பல நட்சத்திரங்கள் பொருளாதாரச் சிக்கல்களில் மாட்டிக் கொண்டு தவித்ததற்கு அவர்கள் சொந்தப் படம் தயாரித்ததே காரணமாக இருந்திருப்பதை அறிந்து கொள்ளலாம்.

அப்படி ஒரு சிக்கல் தனக்கும் வரப்போகிறது என்று உணராமல் 'எஸ்' என்று அவரது பெயரில் உள்ள முதல் எழுத்தையும் 'ஆர்' என்று அவரது காதலரான ராதாகிருஷ்ண மூர்த்தி பெயரில் உள்ள முதல் எழுத்தையும் வைத்து எஸ்.ஆர். எண்டர்பிரைசஸ் என்ற பெயரில் சொந்தமாக ஒரு பட நிறுவனத்தைத் தொடங்கினார் ஸ்மிதா.

கிராஸ் பெல்ட் மணியின் இயக்கத்திலே தெலுங்கு, மலையாளம் ஆகிய இரு மொழிகளில் 'வீர விஹாரம்' என்ற பெயரிலே தயாரிக்கப்பட்ட அந்தத் திரைப்படம் மிகப்பெரிய தோல்விப்படமாக அமைந்தது.

கதாநாயகியாக அவர் நடித்த படங்கள் சரியாக ஓடாததால் நடன நடிகையாக நடிக்கக்கூட அவருக்குத் தொடர்ந்து வாய்ப்புகள் வரவில்லை.

பின்னர் சில படங்களில் முக்கியமான பாத்திரங்களை ஏற்று நடித்த போதிலும் மன நிம்மதி இல்லாமலே அவர் இருந்தார்.

கவர்ச்சி நடிகையாக இருந்த போதிலும், தமிழ்த் திரையுலகை ஒரு கால கட்டத்தில் ஆண்ட அவர் தற்கொலையை நாடிச் சென்றதற்கு என்ன காரணம் என்பது இன்றுவரை விடை தெரியாத ஒரு கேள்வியாகவே இருக்கிறது.

63

சவுகார் ஜானகிக்காக படத்தை விட்டு விலக முடிவெடுத்த கே.எஸ்.கோபாலகிருஷ்ணன்

ஏ.பீம்சிங் இயக்கத்திலே வெளிவந்த 'ப' வரிசைப் படங்களில் பல படங்கள் காலத்தைக் கடந்து திரை ரசிகர்களால் இன்றும் ரசிக்கப்படுகின்றன. அந்த வரிசையில் அமைந்த ஒரு வெற்றிச் சித்திரம்தான் 'படிக்காத மேதை'.

அந்தப் படத்தின் வெற்றியில் சிவாஜி, ரங்காராவ், சவுகார் ஜானகி ஆகியோருக்கு உள்ள பங்கிற்கு இணையானது அந்தப் படத்தின் திரைக்கதை வசனங்களை எழுதியிருந்த கே.எஸ். கோபாலகிருஷ்ணனின் பங்கு. ஆனால், அந்தப் படத்தின் தயாரிப்பாளரான என்.கிருஷ்ணசாமி அந்தப் படத்திற்குத் திரைக்கதை வசனம் எழுத முதலில் கே.எஸ். கோபால கிருஷ்ணனைத் தேர்ந்தெடுக்கவில்லை. அவரது குருவான ஸ்ரீதரைத்தான் தேர்ந்தெடுத்திருந்தார். அந்தப் படத்திற்கு வசனம் எழுத கோபாலகிருஷ்ணனைத் தேர்ந்தெடுத்தவர்கள் இயக்குனர் ஸ்ரீதரும் அந்தப் படத்தின் நாயகனான சிவாஜி கணேசனும்.

'ஜோக் பி ஜோக்' என்ற பெயரிலே வெளிவந்து வெற்றி பெற்றிருந்த வங்காள மொழிப் படத்தைத் தமிழில் தயாரிக்கின்ற உரிமையை வாங்கியிருந்த பாலா மூவீஸ் கிருஷ்ணசாமி, அந்தப் படத்திற்கு

ஸ்ரீதர் வசனம் எழுதினால் நன்றாக இருக்கும் என்ற எண்ணத்தில் அவருக்கு அந்தப் படத்தைத் திரையிட்டுக் காட்டினார்.

“நீங்கள் இந்தப் படத்திற்கு வசனம் எழுதினால் இந்தப் படம் பெரிய வெற்றியைப் பெறும் என்று நான் நம்புகிறேன். படத்தைப் பார்த்துவிட்டு உங்கள் கருத்தைச் சொல்லுங்கள்” என்று ஸ்ரீதரிடம் அவர் கூறியதைத் தொடர்ந்து ஸ்ரீதர் அந்தப் படத்தைப் பார்த்தார்.

படத்தைப் பார்த்த ஸ்ரீதருக்கு அந்தப் படத்தின் கதை மிகவும் பலவீனமாக இருப்பதாகத் தோன்றியது. தமிழ் நாட்டு பாணிக்கு ஏற்ப அந்தக் கதைக்குத் திரைக்கதை அமைத்து அதை வெற்றிப்படமாக ஆக்குவது மிகவும் கடினம் என்று அவர் எண்ணினார். ஆனாலும் அதை வெளிக்காட்டிக் கொள்ளாமல் “படம் நன்றாகத்தான் இருக்கிறது. ஆனால் இப்போது பல படங்களுக்கு கதைவசனம் எழுத ஒப்புக்கொண்டுள்ளதால், இந்தப் படத்தில் பணிபுரிய முடியாத சூழ்நிலையில் நான் இருக்கிறேன்” என்று சுற்றி வளைத்து ஒரு பதிலை கிருஷ்ணசாமிக்குச் சொன்னார் ஸ்ரீதர்.

“அப்படி என்றால் யார் வசனம் எழுதினால் இந்தப் படம் தமிழுக்கு சரியாக வரும் என்று நீங்களே ஒரு கதாசிரியர் பெயரைச் சொல்லுங்கள்” என்று கிருஷ்ணசாமி கேட்க “என்னிடம் உதவியாளராக இருந்த கே.எஸ். கோபாலகிருஷ்ணனை வேண்டுமானால் கேட்டுப்பாருங்கள்” என்று கூறிவிட்டு ஒருவாறாக அந்தப் படத்தில் இருந்து தப்பித்துக்கொண்ட சந்தோஷத்தில் அந்த தியேட்டரை விட்டு கிளம்பிவிட்டார் ஸ்ரீதர்.

கே.எஸ்.கோபாலகிருஷ்ணனைச் சந்திப்பதற்கு முன்பாக சிவாஜி கணேசனை சந்தித்த கிருஷ்ணசாமி, அவருக்கு படத்தைக் காட்டினார். அந்தப் படத்தின் முக்கிய கதாபாத்திரம் சிவாஜிக்கு மிகவும் பிடித்துப் போனதால் படத்தில் நடிக்க தனது சம்மதத்தைத் தெரிவித்த அவர் நல்ல அனுபவம் உள்ள திறமை வாய்ந்த டைரக்டர்களால்தான் அந்தப் படத்தை சிறப்பாக இயக்க முடியும் என்று கிருஷ்ணசாமியிடம் கூறியதோடு நிற்காமல் அப்படிப்பட்ட சில இயக்குனர்களின் பெயர்களையும் அவரிடம் கூறி அவர்களிடம் பேசுமாறு கூறினார்.

அதைத் தொடர்ந்து சிவாஜி குறிப்பிட்ட அந்த இயக்குனர்கள் அனைவரையும் கிருஷ்ணசாமி சந்தித்தார்.

அவர் சொன்ன அத்தனை இயக்குனர்களும் ஒரே குரலில் அந்தக் கதை தங்களுக்குப் பிடிக்கவில்லை என்று கூறிவிட, அதை அப்படியே சிவாஜியிடம் தெரிவித்தார் கிருஷ்ணசாமி.

அவர் அப்படிச் சொன்னதும் லேசான குழப்பத்தில் ஆழ்ந்த சிவாஜி சிறிது நேரத்திற்குப் பிறகு "நீங்கள் கே.எஸ். கோபாலகிருஷ்ணனைத் தொடர்பு கொண்டு அவருக்குப் படத்தைப் போட்டுக் காட்டுங்கள். அவருக்கு இந்தக் கதை பிடித்து அவர் திரைக்கதை வசனம் எழுத ஒப்புக் கொண்டு விட்டால் அதற்குப் பிறகு இயக்குனர் பெயரை நான் சொல்கிறேன்" என்றார்.

ஸ்ரீதர், சிவாஜி ஆகிய இருவருமே கே.எஸ்.கோபாலகிருஷ்ணன் பெயரைச் சொன்னதால் அடுத்தபடியாக அவருக்கு அந்தப் படத்தைப் போட்டுக் காட்டினார் கிருஷ்ணசாமி.

படத்தைப் பார்த்த கே.எஸ்.கோபாலகிருஷ்ணன் எல்லா இயக்குனர்களும் அந்தப் படத்தைப் பற்றி சொன்ன கருத்துக்களுக்கு முற்றிலும் மாறுபட்ட கருத்தைச் சொன்னார்.

"அற்புதமான கதை. இப்படிப்பட்ட உயிரோட்டமான கதைக்கு திரைக்கதை, வசனம் எழுத நான் கொடுத்து வைத்திருக்க வேண்டும்" என்றார் அவர்.

அவர் அப்படிச் சொன்னவுடன் அத்தனை இயக்குனர்கள் நிராகரித்த அந்தக் கதை கே.எஸ்.கோபாலகிருஷ்ணனை மட்டும் எதனால் கவர்ந்தது என்று தெரிந்துகொள்ள விரும்பிய கிருஷ்ணசாமி "என்ன காரணத்தினால் இந்தப் படம் உங்களுக்குப் பிடித்திருக்கிறது" என்று அவரிடம் கேட்டார்.

"இதில் வரும் ராவ்பகதூர் பாத்திரமும் ரங்கன் பாத்திரமும் மிகவும் புதுமையானது மட்டுமல்ல; கதைக்கு உயிரூட்டக்கூடியது. இந்த இரண்டு பாத்திரங்களையும் வைத்துக் கொண்டு எத்தனை படங்கள் வேண்டுமானால் எடுக்கலாம்" என்றார் கோபாலகிருஷ்ணன். அவர் அப்படிச் சொன்ன அடுத்த நிமிடமே படத்துக்கு வசனம் எழுத அவரை ஒப்பந்தம் செய்துவிட்டார் கிருஷ்ணசாமி. கே.எஸ்.கோபாலகிருஷ்ணன் படத்திற்கு வசனம் எழுத ஒப்புக்கொண்டுவிட்ட செய்தியை கிருஷ்ணசாமி, சிவாஜியிடம் தெரிவித்தபோது படத்தை இயக்க பீம்சிங்கை ஒப்பந்தம் செய்யுமாறு சிவாஜி பரிந்துரைத்தார்.

'படிக்காத மேதை' என்று பெயர் சூட்டப்பட்ட அந்தப் படத்தின் படப்பிடிப்பு தொடங்க சில நாட்கள் இருக்கும்போது, அந்தப் படத்திலே கதாநாயகியாக நடிக்க அப்போது கவர்ச்சியாக நடித்துக் கொண்டிருந்த சில நடிகைகளின் பெயர்கள் பரிசீலிக்கப்படுவதாகச் செய்தி வந்ததும் அதிர்ந்து போனார் கோபாலகிருஷ்ணன்.

"இந்தப் படத்தின் நாயகனான அப்பாவி ரங்கனுக்கு ஜோடியாக கவர்ச்சியாக நடிக்கக் கூடிய எந்த நடிகை நடித்தாலும் நிச்சயமாக படம் பெரிய தோல்வியைச் சந்திக்கும். அன்பு, கருணை, பாசம், இரக்கம் ஆகிய அத்தனை உணர்ச்சிகளையும் அமைதியாக வெளிப்படுத்தும் தாய்மையின் சின்னமாக நான் உருவாக்கியுள்ள ரங்கனின் மனைவி பாத்திரத்திற்கு சவுகார் ஜானகியைத் தவிர வேறு எந்த நடிகையையும் என்னால் நினைத்துக் கூடப் பார்க்க முடியவில்லை. ஆகவே அவரைத் தவிர வேறு எவரையும் கதாநாயகியாக ஒப்பந்தம் செய்துவிடாதீர்கள்" என்று தயாரிப்பாளர் கிருஷ்ணசாமியிடம் தெளிவாக எடுத்துச் சொன்னார் கே.எஸ். கோபாலகிருஷ்ணன்.

அவர் சொன்னதைப் பற்றி யோசிப்பதாக கிருஷ்ணசாமி சொன்ன போதிலும் கோபாலகிருஷ்ணனின் கருத்தில் அவருக்கு மிகப்பெரிய உடன்பாடு இல்லை என்பதைப் புரிந்துகொண்ட கோபாலகிருஷ்ணன், சவுகார் ஜானகியைத் தவிர வேறு யாரையாவது ஒப்பந்தம் செய்ய அவர் முடிவெடுத்தால் அந்தப் படத்திலிருந்து விலகி விடுவது என்று முடிவெடுத்தார். பின்னர் அந்தப் படத்திற்கு வசனம் எழுத தன்னைப் பரிந்துரைத்த சிவாஜி கணேசனிடம் தன்னுடைய முடிவைத் தெரிவிப்பதற்காக அவரைச் சந்திக்க நெப்ட்யூன் ஸ்டூடியோவிற்குச் சென்றார். பீம்சிங் இயக்கத்திலே சிவாஜி நடித்துக் கொண்டிருந்த ஒரு படத்தின் படப்பிடிப்பு அங்கே நடந்து கொண்டிருந்தது.

கோபாலகிருஷ்ணன் ஸ்டூடியோவிற்குள்ளே நுழைந்தபோது சிவாஜி ஒரு மரத்தடியில் அமர்ந்து கொண்டிருக்க அவரைச் சுற்றிலும் பீம்சிங், 'படிக்காத மேதை' படத்தின் தயாரிப்பாளரான என்.கிருஷ்ணசாமி, உதவி இயக்குனர்கள் ஆகியோர் அமர்ந்து கொண்டிருந்தனர். சிவாஜிக்கு வணக்கத்தைத் தெரிவித்த கோபாலகிருஷ்ணன், அத்தனை பேருக்கு நடுவே கதாநாயகியைப் பற்றி பேசுவது சரியாக இருக்காது. ஆகவே சிவாஜியிடம் தனியாகப்

பேச வாய்ப்புக் கிடைக்கும்போது தன்னுடைய முடிவை அவரிடம் சொல்லலாம் என்று நினைத்துக் கொண்டிருந்தபோது "வாப்பா" என்று அவரை வரவேற்ற சிவாஜி "படிக்காத மேதை படத்திலே சவுகார் ஜானகியைத்தான் கதாநாயகியாகப் போடணும்னு மொத்த யூனிட்டும் சொல்லும்போது நீ மட்டும் அவர் வேண்டாம் என்று சொல்கிறாயாமே, என்ன விஷயம்" என்று கேட்டார்.

அவர் அப்படிக் கேட்டவுடன் கோபாலகிருஷ்ணனுக்கு உடல் முழுவதும் குப்பென்று வியர்த்தது, அவருக்கு என்ன பதில் சொல்வது என்று புரியாமல் முதலில் சிறிது நேரம் தவித்த கோபாலகிருஷ்ணன், உங்களிடம் யார் அப்படித் தவறாகச் சொன்னது என்று அவரிடம் கேட்டுத் தெரிந்துகொள்வதை விட, படத்தின் கதாநாயகியாக யார் நடிக்க வேண்டும் என்று சிவாஜி எண்ணுகிறார் என்பதைத் தெரிந்து கொள்வது ரொம்ப முக்கியம் என்று நினைத்தார். அதனால் "நானோ மற்றவர்களோ சொல்வது ஒருபுறம் இருக்கட்டும் அப்பாவி ரங்கனின் மனைவியாக நடிப்பதற்கு ஏற்ற கதாநாயகி யார் என்று நீங்கள் நினைக்கிறீர்கள் என்பதை சொல்லுங்கள்" என்று சிவாஜியிடம் கேட்டார். "சந்தேகமென்ன சவுகார் ஜானகிதான் அந்த வேடத்துக்குத் தகுதியானவர்" என்று சிவாஜி சொன்னவுடன் கோபாலகிருஷ்ணன் அடைந்த மகிழ்ச்சிக்கு அளவேயில்லை.

அந்தப் படத்திலே சவுகார் ஜானகிதான் கதாநாயகியாக நடிக்கவேண்டும் என்று ஒற்றைக்காலில் நின்ற கே.எஸ்.கோபாலகிருஷ்ணனுக்கு வித்தியாசமான முறையிலே நன்றி தெரிவித்தார் சவுகார் ஜானகி. கே.எஸ்.கோபாலகிருஷ்ணனின் திரையுலக அனுபவத்தில் அவரால் என்றும் மறக்க முடியாத ஒரு நிகழ்ச்சியாக அது அமைந்தது.

64

கே.எஸ்.கோபாலகிருஷ்ணனுக்கு வித்தியாசமாக விருந்து கொடுத்த நடிகை

'படிக்காத மேதை' படத்தின் நாயகன் ரங்கனின் மனைவி பாத்திரத்தில் சாவித்திரியோ, சரோஜாதேவியோ, பத்மினியோ நடித்தால் நிச்சயம் அந்தப் பாத்திரம் எடுபடாது என்றும், அந்தப் பாத்திரம் எடுபடாமல் போனால் படத்தின் வெற்றியை அது பாதிக்க வாய்ப்பிருக்கிறது என்றும் எண்ணி பயந்த அப்படத்தின் வசனகர்த்தாவான கே.எஸ். கோபாலகிருஷ்ணன், அந்தப் பாத்திரத்துக்காகத் தேர்ந்தெடுத்து வைத்திருந்த நடிகை சவுகார் ஜானகி. அவர் நடித்தால் மட்டுமே அந்தப் பாத்திரம் உயிரோட்டத்தோடு அமையும் என்று திடமாக எண்ணினார். ஆனால் அவரது அந்த முடிவை அந்தப் பட யூனிட்டில் இருந்த எவரும் ஆதரிக்கவில்லை.

ஆகவே 'படிக்காத மேதை' படத்திலே சவுகார் ஜானகியைக் கதாநாயகியாக நடிக்க வைக்கவில்லை என்றால் அந்தப் படத்திற்கு வசனம் எழுதுகின்ற பொறுப்பிலிருந்து விலகிவிடுவது என்ற தீர்மானமான ஒரு முடிவினை எடுத்த கே.எஸ்.கோபாலகிருஷ்ணன் தன்னை அந்தப் படத்துக்குப் பரிந்துரை செய்தவர் சிவாஜி என்பதால் அவரிடம் தன்னுடைய முடிவைத் தெரிவிக்கச் சென்றார்.

அப்போது "சவுகார் ஜானகியைப் படத்தில் போடவே கூடாது என்று நீ ஒற்றைக் காலில் நிற்கிறாயாமே? என்ன காரணம்?" என்று அவரைப் பார்த்து சிவாஜி கேட்டவுடன் கோபாலகிருஷ்ணன் அடைந்த அதிர்ச்சிக்கு அளவேயில்லை என்றுதான் சொல்லவேண்டும்.

சிவாஜிக்கும் கே.எஸ்.கோபாலகிருஷ்ணனுக்கும் இடையே இந்த உரையாடல் நடந்து கொண்டிருந்த சமயத்தில் சவுகார் ஜானகியும் சிவாஜி நடித்துக் கொண்டிருந்த அதே ஸ்டூடியோவில் இன்னொரு படத்தின் படப்பிடிப்பில் கலந்து கொண்டிருந்தார். கோபாலகிருஷ்ணன் வந்திருப்பதைத் தெரிந்துகொண்ட அவர் வேகமாக அவரை நோக்கி நடந்து வந்தார்.

சவுகார் ஜானகி அப்படி வேகமாக வருவதைப் பார்த்தவுடன் சிவாஜியிடம் சொன்னது மாதிரி அவரிடமும் யாரோ தவறாகச் சொல்லியிருக்கிறார்கள் போலிருக்கிறது. அதனால் நம்மோடு சண்டை போடத்தான் அவர் வருகிறார் என்று கோபாலகிருஷ்ணன் நினைத்துக்கொண்டிருந்தபோது அவர் அருகில் வந்த சவுகார் "இன்று எங்கள் வீட்டில் ஒரு விசேஷம் அதனால் முக்கியமானவர்களை எல்லாம் விருந்துக்கு அழைத்திருக்கிறேன். நீங்களும் கட்டாயம் அந்த விருந்தில் கலந்து கொள்ள வேண்டும்" என்று அவரிடம் கூறினார். அவர் சண்டை போட வரவில்லை என்பது தெரிந்ததும் மனதிற்குள் மகிழ்ச்சி அடைந்த கோபாலகிருஷ்ணன் தவறாமல் விருந்திற்கு வருவதாக அவரிடம் ஒப்புக் கொண்டார்.

சரியாக ஏழு மணிக்கு கோபாலகிருஷ்ணனின் கார் சத்தத்தைக் கேட்டு வாசலுக்கு ஓடி வந்த சவுகார் ஜானகி. அவரை மிகுந்த மரியாதையோடு வரவேற்று வீட்டுக்குள் அழைத்துச் சென்றார். விருந்தினர்களை உபசரிப்பதில் சவுகாருக்கு நிகர் சவுகார்தான் என்று பெயர் வாங்கியவர் என்பதால் அவரது உபசரிப்பு கோபாலகிருஷ்ணனை ஆச்சர்யப்படுத்தவில்லை.

உபசரிப்புக் கலையைப் போலவே சமையல் கலையிலும் சவுகார் வல்லவர் என்பதால் வீட்டுக்குள் வந்தமர்ந்த கோபாலகிருஷ்ணன் பசியை இன்னும் கொஞ்சம் அதிகமாகத் தூண்டியது சமையல் அறையில் இருந்து வந்த வாசனை. ஆனால் சவுகார் யாரையெல்லாம் விருந்துக்கு அழைத்திருக்கிறார் என்பது தெரியாததால் அவர் அழைத்திருப்பவர்கள் அனைவரும் வந்த பிறகுதானே விருந்து

ஆரம்பமாகும் என்று எண்ணியபடியே பொறுமையாகக் காத்துக் கொண்டிருந்தார் கோபாலகிருஷ்ணன்.

மணி எட்டை நெருங்கிய பிறகும் விருந்தினர்கள் யாரும் வரவில்லை. பசியைத் தாங்கிக்கொள்ள முடியாமல் கோபாலகிருஷ்ணன் தவித்துக் கொண்டிருந்தபோது சவுகார் சமையலை முடித்துவிட்டு ஹாலுக்கு வந்தார்.

"நான்தான் முதல் விருந்தாளி போல இருக்கிறது" என்று பேச்சை ஆரம்பித்த கோபாலகிருஷ்ணன், "எல்லோரையும் எத்தனை மணிக்கு வரச் சொல்லியிருக்கிறீர்கள்? மற்றவர்கள் யாரையும் இன்னும் காணோமே" என்று சவுகாரிடம் கேட்டார்.

"அழைத்திருந்தால்தானே வருவார்கள்" என்று அவருக்குப் பதில் சொல்லிவிட்டு பக்கத்து அறைக்குச் சென்ற சவுகார் திரும்பி வந்த போது, அவர் கையில் ஆளுயர மாலை ஒன்று இருந்தது

"இன்றைய விருந்து உங்களுக்கு மட்டும்தான். வேறு யாரையும் நான் அழைக்கவில்லை" என்று கூறியபடியே கையில் கொண்டு வந்திருந்த மாலையை கோபாலகிருஷ்ணன் கழுத்தில் அணிவித்துவிட்டு காலில் விழுந்து வணங்கினார் சவுகார் ஜானகி.

கோபாலகிருஷ்ணனுக்கு ஒன்றுமே புரியவில்லை "எனக்கு மட்டும் விருந்தா? அப்படி எனக்கு நீங்கள் விசேஷமாக விருந்து வைக்கும் அளவிற்கு நான் உங்களுக்கு என்ன செய்து விட்டேன்?" என்று கேட்டார்.

"என்னுடைய நடிப்புத் திறனைப் புரிந்துகொண்டு எனக்குத் தகுந்த ஒரு பாத்திரத்தை உருவாக்கியது மட்டுமின்றி மூன்று கண்டங்களிலும் புகழ்பெற்று விளங்கும் சிறந்த நடிகரான சிவாஜிக்கு ஜோடியாக என்னை ஒப்பந்தம் செய்தே ஆகவேண்டும் என்று சொன்னது நீங்கள்தானே. அதுமட்டுமின்றி என்னை கதாநாயகியாக ஒப்பந்தம் செய்ய பலர் எதிர்ப்புத் தெரிவித்தபோது எனக்காகப் போராடியதும் நீங்கள்தானே. அதற்காகத்தான் உங்களுக்கு இந்த விருந்து" என்று சவுகார் சொன்னவுடன் சிவாஜிக்குக் கூடத் தெரியாத விஷயம் இவருக்கு எப்படி தெரிந்தது என்று யோசிக்க ஆரம்பித்தார் கோபாலகிருஷ்ணன்.

அவர் மனதில் என்ன ஓடியதோ அதை அப்படியே படித்தவர் போல "இந்த ரகசியம் எனக்கு எப்படித் தெரிந்தது என்றுதானே யோசிக்கிறீர்கள்?" என்று கேட்ட சவுகார், அந்த விஷயம் எப்படி தெரிந்தது என்பதை விவரமாகச் சொன்னார்.

"அன்று நெப்ட்யூன் ஸ்டூடியோவில் எனக்கு படப்பிடிப்பு இருந்தது. அங்கே தயாரிப்பாளர் கிருஷ்ணசாமி சிவாஜி அவர்களிடம் பேசிக் கொண்டிருந்ததை என்னுடைய பணிப்பெண் கேட்டுக் கொண்டிருந்திருக்கிறாள்."

"உங்களுக்கு ஜோடியாக சரோஜாதேவி பத்மினி சாவித்திரி ஆகிய மூவரில் யாரையாவது ஒருவரைப் போட வேண்டும் என்று யூனிட்டில் உள்ள எல்லோரும் சொல்கிறார்கள். ஆனால் கதாசிரியரான கோபாலகிருஷ்ணன் மட்டும் அந்த பாத்திரத்துக்கு சவுகார் ஜானகியைத்தான் போட வேண்டும் என்று ஒத்தைக்காலில் நிற்கிறார் இதில் உங்கள் அபிப்ராயம் என்ன?" என்று சிவாஜியைப் பார்த்து கிருஷ்ணசாமி கேட்டபோது "கேஎஸ்ஜி சொல்வதுதான் சரி. சவுகார்தான் அந்தப் பாத்திரத்திற்குப் பொருத்தமாக இருப்பார்" என்று சிவாஜி சொன்னாராம்.

அங்கே நடந்த உரையாடலைக் கேட்ட எனது பணிப்பெண் அதை அப்படியே என்னிடம் சொன்னாள். அதைக் கேட்டவுடனே உங்களுக்கு என் நன்றியைத் தெரிவிக்க ஒரு விருந்து கொடுக்க வேண்டும் என்று முடிவு செய்தேன்" என்றார் சவுகார்.

சிவாஜிக்கு உண்மை தெரிந்தும் சவுகாரை வேண்டாம் என்று தான் சொன்னதாக தன்னிடம் அவர் கிண்டல் செய்திருக்கிறார் என்ற விஷயம் அப்போதுதான் கோபாலகிருஷ்ணனுக்குப் புரிந்தது.

கோபாலகிருஷ்ணன் சவுகாருக்காக வாதாடியது எவ்வளவு சரியானது என்பதை 'படிக்காத மேதை' படத்தில் ஒவ்வொரு காட்சியிலும் நிரூபித்திருந்தார் சவுகார்.

சிவாஜி, ரங்காராவ், சவுகார் ஜானகி ஆகிய மூவரும் போட்டி போட்டுக் கொண்டு நடித்திருந்த அந்தப் படம் மிகப் பெரிய வெற்றிப் படமாக அமைந்தது.

'படிக்காத மேதை' படத்தின் ஒரிஜினல் படமான வங்காளப்

படத்தைப் பார்த்துவிட்டு அந்தக் கதையை தமிழ் கலாச்சாரத்துக்கு ஏற்ப மாற்றுவதோ தமிழில் வெற்றி பெற வைப்பதோ கடினம் என்ற முடிவில் அந்தப் படத்துக்கு வசனம் எழுத மறுத்த ஸ்ரீதரிடம் கோபாலகிருஷ்ணனின் திரைக்கதை வசனத்தில் ஒரு படம் மிகப் பிரமாதமாக ஓடிக் கொண்டிருப்பதாக அவரது உதவியாளர்கள் சொன்னார்கள்.

அவர்கள் சொன்னதைக் கேட்டு அந்தப் படத்தைப் பார்த்த போதுதான், பலவீனமான கதை என்று தான் வசனம் எழுத மறுத்த கதைதான் என்ற விஷயம் ஸ்ரீதருக்குப் புரிந்தது.

"எந்தக் கதையை பலவீனமானது அதை வைத்துக்கொண்டு பெரிதாக ஒன்றும் செய்து விட முடியாது என்று நினைத்து நான் ஒதுக்கினேனோ அந்தக் கதையை நானே பார்த்து அதிசயிக்கும் அளவிற்குச் சுவையான உணர்ச்சிமிக்க கதையாக அமைத்து, பெரும் வெற்றி கண்டிருந்தார் என் அருமை நண்பர் கோபால கிருஷ்ணன். அவர் எத்தகைய கற்பனை வளம் மிக்கவர் என்பதற்கு 'படிக்காத மேதை' கதையை அவர் கையாண்டிருந்த விதம் ஓர் உதாரணம்" என்று குறிப்பிட்டிருக்கிறார் ஸ்ரீதர்.

65

சோ—வை இயக்குனராக்கிய கே.பாலச்சந்தர்

நாடக நடிகராக இருந்த சோ, நாடக ஆசிரியராக மாறுவதற்கு முன்னால் அவரது குழுவிற்குக் கதை வசனம் எழுதிக் கொண்டிருந்தவர் கூத்தபிரான் என்ற நாடக ஆசிரியர். ராமசாமி என்ற இயற்பெயரைக் கொண்டிருந்த அவருக்கு சோ என்ற பெயரைச் சம்பாதித்துத் தந்த 'தேன்மொழியாள்' நாடகத்திற்குக் கூட வசனம் எழுதியவர் அவர்தான். சோவின் தம்பியான அம்பி என்ற ராஜகோபாலும் மற்ற நண்பர்களும் நடத்திக்கொண்டிருந்த ஒரு அமைப்பிற்குத் தன்னுடைய தனி நாடகக் குழுவை வைத்து ஒரு நாடகம் நடத்தினார் கூத்தபிரான். கையில் காசில்லாததால் அதற்குப் பணம் தராமல் நாட்களைக் கடத்திக்கொண்டே இருந்தார் அம்பி. அந்தப் பணத்தை வசூலிக்க கூத்தபிரான் வீட்டுக்கு வரும்போதெல்லாம் பெரும்பாலும் அம்பி வீட்டில் இருக்க மாட்டார். சோ-தான் இருப்பார். அதனால் அவரிடம் சத்தம் போட்டுவிட்டுப் போவார் கூத்தபிரான். இது பல நாட்கள் தொடர்ந்தது. அதற்குப் பிறகும் அவருக்குப் பணம் வராததால் "பிராடுப் பசங்களா! இனிமேல் எக்காலத்திலும் உங்களுக்கு நாடகம் எழுதித் தர மாட்டேன்" என்று ஆத்திரம் தீர கத்திவிட்டு அவர்களிடமிருந்து பிரிந்து விட்டார் கூத்தபிரான்.

நெஞ்சம் மறப்பதில்லை – இரண்டாம் பாகம்

அவர்களது நாடகக் குழுவிற்குக் கதை எழுதிக் கொண்டிருந்த அவர் கோபித்துக் கொண்டு போய்விட்டதால் அடுத்து நாடகம் போட கதை இல்லாமல் சோவும் மற்றவர்களும் தவித்தனர். பெரிய நாடக ஆசிரியர்கள் யாரிடமும் போய் நாடகம் எழுதித்தர கேட்கின்ற அளவிற்கு அவர்கள் நிதி நிலைமை அப்போது இல்லை.

அந்தச் சந்தர்ப்பத்தில் தான் ஏற்கனவே எழுதியுள்ள ஒரு நாடகத்தைப் பற்றி அவர்களிடம் சொன்னார் சோ.

“ஒய்.ஜி.பார்த்தசாரதியின் நாடகக் குழுவில் சேர்ந்த அன்று அவர்களது நாடகத்தைப் பார்த்துவிட்டு நான் ஒரு நாடகம் எழுதி ஒய்.ஜி.பார்த்தசாரதியிடம் நீட்டினேன். ஒரு ஒரு பக்கத்தில் எழுதப்பட்டிருந்த அந்த நாடகத்தை அவர் சரியாகப் படித்துக் கூட பார்க்கவில்லை. எங்கேயோ தூக்கிப் போட்டுவிட்டார். அந்த நாடகத்தின் கதை இன்னும் என் நினைவில் இருக்கிறது. நீங்கள் எல்லாம் சரி என்று சொன்னால் நான் வேண்டுமானால் அந்தக் கதையை நாடகமாக எழுதித் தருகிறேன்” என்றார் சோ.

அப்போது வேறு வழி இல்லாத காரணத்தால் எல்லோரும் சரி என்று ஒப்புக் கொண்டனர். அதைத் தொடர்ந்து “ஈப் ஐ கெட் இட்” என்ற ஆங்கிலப் பெயரில் அந்த நாடகத்தை அவர்களுக்காக எழுதினார் சோ. அதுதான் அவர் எழுதிய முதல் மேடை நாடகம். அந்த நாடகத்தில் சோவுடன் ஜெய்சங்கர் முக்கிய வேடத்தில் நடித்தார். தென்னகத்தின் ஜேம்ஸ் பாண்ட் என்று பின் நாளில் புகழப்பட்ட ஜெய்சங்கர், அப்போது திரைப்படங்களில் நடிக்க ஆரம்பிக்கவில்லை. அவர்களுடன் சோவின் தம்பி அம்பி, நீலு, காத்தாடி ராமமூர்த்தி ஆகியோரும் அந்த நாடகத்தில் நடித்தனர். அந்த நாடகத்தில் நடித்ததற்குப் பிறகுதான் ‘காத்தாடி’ என்ற பெயர் ராமமூர்த்தியுடன் இணைந்து கொண்டது.

தான் எழுதிய முதல் நாடகம் அந்த அளவு வரவேற்பைப் பெறும் என்று சோ கனவிலும் எதிர்பார்க்கவில்லை. ஒரு வருடத்தில் இருபத்தி ஐந்து முறைக்கும் மேலாக அந்த நாடகம் நடத்தப்பட்டது. அதெல்லாம் அப்போது மிகப் பெரிய சாதனை. “தமிழ் நாடக உலகில் நகைச்சுவையில் ஒரு புதிய பாதையை ஏற்படுத்திய நாடகம்” என்று அந்த நாடகத்தைப் புகழ்ந்தார் நாடக உலக ஜாம்பவானான எஸ்.வி.சஹஸ்ரநாமம்.

சித்ரா லட்சுமணன்

"யார் வேஷதாரி?" என்ற பெயரில் சோ எழுதியிருந்த மற்றொரு நாடகத்தைக் கொஞ்சம் மாற்றி எழுதி தனது ஏ.ஜி.எஸ். அலுவலகத்தின் விழா ஒன்றில் நடத்தினார் கே. பாலச்சந்தர். அந்த நாடகத்தைப் பார்த்துவிட்டு நாம் எழுதிய நாடகத்தை இப்படிஎல்லாம் கூட மாற்ற முடியுமா என்று அசந்துபோன சோ தான் எழுதிய "ஓய் நாட்?" என்ற நாடகத்தை இயக்கித் தரும்படி கே.பாலச்சந்தரை அழைத்தார். அன்று பாலச்சந்தருக்கு அவர் அளித்த அழைப்புதான் பின்னர் சோவை இயக்குனராக்கியது

சோ எழுதிய "ஓய் நாட்" என்ற நாடகம் உட்பட மூன்று நாடகங்களை அவர்களது குழுவிற்காக இயக்கிய பாலச்சந்தர் அந்த நாடகங்களை இயக்கியபோது பெற்ற அனுபவங்கள் அவரால் மறக்க முடியாதவைகளாக அமைந்தன.

அபிராமபுரம் மேல்நிலைப் பள்ளியில்தான் அந்த நாடகங்களின் ஒத்திகைகள் எப்போதும் நடைபெறும். ஐந்து மணிக்கு ஒத்திகை என்றால் நாலரை மணிக்கே அங்கே போய்விடுவார் பாலச்சந்தர். ஆனால் அந்த நாடகத்தில் நடித்த சோவின் நண்பர்கள் எல்லோருமே ஆறு மணிக்கு மேல்தான் ஒருவர் பின் ஒருவராக வருவார்கள். அவர்களில் பாதி பேர் வந்த பிறகு ஆறரை மணிக்கு மெல்ல வருவார் சோ.

நாடக ஒத்திகையில் இப்படி என்றால் நாடக மேடையிலும் பாலச்சந்தர் சொல்கின்ற இடங்களில் அவர்கள் யாருமே நிற்க மாட்டார்கள். பாலச்சந்தருக்கு மரியாதை கொடுக்கக் கூடாது என்பதோ அவர் சொல்வதைக் கேட்கக் கூடாது என்பதோ அவர்கள் எண்ணமல்ல. இயல்பாக அந்தக் குழு அப்படியே இயங்கிக்கொண்டிருந்ததால் தங்கள் போக்கை உடனடியாக அவர்களால் மாற்றிக்கொள்ள முடியவில்லை என்பதுதான் உண்மை.

நாடகத்தில் நடிக்கின்ற நடிகர்கள் யாரும் தான் எழுதிய வசனங்களைத் தாண்டி ஒரு வார்த்தை கூட பேசக்கூடாது என்று பாலச்சந்தர் நினைப்பார். ஆனால் சோ-வைப் பொறுத்தவரையில் குறிப்பிட்ட ஒரு காட்சியில் ஒரு ஜோக் அடிக்கவேண்டும் என்று அவருக்குத் தோன்றிவிட்டால், அந்த ஜோக்கைச் சொல்லாமல் இருக்கவே மாட்டார். நாடக ஒத்திகையின்போது அது போன்ற ஜோக்குகள் எதுவும் வேண்டாம் என்று பாலச்சந்தர் கண்டிப்போடு

சொல்லும்போது அவரிடம் சரியென்று ஒப்புக்கொண்டு விட்டு பின்னர் நாடகம் நடக்கும்போது அந்த ஜோக்கை சொல்லி விடுவதை வழக்கமாகக் கொண்டிருந்தார் சோ. அப்படி அவர் அடிக்கின்ற ஜோக்குகளுக்கு பலத்த கைதட்டல்கள் கிடைக்கும் என்றாலும் அந்தக் காட்சி எப்படிப்பட்ட தாக்கத்தை ரசிகர்களிடம் உண்டு பண்ண வேண்டும் என்று பாலச்சந்தர் திட்டமிட்டிருந்தாரோ அதை அந்த ஜோக்குகள் பெரிதாக பாதித்துவிடும். ஆனால் சோவோ அவர்களது நண்பர்களோ அதைப்பற்றிக் கொஞ்சமும் கவலைப்பட மாட்டார்கள்.

நாடகம் நடக்கும்போது இப்படி எல்லாம் பொறுப்பில்லாமல் நடக்கக் கூடாது என்று அவர்களுக்குப் பலமுறை சொல்லிப் பார்த்த பாலச்சந்தர் ஒரு கட்டத்தில் கடும் கோபத்தோடு அவர்களை எச்சரித்தார். ஆனால் அதற்குப் பிறகும் சோவிடமும் அவரது குழுவினரிடமும் எந்தவிதமான மாறுதலும் இல்லை.

இனி அவர்களைத் திருத்தவே முடியாது என்று ஒரு கால கட்டத்தில் முடிவுக்கு வந்த பாலச்சந்தர் இதற்கு மேலும் உங்கள் நாடகத்தை என்னால் இயக்க முடியாது என்று அவர்களிடம் சொல்வதற்குப் பதிலாக "என்னுடைய நாடக வேலைகள் எனக்கு நிறைய இருக்கின்றன. அதனால் நீங்கள் வேறு இயக்குனரை தேர்ந்தெடுத்துக் கொள்ளுங்கள்" என்று அவர்களிடம் சொல்லிவிட்டு அவர்களைக் காயப்படுத்தாமல் அவர்களது நாடகங்களை இயக்கும் பணியிலிருந்து ஒதுங்கி விட்டார்.

விவேகா பைன் ஆர்ட்ஸை பொறுத்தவரையில் யார் விலகினாலும் அவர்களது பொறுப்பையும் சேர்த்துக் கவனிப்பதை வழக்கமாக வைத்துக்கொண்டிருந்த சோ, பாலச்சந்தர் விலகியவுடன் நாடகங்களை இயக்கும் பொறுப்பையும் ஏற்றுக் கொண்டார்.

பாலச்சந்தரைப் பொறுத்தவரைக்கும் அவர் ஒரு பர்பெக்ஷனிஸ்ட். காட்சிக்கான அரங்க அமைப்பு, ஒலி, ஒளி, பின்னணி இசை தவிர நடிகர்கள் எங்கு நின்று வசனம் பேச வேண்டும், எந்த வசனத்தில் திரும்ப வேண்டும் என்பதில் கூட கவனம் செலுத்துவார். ஆனால் சோ-வைப் பொறுத்தவரையில் இவைகள் எதிலுமே கவனம் செலுத்த மாட்டார். அவரைப் பொறுத்தவரையில் ஏற்று நடிக்கின்ற பாத்திரத்தின் தன்மை மாறாமல் நடிகர்கள் வசனம் பேசிவிட்டால் போதும். பாலச்சந்தர் விவேகா பைன் ஆர்ட்ஸை

விட்டு விலகிய பிறகு அவர்களது நாடகங்கள் அப்படித்தான் நடந்தன. ஆனாலும் அந்த நாடகங்களுக்கு அசாத்திய வரவேற்பு கிடைத்தன.

'சம்பவாமி யுகே யுகே' என்ற பெயரிலே சோ எழுதி இயக்கிய நாடகம், மிகப்பெரிய ஒரு பெயரைப் பெற்றுத்தந்த நாடகமாக அமைந்தது. ஆனால் அந்த நாடகத்தில் அவர் சந்தித்த பிரச்னைகள் கணக்கிலடங்காது.

66

பெருந்தலைவர் காமராஜரோடு சோ—விற்கு ஏற்பட்ட மோதல்

சோவின் நாடகங்களில் அவருக்கு மிகப்பெரிய பெயரைப் பெற்றுத்தந்த நாடகமாக "சம்பவாமி யுகே யுகே" என்ற நாடகம் அமைந்தது

நாடெங்கும் எங்கு பார்த்தாலும் ஊழல் மலிந்திருக்கிறது. அந்த ஊழலை அழிக்க வேண்டும் என்று அந்த ஆண்டவனே அவதாரம் எடுத்து வந்தாலும் ஊழலை மட்டும் ஒழிக்கவே முடியாது என்ற மையக் கருத்தை அடிப்படையாகக் கொண்டதுதான் "சம்பவாமி யுகே யுகே" நாடகம். அப்போது பக்தவச்சலம் அவர்கள் தலைமையில் இயங்கிக் கொண்டிருந்த தமிழக அரசு "சம்பவாமி யுகே யுகே" நாடகத்திற்குத் தடை விதித்தது. அந்தத் தடையை எதிர்த்து கோர்ட்டுக்குப் போனார் சோ. அவருடைய ரிட் மனு மிகவும் வலுவாக இருந்ததால் வேறு வழியில்லாமல் கொஞ்சம் இறங்கி வந்த அரசு சில வசனங்களை நீக்கினால் நாடகத்திற்கு அனுமதி தருவதாகக் கூறியது. தன்னுடைய ரிட் மனு எவ்வளவு வலுவானது என்பதை சோ நன்றாக உணர்ந்திருந்த காரணத்தால் நாடக வசனத்தில் ஒரு வரியைக் கூட மாற்ற முடியாது என்று திட்டவட்டமாகக் கூறிவிட்டார். நீதிமன்றத்திலே வழக்கு நிச்சயமாகத் தோற்றுவிடும் என்பதை உணர்ந்த அரசு, வேறு வழியின்றி அந்த நாடகத்துக்கு அனுமதியை வழங்கியது. அரசு

தடை விதித்த செய்தி பத்திரிகைகளில் தொடர்ந்து பரபரப்பாக வெளியானதால் அந்த நாடகத்திற்கு அது நல்ல விளம்பரமாக அமைந்தது. அதைத் தொடர்ந்து அந்த நாடகம் எங்கு நடந்தாலும் நாடகத்தைப் பார்க்க மக்கள் கூட்டம் அலைமோதியது.

பாலமந்திர் என்ற அமைப்பிற்கு நிதி திரட்டுவதற்காக ஒரு முறை 'சம்பவாமி யுகே யுகே' நாடகம் நடைபெற்றபோது, அந்த நாடகத்திற்குத் தலைமை தாங்க பெருந்தலைவர் காமராஜர் வந்திருந்தார். அப்போது அரசாங்கத்திலே எந்தப் பதவியிலும் இல்லை என்றாலும் இந்திய அரசியலில் அவர் மிகப்பெரிய சக்தியாக இருந்தார். அந்த நிகழ்ச்சியைத் தொடர்ந்து வேறு ஒரு நிகழ்ச்சிக்கு காமராஜர் அவசரமாகப் போக வேண்டி இருந்ததால் அவரது பேச்சை நாடகத்தின் இடைவேளையில் வைத்துக் கொள்ள விழாக் குழுவினர் முடிவு செய்தனர். அந்த விழாவில் கலந்து கொண்ட ஜெமினி கணேசன் பேசும்போது அந்த நாடகம் மிகவும் சிறப்பான ஒரு நாடகம் என்றும், பெருந்தலைவர் காமராஜர் அவர்கள் இன்னொரு சந்தர்ப்பத்தில் தவறாமல் அந்த நாடகத்தைப் பார்க்க வேண்டும் என்றும் தனது பேச்சின் நடுவே குறிப்பிட்டார்.

ஜெமினி கணேசன் நாடகத்தைப் பற்றிப் பேசிக் கொண்டிருந்தபோது காமராஜருக்குப் பக்கத்திலே சோவும், பாலமந்திர் நிர்வாகி ஒருவரும் அமர்ந்திருந்தனர். ஜெமினி கணேசன் நாடகத்தைப் பற்றிப் புகழ்ந்து பேசியவுடன் "ஜெமினி இப்படிச் சொல்கின்ற அளவுக்கு உங்களுடைய நாடகத்தில் அப்படி என்ன பண்ணியிருக்கீங்க?" என்று சோவிடம் கேட்டார் காமராஜர்.

ஜோதிடக்காரர்கள் எல்லோரும் நாக்கிலே சனி என்று சொல்வார்களே அப்படி அந்த சனி பகவான் தன்னுடைய நாக்கிலே அமர்ந்திருப்பதை அறியாத சோ "நாடகத்தை விட இந்த நாடகத்திற்கு வந்த பிரச்னைகள்தான் பெரிது. அரசாங்கம் இந்த நாடகத்திற்கு அனுமதி தர மறுத்ததால்தான் இந்த நாடகத்திற்கு முக்கியத்துவம் கிடைத்திருக்கிறது" என்று சொன்னார்.

"ஏன் அனுமதி கொடுக்க மறுத்தாங்க?" என்று பெருந்தலைவர் கேட்டபோது "அதை அரசாங்கத்திடம்தான் நீங்கள் கேட்க வேண்டும்" என்று சோ பதில் சொல்ல, "நீங்க எதாவது

அதிகப்பிரசங்கித்தனமாக எழுதியிருப்பீங்க" என்றார் காமராஜர்.

"அப்படி நான் அதிகப்பிரசங்கித்தனமாக எழுதியிருந்தா அதே நாடகத்துக்கு அப்புறம் ஏன் அனுமதி கொடுத்தாங்க" என்று சோ பதில் சொன்னவுடன் பெருந்தலைவர் லேசான கோபத்துக்கு ஆளானார்.

"அனுமதி கொடுத்தா எப்படி வேண்டுமானாலும் நாடகம் போடலாம்னு அர்த்தமா? கார் ஓட்ட லைசன்ஸ் கொடுக்கறாங்க. அதுக்காக லைசன்ஸ் இருக்குதேன்னு ஆள் மீது காரை மோதலாமா" என்று காமராஜர் கேட்கின்ற வரை அவர்களுக்கிடையே நடந்த உரையாடல் மெல்லிய குரலில் அவர்களுக்குள்ளாகவே இருந்தது. இன்னொரு பக்கம் ஜெமினி கணேசனும் மைக்கில் பேசியபடி இருந்தார்.

அடுத்து, அந்த மேடையிலேயே எழுந்து நின்ற சோ "கார் ஓட்ட லைசன்ஸ் இருந்தா டிராபிக் விதிப்படி நான் காரை ஓட்டுகின்றவரை என்னை யாராலும் ஒன்றும் செய்ய முடியாது. அதே மாதிரிதான் இந்த டிராமாவும். எந்த ஸ்கிரிப்டுக்கு அனுமதி கொடுத்திருக்காங்களோ அந்த ஸ்கிரிப்டின்படி நான் நாடகத்தைப் போடுகிற வரைக்கும் என்னை யாராலும் ஒன்றும் செய்ய முடியாது" என்று சாமி வந்தவர்போல உரத்த குரலில் பேச, அவர் பேசியதைக் கேட்ட மொத்த அரங்கமும் நிசப்தத்தில் ஆழ்ந்தது. மைக்கில் பேசிக் கொண்டிருந்த ஜெமினி கணேசன் அதிர்ச்சியில் தன்னுடைய பேச்சை நிறுத்திவிட்டார்.

அதற்குப் பிறகும் அங்கே இருக்க விரும்பாத பெருந்தலைவர் மேடையை விட்டுக் கீழே இறங்கி வெளியே செல்ல பாலமந்திர் நிர்வாகிகள் அவரைப் பின்தொடர்ந்து ஓடினார்கள். அதற்குள் அங்கே ஓடிவந்த ஜெமினி கணேசன், சோ-வின் கையைப் பிடித்துக்கொண்டு "என்ன இப்படி மடத்தனமாக நடந்து கொண்டுவிட்டாய். அவரிடம் மன்னிப்பு கேள் வா" என்று கோபத்தோடு அவரை இழுத்தார். ஆனால் தான் இருந்த இடத்தை விட்டு ஓர் அடி கூட சோ எடுத்து வைக்கவில்லை. அதற்குள் அவர் அருகே வந்த பாலமந்திர் நிர்வாகிகள் காமராஜர் காரில் ஏறுவதற்கு முன்னாலே அவரிடம் மன்னிப்பு கேட்கச் சொல்லி மன்றாடினார்கள். சோ அசரவில்லை. அதற்குள் நாடகம் ஒருவழியாக நடந்து முடிந்ததும், நாடகக் குழுவில் இருந்தவர்கள்

அனைவரும் ஒருவர் விடாமல் சரமாரியாகச் சோ-வை திட்டித் தீர்த்தனர். அப்போதும் சோ தன்னுடைய தவறை உணரவில்லை.

"அவ்வளவு பெரிய தலைவரிடம் அவமரியாதையாக நடந்து கொண்டோமே என்ற எண்ணமே அன்று என் மனதுக்குள் எழவில்லை. அசராமல் பதில் சொன்ன திருப்திதான் எனக்குள் இருந்தது. அந்த அணுகுமுறையால் ஒரு பயனும் கிடையாது என்பதை நான் உணர்ந்து கொள்ள எனக்குப் பல வருடங்கள் பிடித்தன" என்று பின்னர் ஒரு கட்டுரையில் குறிப்பிட்டிருக்கிறார் சோ.

அந்தக் கால கட்டத்தில் டி.டி.கே. நிறுவனத்தில் சோ பணியாற்றிக் கொண்டிருந்தார். மறுநாள் காலையில் அவர் அலுவலகத்துக்குப் போன அடுத்த நிமிடம் அவரை அழைத்த டி.டி.கே.வாசு "என்னய்யா காமராஜர் கிட்ட மரியாதை இல்லாம நடந்துகிட்டியாமே. என்னுடன் காரில் ஏறு. அவருடைய வீட்டுக்குப் போய் மன்னிப்பு கேட்டுவிட்டு வந்துவிடலாம்" என்றார்.

அந்தக் கால கட்டத்தில் செய்த தவறை ஒப்புக் கொள்கின்ற தைரியம் சோவிடம் இல்லாமல் இருந்த காரணத்தால், சிறிது நாட்களுக்கு ஆபிஸ் பக்கம் போகாமல் வீட்டிலேயே இருந்துவிடலாம் என்ற முடிவுடன் வீடு திரும்பினார் சோ. அலுவலகத்தைவிட மிகக் கடுமையான எதிர்ப்பை தன்னுடைய வீட்டிலே சந்திக்க வேண்டி இருக்கும் என்பதை அவர் அப்போது எதிர்பார்க்கவில்லை.

வீட்டு வாசலில் அவரை எதிர்பார்த்துக் காத்துக் கொண்டிருந்த சோவின் தம்பியான அம்பி "அப்படியே எங்காவது ஓடிப் போயிடு. அதுதான் உனக்கு நல்லது. நீ வந்தால் உன்னை உதைப்பதற்காக உள்ளே சார் காத்துக் கொண்டிருக்கிறார்" என்றார். சோவின் வீட்டில் அவர்கள் எல்லோரும் அவர்களது தந்தையை "சார்" என்றுதான் கூப்பிடுவது வழக்கம்.

சோ-வின் தந்தை ஒரு தீவிர காங்கிரஸ்காரர். பெருந்தலைவர் காமராஜர் மீது மிகுந்த மரியாதை கொண்டவர். அப்படிப்பட்ட மாபெரும் தலைவரிடம் சோ மரியாதைக் குறைவாக நடந்து கொண்டுவிட்டார் என்ற செய்தியைக் கேள்விப்பட்டதிலிருந்து சோ மீது மிகுந்த ஆத்திரத்தில் இருந்தார். ஆகவே ஆபிசுக்கும் போக முடியாமல் வீட்டுக்குள்ளும் நுழைய முடியாமல் நண்பர்கள் வீடு, நாடகமேடை என்று சில நாட்கள் சுற்றித் திரிந்தார் சோ.

இதற்கிடையில் காமராஜரிடம் சோ பேசிய பேச்சு சோவின் அலுவலகத்தில் மிகப் பெரிய பிரச்னையாகிவிட்டது என்பதை அறிந்த பெருந்தலைவர் காமராஜர், டி.டி.கே.விடம் "அந்தப் பையன் கொஞ்சம் அதிகப்பிரசங்கியாக இருக்கிறான். அவ்வளவுதான். அன்று நடந்த நிகழ்ச்சியை நான் ஒண்ணும் தப்பா எடுத்துக் கொள்ளவில்லை" என்று பெருந்தன்மையாகச் சொல்லிவிடவே பிரச்னை முடிவுக்கு வந்து சோ ஆபிஸ் செல்லத் தொடங்கினார்.

அந்த நிகழ்ச்சி நடந்து சில ஆண்டுகளுக்குப் பிறகு பத்திரிகையாளர் சாவியின் வீட்டில் நடந்த ஒரு விருந்தில் பெருந்தலைவரைச் சந்தித்தார் சோ.

சாவி அவரிடம் சோவை அறிமுகம் செய்து வைத்த போது "இவரை நல்லா தெரியுமே. மிகப் பெரிய அதிகப்பிரசங்கியாச்சே" என்ற பெருந்தலைவர் காமராஜர், சோவைப் பார்த்து "அந்த அதிகப்பிரசங்கித்தனம் இன்னும் அப்படியே இருக்கிறதா?" என்று கேட்டார். அதற்குப்பிறகு "அதை விட்டுவிட வேண்டாம், அது நல்லதுதான்" என்றார் அவர்.

"அவருடைய பெருந்தன்மை என்னை வியக்க வைத்தது.சாவியின் வீட்டில் நடந்த அந்தச் சந்திப்பைத் தொடர்ந்து அவர் எனக்கு அளித்த மரியாதையும், உரிமையும் என்னுடைய திறமைக்கும் அனுபவத்திற்கும் சற்றும் சம்பந்தமில்லாத அளவுக்கு அமைந்தது" என்று ஒரு கட்டுரையில் பதிவு செய்திருக்கிறார் சோ

67

சிவாஜியின் கன்னத்தைப் பதம்பார்த்த பத்மினி

திருவனந்தபுரத்தில் நடைபெற்ற ஒரு நடன நிகழ்ச்சிக்குத் தலைமை தாங்க கலைவாணர் என்.எஸ்.கிருஷ்ணனும் அவரது மனைவி டி.ஏ.மதுரமும் சென்றிருந்தனர். அந்த நாடகத்தில் நாரதர் வேடத்தில் நடனமாடிய பெண்ணின் முகபாவங்களையும், நடனத் திறமையையும் பார்த்து அசந்து போனார் கலைவாணர். நாடகம் முடிந்ததும் சிறப்பாக நடனமாடியவருக்குப் பரிசளிப்பதற்காகப் பெரிய வெள்ளிக் கோப்பை ஒன்று கலைவாணரிடம் வழங்கப்பட்டது. அந்த வெள்ளிக் கோப்பையை நாரதர் வேடத்திலே நடனமாடிய அந்தப் பெண்ணுக்குக் கொடுக்க கலைவாணர் காத்திருந்தபோது கிருஷ்ணர் வேடத்திலே நடனமாடியவருக்கு அந்தக் கோப்பையை பரிசளிக்கும்படி விழா அமைப்பாளர்கள் அவரிடம் கேட்டுக் கொண்டனர்.

"இந்த நடன நாடகத்தில் ரொம்ப சிறப்பாக நடித்ததும், நடனமாடியதும் நாரதர் வேடத்தில் நடித்த பெண்தான். ஆனால் இவங்க இந்தக் கோப்பையை கிருஷ்ணர் வேடத்திலே நடிச்சவருக்குக் கொடுக்கச் சொல்வதால் நான் இந்தக் கோப்பையை அவருக்குக் கொடுக்கிறேன்" என்று சொல்லிவிட்டு, கோப்பையை அவரிடம் கொடுத்த கலைவாணர், நாரதர் வேடத்தில் நடித்த

அந்தப் பெண்ணை அழைத்து, “கலைத்துறையில் உனக்கு மிகப்பெரிய எதிர்காலம் இருக்கும்மா” என்று வாழ்த்தினார்.

அந்த மேடையில் வாழ்த்தும்போது சொன்ன அந்த நல்லதொரு எதிர்காலத்தை அந்தப் பெண்ணிற்கு அவர்தான் உருவாக்கித் தரப்போகிறார் என்று அந்தப் பெண்ணிற்கு அப்போது தெரியாது.

அந்தப் பெண்ணின் பெயர் பத்மினி.

திருவாங்கூர் சகோதரிகள் என்று பெயர் பெற்றிருந்த லலிதா, பத்மினி, ராகினி ஆகிய மூவரில் நடுவரான நாட்டியப் பேரொளி பத்மினியைக் கதாநாயகியாக தமிழ்த் திரையுலகில் அறிமுகம் செய்தவர் கலைவாணர்தான்.

பொதுவாக தென்னிந்திய நடிகைகள் தமிழ், தெலுங்கு ஆகிய மொழிகளில் அறிமுகமாகி அதன் பின்னர் இந்திப்பட உலகிற்குச் செல்வார்கள். அவர்களில் இருந்து மாறுபட்டு இந்தியில் அறிமுகமாகி பின்னர் தமிழ்ப்பட உலகிற்கு வந்தவர் பத்மினி. பிரபல நடன மேதையும், பண்டிட் ரவிசங்கரின் சகோதரருமான உதயசங்கர்தான் ‘கல்பனா’ என்ற இந்திப் படத்தில் நடன நடிகையாக பத்மினியை முதன் முதலாக அறிமுகப்படுத்தியவர். ‘கல்பனா’ படத்தில் பத்மினி ஆடியிருந்த அற்புதமான நடனத்தைப் பார்த்துவிட்டு ‘வேதாள உலகம்’ படத்திலே நடிக்க அவரை ஏ.வி.எம். அதிபரான மெய்யப்பச் செட்டியார் அழைத்தபோது “படங்களில் நடிப்பதில் எங்களுக்கு விருப்பம் இல்லை, நாட்டியம் மட்டும் என்றால் ஆடுகிறோம்” என்றார் பத்மினி.

அதைத் தொடர்ந்து லலிதாவும் பத்மினியும் இணைந்து ஆடிய இரு நடனக் காட்சிகள் "வேதாள உலகம்" படத்திலே இடம்பெற்றன. அந்த நடனக் காட்சிகள் ரசிகர்கள் மத்தியில் மிகச் சிறந்த வரவேற்பைப் பெற்றதால் தொடர்ந்து பட அதிபர்களிடமிருந்து பத்மினிக்கு அழைப்புகள் வந்த வண்ணம் இருந்தன.

“நடிப்பதில் எங்களுக்கு ஆர்வம் இல்லை” என்று ஆரம்பத்தில் சொன்ன அந்தத் திருவாங்கூர் சகோதரிகள் நடித்த முதல் படமாக ‘பிரசன்னா’ என்ற மலையாளப் படம் அமைந்தது. அதைத் தொடர்ந்து பட்சிராஜா நிறுவனம் தயாரித்த ‘ஏழை படும் பாடு’ படத்தில் லலிதாவுடன் இணைந்து நடித்த பத்மினியைக் கதாநாயகி ஆக்கிய பெருமை கலைவாணருக்குச் சொந்தமானது

கலைஞர் மு.கருணாநிதியின் கைவண்ணத்தில் கலைவாணர்

தயாரித்து இயக்கிய 'மணமகள்' படத்திலேதான் முதன் முதலாகக் கதாநாயகியாக அறிமுகமானார் பத்மினி. அவர் நடித்த முதல் படமே மிகச் சிறந்த வெற்றிப் படமாக அமையவே ராசியான கதாநாயகி என்ற பெயர் பத்மினிக்குக் கிடைத்தது.

நடிகர் திலகம் சிவாஜி கணேசனின் முதல் படமான 'பராசக்தி' படத்தின் படப்பிடிப்பு நடைபெற்றுக் கொண்டிருந்த போதே பணம் படத்தின் தயாரிப்பாளர்களான ஏ.எல்.சீனிவாசனும் கலைவாணர் என்.எஸ். கிருஷ்ணனும் தங்களது படத்தின் நாயகனாக சிவாஜி கணேசனை ஒப்பந்தம் செய்தனர்.

'பராசக்தி' திரைப்படத்தில் நடிக்க மாதத்திற்கு 250 ரூபாய் சம்பளம் வாங்கிக் கொண்டிருந்த சிவாஜி 'பணம்' படத்திலே நடிக்க வாங்கிய சம்பளம் இருபத்தி ஐயாயிரம் ரூபாய்.

சிவாஜி கதாநாயகனாக அறிமுகமான முதல் படமான 'பராசக்தி'க்கும், பத்மினி கதாநாயகியாக அறிமுகமான முதல் படமான 'மணமகள்' படத்திற்கும் வசனம் எழுதிய கலைஞர் மு.கருணாநிதியே அவர்கள் இருவரும் முதல் முதலாக இணைந்து நடித்த பணம் படத்திற்கும் வசனம் எழுதினார்.

'மணமகள்' படப்பிடிப்புத் தளத்தில் பத்மினியை முதல் முதலாகச் சந்தித்த போது "பப்பிம்மா நான் நாடக நடிகனாக இருந்தபோதே உங்கள் படங்களை எல்லாம் பார்த்திருக்கிறேன். அதிலும் 'மணமகள்' படத்தில் உங்களது நடிப்பு ரொம்பப் பிரமாதமாக இருந்தது, அப்போதெல்லாம் உங்களை மாதிரி நடிகையோடு எல்லாம் சேர்ந்து நடிப்பேன் என்று நான் கனவு கூட கண்டதில்லை" என்றார் சிவாஜி.

சிரித்தபடியே சிவாஜியின் பாராட்டுக்களை ஏற்றுக்கொண்ட பத்மினி, "கணேஷ், இப்போது சினிமாவில் இளம் கதாநாயகர்களே இல்லை. அந்தக் குறையைப் போக்குகின்ற விதத்தில் நீங்கள் இப்போது வந்திருக்கிறீர்கள். இப்போது சினிமா உலகில் எல்லோரும் 'பராசக்தி' படத்தைப் பற்றிதான் பேசிக்கொண்டு இருக்கிறார்கள். அந்தப் படத்தின் மூலம் நீங்கள் நிச்சயமாக மிகப்பெரிய புகழைப் பெறுவீர்கள்" என்று சிவாஜிக்குத் தன்னுடைய பாராட்டுதல்களைத் தெரிவித்தார்.

'பணம்' படத்தின் படப்பிடிப்பு நடைபெற்றுக் கொண்டிருந்த போதுதான் சிவாஜி கணேசனுக்கு சுவாமி மலையில் திருமணம்

நடைபெற்றது. சிவாஜிக்கும் பத்மினி ஆகிய இருவருக்குமான திருமணக் காட்சியில் நடித்து முடித்து விட்டுத்தான் கமலா அம்மையாரை மணம் முடிக்க சுவாமி மலைக்குப் பயணமானார் சிவாஜி. அதேபோன்று பத்மினிக்கு குருவாயூரில் திருமணம் நடைபெற்றபோதும் 'செந்தாமரை' படத்திற்காக விடியற்காலை வரையில் சிவாஜியுடன் நடித்துவிட்டுத்தான் விமானம் ஏறினார் பத்மினி.

தமிழ்த் திரையுலகில் மிக நீண்ட காலம் இணைந்து பயணித்த அந்த ஜோடி நடித்த பல திரைப்படங்கள் தமிழ்த் திரையுலகிற்கு இன்றுவரை பெருமை சேர்த்து வருகின்ற படங்கள் என்பதை எவரால் மறுக்க இயலும்?

சிவாஜியும் பத்மினியும் இணைந்து நடித்த படங்களில் மிகவும் வித்தியாசமான கதை அமைப்பு கொண்ட படம் 'எதிர்பாராதது'. அந்தக் கதையின்படி கதாநாயகி எதிர்பாராத ஒரு சூழ்நிலையில் தன்னுடைய ஆருயிர் காதலனின் தந்தையை மணந்து கொள்ள நேரிடும். தன்னுடைய மகன்தான் தன்னுடைய மனைவியின் காதலன் என்பதை உணர்ந்துகொள்ளும் தந்தை, அந்த சோகத்திலேயே உயிரை விட்டுவிட கதாநாயகியின் அண்ணனும் அவரது மனைவியும் காதலர்கள் இருவரையும் ஒன்றுசேர்த்து வைக்க முயற்சி செய்கின்றனர். ஆனால் அதை ஏற்க மறுத்து கதாநாயகி விதவைக் கோலம் பூணுகிறாள். ஸ்ரீதர் எழுதிய அந்த புரட்சிகரமான கதையில் கதாநாயகனாக சிவாஜியும் கதாநாயகியாக பத்மினியும் நடித்தனர்.

நீண்ட நாட்களுக்குப் பிறகு காதலர்கள் இருவரும் சந்திக்கும் ஒரு தருணத்தில் நாயகனான சிவாஜி உணர்ச்சிவசப்பட வேறு ஒருவருக்கு மனைவியாக உள்ள நாயகி பத்மினி, சிவாஜியை அடிப்பது போன்ற ஒரு காட்சியை 'எதிர்பாராதது' படத்துக்காகப் படமாக்க அதன் இயக்குனர் நாராயண மூர்த்தி திட்டமிட்டபோது அந்தக் காட்சியில் நடிக்க பத்மினி மறுத்தார்.

'எதிர்பாராதது' படம் உருவான கால கட்டத்தில் சிவாஜிக்கென்று ஏராளமான ரசிகர்கள் உருவாகியிருந்ததுதான் அதற்கு முக்கியமான காரணம். "நான் சிவாஜியை அடிப்பதை ரசிகர்கள் ஏற்றுக்கொள்ள மாட்டார்கள் என்பது தவிர தனிப்பட்ட முறையிலேயும் எனக்கு அவர் மீது மிகுந்த மரியாதை உண்டு. ஆகவே அவரை நான் அடிக்க மாட்டேன்" என்றார் பத்மினி.

படத்தின் உயிர்நாடியே அந்தக் காட்சிதான் என்பதால் "இந்தக் காட்சி இல்லையென்றால் படத்தின் வெற்றியே கேள்விக் குறியாகிவிடும். நீங்கள் சொன்னால்தான் பத்மினி இந்தக் காட்சியில் நடிக்க ஒப்புக் கொள்வார். ஆகவே நீங்கள்தான் பத்மினியிடம் பேசி இந்தக் காட்சியில் நடிக்க அவரைச் சம்மதிக்க வைக்க வேண்டும்" என்று சிவாஜியிடம் படத்தின் இயக்குனரான நாராயணமூர்த்தி கேட்டுக்கொண்டதைத் தொடர்ந்து அந்தக் காட்சியின் முக்கியத்துவத்தைப் பற்றி பத்மினியிடம் எடுத்துச் சொல்லி அவரை அந்தக் காட்சியில் நடிக்க வைத்தார் சிவாஜி.

அந்தச் செய்கையின் மூலம் எவ்வளவு பெரிய விபரீதத்தை விலை கொடுத்து வாங்கியிருக்கிறோம் என்பதை சிவாஜி அப்போது அறியவில்லை.

அந்தக் காட்சியின் படப்பிடிப்பு தொடங்கியது.

இயக்குனர் "ஆக்ஷன்" என்றவுடன் பத்மினியின் கையை சிவாஜி பிடித்தார். அடுத்த நொடி பத்மினிக்கு அந்த ஆவேசம் எங்கிருந்து வந்தது என்பது எவருக்கும் தெரியாது. சிவாஜியின் இரு கன்னங்களிலும் மாறி மாறி அடிக்கத் தொடங்கினார் அவர். அடி ஒவ்வொன்றும் இடி மாதிரி இறங்க சிவாஜியின் மூக்கிலிருந்து ரத்தம் கொட்டத் தொடங்கியது. காட்சி மிகச் சிறப்பாக அமைந்துவிட்ட மகிழ்ச்சியில் இயக்குனர் கட் சொல்ல மறந்து ரசித்துக் கொண்டு இருக்க, பத்மினியின் அடியைத் தாங்க முடியாத சிவாஜி "கட் கட்" என்று சத்தம் போட்டு படப்பிடிப்பை நிறுத்தினார்.

"படப்பிடிப்பு முடிந்தும் பத்மினியின் ஆவேசம் அடங்கவில்லை. ஆகவே மருத்துவர்கள் வரவழைக்கப்பட்டனர். ஊசி போடுவது கை கால்களைத் தேய்த்துவிடுவது என்று எல்லோரும் என்னை அடித்த பத்மினியை அக்கறையோடு கவனித்துக் கொண்டார்களே தவிர அடிபட்ட என்னைப்பற்றி ஒருவரும் கவலைப்படவில்லை" என்று ஒரு பத்திரிகைப் பேட்டியில் குறிப்பிட்டிருக்கிறார் சிவாஜி.

மிக அதிகமான படங்களில் ஜோடி சேர்ந்து நடித்த சிவாஜிக்கும் பத்மினிக்கும் இடையே இதுபோன்ற பல சுவையான நிகழ்ச்சிகள் நடைபெற்றுள்ளன.

68

அறிஞர் அண்ணாவால் கண்ணகியாக நடிக்கின்ற வாய்ப்பை இழந்த பத்மினி

திருவாங்கூர் சகோதரிகளான லலிதா, பத்மினி, ராகினி ஆகிய மூவரில் யாருடைய திறமையையும் குறைத்து மதிப்பிட முடியாது என்றாலும் என்ன காரணத்தாலோ பத்மினி திரையுலகில் அடைந்த உயரத்தை மற்ற இருவரால் எட்ட முடியவில்லை.

'கணவனே கண்கண்ட தெய்வம்' திரைப்படத்தில் நாகராணியாக பெயர் பெற்ற லலிதா தமிழில் நடித்த படங்களை விரல் விட்டு எண்ணி விடலாம். ஒரு கட்டத்திற்குப் பிறகு மலையாளப் பட உலகின் பக்கம் ஒதுங்கிவிட்டார் அவர்.

ஒரு சில படங்களில் நாயகியாக நடித்த ராகினி பின்னர் துணைப் பாத்திரங்களில் நடிக்கத் தொடங்கினார். இவர் பத்மினியோடு இணைந்து நடித்த படங்கள்தான் அதிகம்.

சிவாஜியின் இரண்டாவது படத்திலேயே அவருடன் ஜோடி சேர்ந்த பத்மினி, எம்ஜிஆரின் 35வது படமான 'மதுரை வீரன்' படத்தில்தான் முதன் முதலாக அவருடன் ஜோடியாக நடித்தார். நாற்பதுக்கும் மேற்பட்ட திரை அரங்கங்களில் நூறு நாட்களைக் கடந்து ஓடிய வெற்றிச் சித்திரமாக அந்தப் படம் அமைந்தது. அதற்குப் பிறகு பத்மினி எம்ஜிஆரோடு நடித்த படங்களில்

முக்கியமான படம் 'மன்னாதி மன்னன்'. எம்ஜிஆரோடு பல படங்களில் ஜோடியாக நடித்த பத்மினி அவருடைய சகோதரியாக நடித்த படமாக 'ரிக்ஷாக்காரன்' படம் அமைந்தது.

தென்னிந்திய நடிகைகளில் வேறு எவருக்கும் இல்லாத ஒரு சிறப்பு பத்மினிக்கு உண்டு. தமிழ், தெலுங்கு, மலையாளம், கன்னடம், இந்தி போன்ற இந்திய மொழிகள் தவிர ரஷ்ய மொழிப்படத்திலும் நடித்தவர் பத்மினி. ரஷ்யப் படத்தில் நடித்தது மட்டுமின்றி அந்தப் படத்தில் ரஷ்ய மொழியில் பேசியும் இருந்தார். பால்ராஜ் சஹானி, பிரித்விராஜ் கபூர், நர்கீஸ், பத்மினி ஆகியோர் நடிக்க 'பர்தேசி' என்ற பெயரில் தயாரான அந்தத் திரைப்படம் இந்தி-ரஷ்யன் ஆகிய இரு மொழிகளில் தயாரானது.

பத்மினியின் திரை வாழ்க்கையில் அவராலும், அவரது ரசிகர்களாலும் மறக்க முடியாத ஒரு திரைப்படம் 'வஞ்சிக் கோட்டை வாலிபன்'. ஜெமினியின் பிரம்மாண்டமான அந்தத் தயாரிப்பில் பத்மினி, வைஜயந்திமாலா ஆகிய இருவரும் பங்கு பெற்ற போட்டி நடனம் ஒன்றைப் படமாக்கி இருந்தார் அப்படத்தின் இயக்குனரான எஸ்.எஸ்.வாசன். 'கண்ணும் கண்ணும் கலந்து' என்று தொடங்கும் அந்தப் பாடல் காட்சியின் இடையில் 'சபாஷ் சரியான போட்டி' என்பார் பி.எஸ்.வீரப்பா. அவருடைய அந்த வசனத்துக்கு ஏற்ப அந்தப் பாடல் காட்சியில் பத்மினியும் வைஜயந்திமாலாவும் போட்டி போட்டுக் கொண்டு நடனம் ஆடி இருந்தனர்.

"அந்த யோசனை வாசன் அவர்களுக்கு எப்படித் தோன்றியதோ எனக்குத் தெரியாது. அந்தப் பாடல் காட்சியில் என்னுடைய முழுத் திறமையையும் காட்ட வேண்டும் என்ற எண்ணத்தில் நான் பல நாட்கள் பயிற்சி எடுத்துக் கொண்டேன். அதே மாதிரி வைஜயந்திமாலாவும் கடுமையான பயிற்சியில் ஈடுபட்டார்.

எங்கள் இருவருக்குமிடையே அப்போது எந்தப் போட்டியும் இல்லை. அந்தப் பாடல் காட்சியின் முடிவிலும் அந்தப் போட்டி நடனத்தில் யாருக்கு வெற்றி என்பது காட்டப்படவில்லை. எங்களின் நோக்கமெல்லாம் அந்தப் பாடல் காட்சியில் யார் வெற்றி பெறுவது என்பதை விட ரசிகர்களைத் திருப்திப்படுத்துவதில்தான் இருந்தது" என்று ஒரு பத்திரிகைப் பேட்டியில் குறிப்பிட்டிருக்கிறார் பத்மினி.

அந்தப் போட்டி நடனத்தில் வெற்றி பெற்றது யார் என்பதைக் காட்டாததற்குப் பின்னாலே எஸ்.எஸ்.வாசனின் புத்திசாலித்தனமும், வியாபாரத் தந்திரமும் இருந்தது.

'வஞ்சிக் கோட்டை வாலிபன்' திரைப்படம் தமிழ், இந்தி ஆகிய இரு மொழிகளிலும் உருவான படம். இந்தியில் அதன் பெயர் 'ராஜ்திலக்'. அந்தப் படம் தயாரானபோது தமிழில் பத்மினி புகழின் உச்சத்தில் இருந்ததுபோல, இந்தியில் வைஜயந்திமாலா நல்ல புகழுடன் இருந்தார். போட்டி நடனத்தில் வைஜயந்திமாலா வெற்றி பெற்றதாகக் காட்டினால் நிச்சயமாக தமிழ் ரசிகர்கள் அதை விரும்ப மாட்டார்கள். அதேபோன்று பத்மினி வெற்றி பெற்றதாகக் காட்டினால் இந்தி ரசிகர்கள் அதை ஏற்றுக் கொள்ள மாட்டார்கள் என்பதால்தான் உத்திரத்தில் கட்டப்பட்டிருந்த ஒரு மிகப்பெரிய லஸ்தர் விளக்கு கீழே விழ அதை பத்மினியும் வைஜயந்திமாலாவும் அதிர்ச்சியோடு பார்ப்பதாக அந்த நடனக் காட்சியை வாசன் முடித்துவிட்டார்" என்று ஒரு பத்திரிகைக் குறிப்பு கூறுகிறது.

1942ஆம் ஆண்டில் பி.யு.சின்னப்பாவும் கண்ணாம்பாவும் ஜோடியாக நடித்த 'கண்ணகி' திரைப்படத்தைத் தயாரித்து மாபெரும் வெற்றியைக் குவித்த ஜுபிடர் சோமுவிற்கு, சிவாஜி கணேசன் கோவலனாகவும் பத்மினி கண்ணகியாகவும் நடிக்க அந்தப் படத்தை மீண்டும் தயாரிக்க வேண்டும் என்ற ஆசை 1950 ஆம் ஆண்டில் பிறந்தது. கண்ணகியின் புதிய பதிப்பை இயக்க ஏ.எஸ்.ஏ.சாமியை இயக்குனராகத் தேர்ந்தெடுத்த அவர், படத்தைத் தொடங்குவதற்கு முன்னாலே 'கண்ணகி' படத்தைத் தனது இனிய நண்பரான அறிஞர் அண்ணாவிற்குத் திரையிட்டுக் காட்டினார்.

படத்தைப் பார்த்த அறிஞர் அண்ணா "1940க்கும்-1950க்கும் இடைப்பட்ட பத்து வருடங்களில் தமிழ் சினிமாவில் எவ்வளவோ மாற்றங்கள் வந்து விட்டன. ஆகவே இப்போதுள்ள சூழ்நிலையில் மீண்டும் கண்ணகியை எடுத்தால் வெற்றி பெறுவது கஷ்டம்" என்று சோமுவிடம் சொன்னார்.

'கண்ணகி' கதையை மீண்டும் படமாக்குகின்ற யோசனையை அறிஞர் அண்ணா வரவேற்கவில்லை என்றாலும், தனது கணவனைக் காப்பாற்றப் போராடிய கண்ணகியின் பாத்திரம்

ஏ.எஸ்.ஏ.சாமியின் மனதில் நிலைத்து நின்று விட்டதால் அந்தப் பாத்திரத்தை மையப்படுத்தி ஒரு கதையை எழுதித் தரும்படி பிரபல நாவலாசிரியரான அரு.ராமநாதனை அவர் கேட்டுக் கொண்டார். அந்தக் கதைதான் சிவாஜியும் பத்மினியும் ஜோடியாக நடிக்க 'தங்கப்பதுமை' என்ற பெயரிலே வெளிவந்தது.

பத்மினியின் சகோதரி லலிதா தமிழிலும் மலையாளத்திலும் பல படங்களில் நடித்துக்கொண்டிருந்தபோது "உனக்குத் திருமணம் செய்து வைக்க முடிவெடுத்து இருக்கிறேன்" என்று லலிதாவிடம் கூறினார் அவரது தாயார். லலிதா, பத்மினி, ராகினி ஆகிய மூவருமே தாயார் என்ன சொல்கிறாரோ அதை அப்படியே கேட்டு நடந்தவர்கள் என்பதால், அம்மாவின் ஆசைப்படி பட உலகைவிட்டு விலகி 1957ஆம் ஆண்டு ஜனவரி மாதம் 23 ஆம் தேதியன்று சிவசங்கரன் என்ற வக்கீலைத் திருமணம் செய்து கொண்டார் லலிதா.

லலிதா திரையுலகை விட்டு விலகியதால் அதிகம் பாதிக்கப்பட்டவர் பத்மினிதான். லலிதாவும் பத்மினியும் எப்போதும் இரட்டைப் பிறவிகள் மாதிரி ஒன்றாகத் திரிவார்கள். "அப்போது நான்கு மொழிகளிலும் நாற்பதுக்கும் மேற்பட்ட படங்களில் நான் நடித்துக்கொண்டிருந்ததால் அந்தத் தொடர் படப்பிடிப்புகள்தான் லலிதாவின் பிரிவிலிருந்து ஓரளவு என்னைக் காப்பாற்றியது" என்று குறிப்பிட்டுள்ளார் பத்மினி.

தமிழில் எம்ஜிஆர், சிவாஜி, ஜெமினி கணேசன் ஆகியோரோடும், இந்தியில் ராஜ்கபூர் என்ற உச்ச நட்சத்திரத்தோடும் பல திரைப்படங்களில் பத்மினி நடித்துக் கொண்டிருந்தபோது ராமச்சந்திரன் என்ற டாக்டரை அவருக்குத் திருமணம் செய்து வைக்க முடிவெடுத்தார் அவரது தாயார். அப்போது திரையுலகில் இருந்த பலர் பத்மினியைத் திருமணம் செய்து கொள்ள தங்களது விருப்பத்தைத் தெரிவித்தனர். ஆனால் அதையெல்லாம் ஒதுக்கித் தள்ளிவிட்டு பத்மினிக்கு அவரது தாயார் தேர்வு செய்த மணமகன்தான் கேரளாவைச் சேர்ந்த ராமச்சந்திரன்.

பத்மினி திருமணம் செய்துகொள்ளப் போகிறார் என்ற தகவல் வெளியே கசியத் தொடங்கியதும் பத்திரிகையாளர்கள் பத்மினியைச் சூழ்ந்துகொண்டு கேள்விகளால் அவரைத் துளைத்தனர்.

“உங்களை மணக்கப் போகும் மணமகன் யார்? அவர் இந்தத் திரையுலகைச் சேர்ந்தவரா? என்றெல்லாம் பத்திரிகையாளர்கள் கேள்விகளை அடுக்கியபோது “எனக்குத் திருமணம் நிச்சயமாகி இருப்பது உண்மைதான். மற்ற விவரங்களை என்னுடைய தாயார் விரைவில் அறிவிப்பார்” என்று பதில் அளித்தார் பத்மினி.

“திருமணத்திற்குப் பிறகு நடிப்பீர்களா?” என்ற கேள்விக்கு எல்லா நடிகைகளையும் போலவே “திருமணத்திற்குப் பிறகு நடிக்க மாட்டேன்” என்று பதில் சொன்னார் பத்மினி. ஆனால் பத்மினியின் திரைப்பயணத்தில் மறக்க முடியாத படங்களாக அமைந்த ‘தில்லானா மோகனாம்பாள்’, ‘சித்தி’, ‘வியட்நாம் வீடு’, ‘இரு மலர்கள்’ உட்பட பல சிறந்த படங்கள் திருமணத்திற்குப் பிறகு அவர் நடித்த படங்கள்தான்.

1960ஆம் ஆண்டு நவம்பர் மாதம் 9ஆம் தேதியன்று ஆலப்புழையில் இருந்த லலிதாவின் வீட்டில் பத்மினியின் திருமணத்துக்கான நிச்சயதார்த்த நிகழ்ச்சி நடைபெற்றபோது, அந்த நிகழ்ச்சியில் பத்மினி கலந்துகொள்ளவில்லை. அந்த சமயத்தில் பாரதப் பிரதமர் பண்டிட் ஜவஹர்லால் நேருவின் முன்பாக பத்மினியும் ராகினியும் நடனமாடிக்கொண்டிருந்தனர்.

“அங்கு நடனமாடிக்கொண்டிருந்தேனே தவிர அன்று என்னுடைய எண்ணமெல்லாம் ஆலப்புழையில்தான் இருந்தது” என்று ஒரு பத்திரிகைப் பேட்டியில் குறிப்பிட்டிருக்கிறார் பத்மினி.

திருமணத்திற்குப் பிறகு நடிப்பதில்லை என்று பத்மினி முடிவெடுத்திருந்ததால் அவர் அப்போது நடித்துக் கொண்டிருந்த பல படங்களில் அவர் நடித்து முடிப்பதற்கு வசதியாக அவரது திருமணத்தை 1961ஆம் ஆண்டு ஏப்ரல் மாதம் 27ஆம் தேதி நடத்த முடிவு செய்தார் அவரது தாயார். ஆனால் அவர் திட்டமிட்டபடி அந்தத் தேதிக்குள் அவரது படங்களின் படப்பிடிப்பு முடிவடையாததால் திருமணத் தேதி மே மாதம் 25ஆம் தேதிக்கு மாற்றி வைக்கப்பட்டது. மே மாதம் முதல் வாரத்துக்குள் எல்லா படங்களையும் முடித்துவிட திட்டமிட்டிருந்தார் பத்மினி. ஆனால் படப்பிடிப்பு நீண்டு கொண்டேயிருந்தது.

மே மாதம் 21 வரை இராமாயண நாட்டிய நாடகத்தில் நடிக்கவும் பத்மினி ஒப்புக்கொண்டிருந்ததால் காலை முதல் மாலை வரை படப்பிடிப்பு. அதற்குப் பிறகு நாட்டிய நாடகம் என்று பம்பரமாகச்

சுழன்றார் பத்மினி திருமணத்திற்கு முன்னால் அவரது கடைசி நாட்டிய நிகழ்ச்சி மே மாதம் 23ஆம் தேதி நடைபெற்றது. அந்த நாட்டிய நாடகத்தில் பத்மினி சீதையாகவும் ராகினி ராமராகவும் நடித்தனர். நாடகம் முடிந்தவுடன் "இனி இந்த ராமன் உனக்கு வேண்டாம். அந்த ராமச்சந்திரன் போதும்" என்று பத்மினியிடம் ராகினி கிண்டலாகத்தான் சொன்னார் என்றாலும் அவர் அப்படி சொன்னதைத் தொடர்ந்து இருவராலும் அழுகையை அடக்க முடியவில்லை.

ஐம்பத்து ஆறு ஆண்டுகள் கலைச்சேவை புரிந்த ஈடு இணையற்ற நடிகையான பத்மினிக்கு, இந்திய அரசு எந்த உயரிய விருதும் கொடுத்து கவுரவிக்காதது ஏன் என்ற கேள்விக்கு இன்றுவரை பதில் இல்லை.

69

கூண்டுக்கிளி படத்தில் நடிக்க ஒரு ரூபாயை முன்பணமாக வாங்கிய எம்ஜிஆர்

சிறுவயது முதலே நண்பர்களாக இருந்த எம்ஜிஆர்-சிவாஜி ஆகிய இருவரும் இணைந்து நடித்த ஒரே படம் 'கூண்டுக்கிளி'. தமிழ்த் திரையுலகின் முதல் கவர்ச்சிக் கன்னி என்று பெயரெடுத்த டி.ஆர்.ராஜகுமாரியின் சகோதரரான டி.ஆர்.ராமண்ணாவின் தீவிரமான முயற்சியால் தமிழ்ப்பட உலகிற்குக் கிடைத்த அபூர்வமான படைப்பு அது.

கதாசிரியர் விந்தன் எழுதிய 'கூண்டுக்கிளி' என்ற புரட்சிகரமான கதையைப் படமாக்க திட்டமிட்ட ராமண்ணா அப்போது புகழேணியில் ஏறிக்கொண்டிருந்த எம்ஜிஆர்-சிவாஜி ஆகிய இருவரையும் அந்தக் கதையில் நடிக்க வைக்க விரும்பினார்.

சிவாஜியுடன் இணைந்து நடிக்க எம்ஜிஆரின் ஒப்புதலை முதலில் பெற முடிவெடுத்த அவர், எம்ஜிஆருக்கு அப்போது மிகவும் நெருக்கமாக இருந்த இசையமைப்பாளர் கே.வி.மகாதேவனைத் தம்முடன் அழைத்துக் கொண்டு எம்ஜிஆரைச் சந்திக்கச் சென்றார்.

பொதுவான நலம் விசாரிப்புகளைத் தொடர்ந்து 'கூண்டுக்கிளி' படத்தைப் பற்றி எம்ஜிஆரிடம் விரிவாகக் கூறிய ராமண்ணா "படத்திலே சிவாஜியுடன் இணைந்து நீங்கள் நடிக்க வேண்டும்

என்று அவரிடம் கூறியதும் சிறிது நேரம் யோசனையில் ஆழ்ந்தார் எம்ஜிஆர். பின்னர் "எனக்குக் கொஞ்சம் அவகாசம் கொடுங்கள்" என்று அவர் சொன்னதும், ராமண்ணா மிகுந்த ஏமாற்றமடைந்தார்.

பிரபலமான நடிகர்கள் நடித்தால் மட்டுமே தான் சொல்ல எண்ணியுள்ள கதை மக்களிடம் போய்ச் சேரும் என்று எண்ணிய ராமண்ணா, எம்ஜிஆர் அப்படி ஒரு பதிலைக் கூறியதால் நம்பிக்கையை இழந்தது மட்டுமல்லாமல், அந்தப் படத்தை எடுக்கும் எண்ணத்தையே கைவிட முடிவு செய்தார். அப்போது அவரது அலுவலகத்தில் இருந்த பலரும் அவரது முடிவுக்கு பலமான எதிர்ப்பைத் தெரிவித்தனர்.

"எம்ஜிஆர் நடிக்கவில்லை என்றால் என்ன? வேறு நடிகர்களே இல்லையா?" என்று சிலரும் "சிவாஜியை இரட்டை வேடங்களில் நடிக்க வைத்து அந்தக் கதையைப் படமாக்கலாம்" என்று இன்னும் சிலரும் மாறி மாறித் தங்களது கருத்துக்களைத் தெரிவித்தனர். ஆனால், அவர்கள் சொன்ன எதையும் ஏற்றுக்கொள்ளும் மனநிலையில் அப்போது ராமண்ணா இல்லை. அவரது முதல் படமான 'வாழப்பிறந்தவள்' வெற்றிப் படமாக அமையாததால் இரண்டு பிரபலமான நடிகர்களை நடிக்க வைத்து 'கூண்டுக்கிளி' படத்தில் வெற்றிக் கோட்டைத் தொட்டுவிடலாம் என்று எண்ணிய அவர், தனது எண்ணத்திற்கு எதிராக எல்லா விஷயங்களும் நடக்கின்றனவே என்று நினைத்துக்கொண்டிருந்த வேளையில், யாரும் எதிர்பார்க்காத விதமாக அவர்களது அலுவலகத்துக்குள் நுழைந்தார் எம்ஜிஆர்.

நேராக ராமண்ணாவின் அறைக்குச் சென்ற அவர் "அண்ணே ஒரு ரூபாய் கொடுங்கள்" என்று கேட்டவுடன் ஆயிரம் ரூபாயை எடுத்து அவரிடம் நீட்டினார் ராமண்ணா. "நான் உங்களிடம் வெறும் ஒரு ரூபாய்தானே கேட்டேன்" என்று சொல்லி ஒற்றை ரூபாயை அவரிடமிருந்து வாங்கிக் கொண்ட எம்ஜிஆர் "நான் உங்கள் படத்தில் நடிப்பது என்று முடிவெடுத்துவிட்டேன். என்னை எப்படி எல்லாம் உபயோகப்படுத்திக்கொள்ள நினைக்கிறீர்களோ அப்படி நீங்கள் உபயோகப்படுத்திக் கொள்ளலாம். அதற்குத்தான் இந்த ஒரு ரூபாய் அட்வான்ஸ்" என்று சொல்லிவிட்டுக் கிளம்பிவிட்டார்.

மின்னல் போல எம்ஜிஆர் அப்படி வந்துவிட்டுச் சென்றதும்,

அந்த அலுவலகத்தில் இருந்த எல்லோரும் விவரிக்க முடியாத ஆச்சர்யத்தில் மூழ்கினார்கள்.

ராமண்ணாவின் கம்பெனி நிர்வாகி பெயர் விஜயரங்கம். ஆனால் எல்லோரும் அவரை மாப்பிள்ளை என்றுதான் செல்லமாகக் கூப்பிடுவார்கள். 'கூண்டுக்கிளி' படத்தில் நடிக்க எம்ஜிஆர் தனது ஒப்புதலைத் தந்துவிட்டு புயல் வேகத்தில் சென்றதும் மாப்பிள்ளையை அழைத்த ராமண்ணா சிவாஜியைப் பார்த்துப் பேசிவிட்டு வருமாறு அவரிடம் சொன்னார்.

"அவருக்கு என்ன சம்பளம் கொடுப்பதாக முடிவு பண்ணி இருக்கீங்கன்னு எனக்குச் சொன்னால் ஒரேயடியாக அவருடைய சம்பளத்தையும் பேசிவிட்டு வந்து விடுகிறேன்" என்றார் மாப்பிள்ளை.

"முதலில் அவர் இந்தப் படத்தில் நடிக்கத் தயாராக இருக்கிறாரா?" என்பதைத் தெரிஞ்சிக்கிட்டு வாங்க. சம்பளத்தை எல்லாம் பிறகு பேசிக்கொள்ளலாம்" என்று ராமண்ணா சொன்ன பதிலை மாப்பிள்ளை அவ்வளவாக ரசிக்கவில்லை.

"நடிக்கிறாரான்னு தெரிஞ்சிக்க ஒரு தடவை, சம்பளத்தைப் பேசறதுக்கு ஒரு தடவைன்னு எதுக்கு இரண்டு தடவை போகணும்?" என்று அவர் மீண்டும் கேட்டவுடன், "சிவாஜி இப்போது என்ன சம்பளம் வாங்கிக்கொண்டு இருக்கிறார் என்று எனக்கே தெரியவில்லை. அப்படி இருக்கும்போது நான் எப்படி அவர் சம்பளத்தைப் பற்றி இப்போது உங்களுக்குச் சொல்ல முடியும்?" என்று ராமண்ணா, மாப்பிள்ளைக்கு பதில் சொல்லிக் கொண்டிருக்கும்போது அவரது அறைக் கதவைத் திறந்துகொண்டு உள்ளே வந்தார் சிவாஜி கணேசன்.

அவர் உள்ளே வந்தவுடன் அடுத்த இரண்டு நிமிடத்திற்கு அந்த அறைக்குள் இருந்த யாரிடம் இருந்தும் பேச்சே எழவில்லை. சிவாஜி திடீரென்று அலுவலகத்துக்கு வந்ததால் ஏற்பட்ட ஆனந்த அதிர்ச்சியிலிருந்து மெல்ல மீண்ட ராமண்ணா, "நாங்களே உங்களைப் பார்க்க வருவதாக இருந்தோம், நான் அடுத்தபடியாக டைரக்ட் பண்ணப் போற 'கூண்டுக்கிளி' படத்திலே இரண்டு முக்கியமான பாத்திரங்கள்" என்று சொல்ல ஆரம்பித்தார். ஆனால் சிவாஜி அவரை முழுவதும் சொல்ல அனுமதிக்கவில்லை. "நீங்க அடுத்து எடுக்கப்போற படத்திலே எம்ஜிஆர் அண்ணன்

நடிக்கப் போகிறார் என்பது உட்பட எல்லா விவரங்களும் எனக்குத் தெரியும். நாங்க இரண்டு பேரும் நடிச்சி ஒரு படம் வெற்றியடைந்தால் அது இண்டஸ்ட்ரிக்கு நல்லதுதானே" என்றார்.

அவர் அப்படிச் சொன்னவுடன் அந்தச் சந்தர்ப்பத்தை சரியாகப் பயன்படுத்திக்கொள்ள எண்ணிய தயாரிப்பு நிர்வாகியான மாப்பிள்ளை "ஷூட்டிங்கை எப்போதிலிருந்து வைத்துக் கொள்ளலாம் என்பதையும் சொல்லிட்டீங்கன்னா நன்றாக இருக்கும்" என்று சொல்ல, "உங்களுடைய கால்ஷீட் தேதிகளை எழுதிக் கொடுங்கள். இப்போதே எழுதி கையெழுத்துப் போட்டு விடுகிறேன்" என்றார் சிவாஜி.

அடுத்து "சம்பள விஷயம்..." என்று மாப்பிள்ளை ஆரம்பித்தவுடன் "சம்பளத்தைப் பற்றி எல்லாம் எதுவும் பேசாதே. கொடுக்கிறதை வாங்கிக்க. அவங்க கொடுக்கலேன்னாலும் கேட்காதே என்று எங்க அம்மா சொல்லிட்டாங்க" என்று சொன்ன சிவாஜி, "ஆனா எங்கம்மா அட்வான்ஸ் மட்டும் வாங்கிக்க சொன்னாங்க. ராமண்ணா அதிர்ஷ்டக்காரண்டா. அவன் கைநிறைய காசா வாங்கிட்டு வான்னு அம்மா சொன்னாங்க" என்றவுடன் டிராயரைத் திறந்து நூறு ரூபாய் நோட்டுகளை எடுத்து சிவாஜியிடம் நீட்டினார் ராமண்ணா.

"எனக்கு இந்த நோட்டெல்லாம் வேண்டாம். கைநிறைய காசுதான் வேண்டும்" என்று சிவாஜி சொன்னவுடன் நோட்டுக்களை வெள்ளிக் காசுகளாக மாற்றிக்கொண்டு வர பல கார்கள் பறந்தன. சிறிது நேரத்தில் தன் கைநிறைய வெள்ளிக் காசுகளை வாங்கிக் கொண்டு அந்த அலுவலகத்திலிருந்து கிளம்பினார் சிவாஜி.

ராமண்ணா அலுவலகத்திலிருந்த எவராலும் அங்கே என்ன நடக்கிறது என்றே புரிந்துகொள்ள முடியவில்லை. ஒரு கதாநாயகன் ஒரு ரூபாய் முன்பணம் போதும் என்கிறார். இன்னொரு முன்னணிக் கதாநாயகனோ கைநிறைய வெள்ளிக் காசுகள் மட்டும் முன்பணமாகத் தந்தால் போதும். மொத்த கால்ஷீட்டையும் எழுதித் தந்து விடுகிறேன் என்கிறாரே, இது என்ன அதிசயம் என்று அவர்கள் ஆச்சர்யத்தில் மூழ்கி இருந்தபோது டெலிபோன் மணி அடித்தது. போனில் பேசியவர் ராமண்ணாவின் சகோதரியான டி. ஆர். ராஜகுமாரி.

"என்ன ராமு, சிவாஜி வந்தாரா?" என்று அவர் கேட்டவுடன்

ராமண்ணாவினால் ஆச்சர்யத்தை அடக்க முடியவில்லை."சிவாஜி வந்துவிட்டுப் போன விஷயம் உங்களுக்கு எப்படித் தெரியும்?" என்று தனது சகோதரியைக் கேட்டார் அவர்.

"சிவாஜியை ஸ்டுடியோவில் பார்த்தபோது தம்பி புதிதாக ஒரு படம் எடுக்கப் போகிறான். அது விஷயமாக உங்களைப் பார்க்கணும்னு சொன்னான்" என்று நான் சொன்னேன். அப்படி நான் சொன்னவுடன், "நானே அவரைப் போய் பார்க்கிறேன்" என்று அவர் சொன்னார். "நீங்க எதுக்கு வீணாக கஷ்டப்படுகிறீர்கள்?" என்று நான் கேட்டபோது "அவர் என்னை வந்து பார்த்தால் என்ன? நான் அவரைப் போய் பார்த்தால் என்ன? நாமெல்லாம் ஒரே குடும்பத்தைச் சேர்ந்த கலைஞர்கள்தானே" என்று என்னிடம் சொல்லிவிட்டுத்தான் அவர் கிளம்பினார் என்றார் ராஜகுமாரி.

இருபெரும் சிகரங்களின் இணையில்லாத ஒத்துழைப்புடன் 'கூண்டுக் கிளி' படத்தின் படப்பிடிப்பு தொடங்கியது. படப்பிடிப்பு நடைபெற்றபோது எம்ஜிஆர் சம்பந்தப்பட்ட ஷாட்டுகள் எடுக்கப்படும் போதெல்லாம் செட்டை விட்டுக் கிளம்பிவிடுவதை வழக்கமாக வைத்திருந்தார் சிவாஜி. அதேபோன்று தன்னுடைய காட்சிகளில் நடித்து முடித்த அடுத்த நிமிடமே அவர் செட்டை விட்டுக் கிளம்பிவிடுவார்.

சிவாஜி கணேசனைப் பொறுத்தவரை காலையில் செட்டுக்கு வந்துவிட்டார் என்றால் அடுத்து படப்பிடிப்பு இடைவேளையின் போதுதான் செட்டைவிட்டுக் கிளம்புவார் என்பதை அறிந்திருந்த ராமண்ணாவிற்கு சிவாஜி அப்படி அடிக்கடி செட்டை விட்டுக் கிளம்பிப்போனது மிகுந்த ஆச்சர்யத்தைத் தந்தது.

ராமண்ணா மட்டுமின்றி அந்த செட்டில் பணியாற்றிய பலரும் சிவாஜி ஏன் அப்படி நடந்துகொள்கிறார் என்பது பற்றிப் பேசத் தொடங்கியவுடன் அதைப்பற்றி சிவாஜியிடமே ஒருநாள் நேரடியாகக் கேட்டார் ராமண்ணா.

படப்பிடிப்புத் தளத்தை விட்டு அடிக்கடி சிவாஜி வெளியே சென்று விடுவதற்கான காரணத்தை ராமண்ணா கேட்டவுடன் சிவாஜி சொன்ன பதில், எம்ஜிஆர் மீது சிவாஜி எந்த அளவு மரியாதை வைத்திருந்தார் என்பதை விளக்குவதாக அமைந்தது.

"எனக்கு சிகரெட் பிடிக்கிற பழக்கம் உண்டுன்னு உங்களுக்குத்

தெரியும். அண்ணன் எதிரிலே நான் எப்படி சிகரெட் பிடிக்க முடியும்? அதனால்தான் படப்பிடிப்பு இடைவேளைகளில் வெளியே சென்று விடுகிறேன்" என்று ராமண்ணாவிற்குப் பதில் சொன்னார் சிவாஜி.

"நினைத்தாலே இனிக்கும்" படத்தின் படப்பிடிப்பின்போது "நாம் இருவரும் இனி சேர்ந்து நடிக்க வேண்டாம்" என்று ரஜினிகாந்தும், கமல்ஹாசனும் திடீரென்று ஒரு நாள் முடிவெடுத்தது மாதிரி, 'கூண்டுக்கிளி' படத்திற்குப் பின்னாலே இனி நாம் சேர்ந்து நடிக்க வேண்டாம் என்று எம்.ஜி.ஆரும், சிவாஜியும் அப்போது முடிவெடுத்தனர்.

"ஒரே உறையில் இரண்டு கத்திகள் இருக்க முடியுமா? நாங்கள் இருவரும் ஒரே இடத்தில் இருந்திருந்தால் எங்கள் இருவருக்கும் ஒரே ரசிகர்கள்தான் இருந்திருப்பார்கள். நாங்கள் இருவரும் தனித்தனியே செயல்பட்டதால்தான் அவருக்கு வேறு ரசிகர்கள் எனக்கு வேறு ரசிகர்கள் இருந்தார்கள்" என்று அப்படி ஒரு முடிவை எடுத்ததற்கான காரணத்தை ஒரு பத்திரிகைப் பேட்டியில் தெளிவுபடுத்தியுள்ளார் சிவாஜி.

"என்னை அவர் விமர்சிப்பார். அவரை நான் விமர்சிப்பேன். ஆனால் அந்த விமர்சனங்கள் எல்லாமே அரசியலைப் பற்றிதான் இருக்கும். அதை வைத்துக்கொண்டு நாங்கள் விரோதிகள் என்று கூட பலர் பேசத் தொடங்கினார்கள். ஆனால் அதைப்பற்றி நாங்கள் இருவருமே கவலைப்பட்டதில்லை" என்று தனது சுயசரிதை நூலில் குறிப்பிட்டிருக்கிறார் சிவாஜி.

மக்கள் திலகமும், நடிகர் திலகமும் இணைந்து நடித்த ஒரே படமான 'கூண்டுக்கிளி' படம் அதன் முதல் வெளியீட்டின்போது மிகப்பெரிய வெற்றியைக் குவிக்கவில்லை என்றாலும், அதன் பின்னர் திரையிடப்பட்ட போதெல்லாம் மிகப்பெரிய வரவேற்பைப் கொடுத்தது.

படத்தின் வெற்றி தோல்வி என்பது எப்படி அமைந்த போதிலும் தமிழ்த் திரை உலகின் இரண்டு முடிசூடா மன்னர்கள் இணைந்து நடித்த ஒரே படம் என்ற அளவில 'கூண்டுக்கிளி' மிக முக்கியமான ஒரு தமிழ்ப்படம் என்பதை எவரும் மறுக்கமுடியாது.

70

படத்தின் வெற்றியைக் கணித்து பத்தாயிரம் ரூபாயைப் பரிசாகப் பெற்ற கலைஞர்

தமிழ், தெலுங்கு, இந்தி ஆகிய பல மொழிகளில் எண்ணற்ற வெற்றிச் சித்திரங்களை இயக்கித் தயாரித்த பெருமைக்குரிய சாதனையாளரான எல்.வி.பிரசாத் தமிழில் உருவான முதல் பேசும் படமான "காளிதாஸ்" திரைப்படத்திலே நடிக்கின்ற வாய்ப்பைப் பெற்ற அதிர்ஷ்டசாலி.

புரட்சிகரமான வசனங்களின் மூலம் தமிழ் சினிமாவிற்குப் புது ரத்தம் பாய்ச்சிய கலைஞர் மு.கருணாநிதியோடு இணைந்து பணியாற்றுகின்ற வாய்ப்பை முதன் முதலாக 'மனோகரா' திரைப்படத்திலே எல்.வி.பிரசாத் பெற்றார்.

ஒரு கால கட்டத்திலே பம்மல் சம்பந்த முதலியார் எழுதிய 'மனோகரா' நாடகக் கதையை நடிக்காத நாடகக் குழுக்களே இல்லை என்று சொல்லலாம். 'மனோகரா' நாடகம் முதன் முதலாக சுகுணவிலாச சபாவின் ஆதரவில் அரங்கேறியபோது மனோகரனின் வேடத்தில் நாடகத்தை எழுதிய பம்மல் சம்பந்த முதலியாரே நடித்தார். பின்னர் "மனோகரா" 1936ஆம் ஆண்டில் முதன்முதலாக திரைப்படமாகத் தயாரிக்கப்பட்டபோதும் அவர்தான் அதில் நாயகனாக நடித்தார்.

நாடக மேடைகளில் கே.ஆர்.ராமசாமி, சிவாஜி கணேசன், எஸ்.எஸ். ராஜேந்திரன் என்று பலரும் மனோகரனாக நடித்திருக்கின்றனர். சிவாஜியைப் பொறுத்தவரையில் 'மனோகரா' நாடகத்தில் அவர் ஏற்காத வேடமே இல்லை என்று சொல்லலாம். படத்திலே கண்ணாம்பா ஏற்றிருந்த ராணி பத்மாவதியின் வேடத்தில் பல முறை மேடைகளில் நடித்திருக்கிறார் அவர்.

'மனோகரா' நாடகத்தை இரண்டாவது முறையாகத் திரைப்படமாக எடுக்க ஜுபிடர் பிக்சர்ஸ் திட்டமிட்டபோது அதில் சிவாஜி, கலைஞர் மு.கருணாநிதி, எல்.வி.பிரசாத் உட்பட எவருமே இல்லை. கே.ஆர் ராமசாமி கதாநாயகனாக நடிக்க ஏ.எஸ். ஏ. சாமி இயக்கத்தில் அந்தப் படத்தைத் தயாரிக்கத்தான் ஜுபிடர் சோமு முதலில் திட்டமிட்டார். அப்போது அந்தப் படத்திற்கு வசனம் எழுதுகின்ற பொறுப்பை ஏற்றிருந்தவர் இளங்கோவன். அதன்பிறகு என்ன காரணத்தாலோ அந்தப் படத்திற்கு வசனம் எழுதுகின்ற பொறுப்பை கலைஞர் மு.கருணாநிதியிடம் ஒப்படைத்தார் ஜுபிடர் சோமு. அந்த மாற்றம் பல தொடர் மாற்றங்களுக்குக் காரணமாக அமையப்போகிறது என்பதை அவர் அப்போது கனவிலும் எதிர்பார்க்கவில்லை.

மனோகரனாக நடிக்க அப்போது திரையுலகில் மிகுந்த செல்வாக்கோடு இருந்த கே.ஆர்.ராமசாமியை அணுகினார் சோமு. அந்தக் கால கட்டத்தில் கே.ஆர்.ராமசாமிக்கு அரசியல் ரீதியாக கலைஞர் மு.கருணாநிதியோடு சில கருத்து வேறுபாடுகள் இருந்ததால், கலைஞர் வசனம் எழுதுகின்ற 'மனோகரா' படத்தில் நடிக்க அவர் மறுத்தார்.

மனோகரனின் மகுடத்தை சூட்டிக்கொள்வதற்காக காலம் நிச்சயித்து இருக்கும் கதாநாயகன் சிவாஜிதான் என்பதை அப்போது அறியாத ஜுபிடர் சோமு, கே.ஆர்.ராமசாமி நடிக்கவில்லை என்றால் அந்தப் படத்தைத் தயாரிப்பதில் எந்தப் பயனும் இல்லை என்று அப்போது தீவிரமாக நம்பியதால் அவரைச் சமாதானப்படுத்த பல வழிகளில் முயன்றார்.

"உங்களை விட்டால் மனோகரனாக நடிக்க வேறு யார் இருக்கிறார்கள்? நீங்கள் இதுவரை படங்களில் நடிக்க என்ன சம்பளம் வாங்கிக் கொண்டு இருக்கிறீர்களோ அதைப்போல இரண்டு மடங்கு பணம் வேண்டுமானாலும் தர நான் தயாராக

இருக்கிறேன். நீங்கள் மறுக்காமல் மனோகரனாக நடிக்க வேண்டும்” என்றெல்லாம் ஜுபிடர் சோமு மன்றாடியும் கே.ஆர். ராமசாமி மனோகரனாக நடிக்க ஒப்புக்கொள்ளவில்லை.

ஜுபிடர் சோமுவிற்கு அறிஞர் அண்ணாவோடு மிக நெருக்கமான உறவு உண்டு. அறிஞர் அண்ணா சொன்னால் கே.ஆர்.ராமசாமி அதைத் தட்ட மாட்டார் என்பதை அறிந்திருந்த சோமு, அடுத்து அறிஞர் அண்ணாவைச் சந்திப்பதற்காக காஞ்சிபுரத்திற்கு புறப்பட்டார்.

“நீங்கள் ஒரு வார்த்தை சொன்னால் மட்டும்தான் கே.ஆர்.ராமசாமி மனோகரனாக நடிக்க ஒப்புக்கொள்வார். ஆகவே நீங்கள் அவரை அழைத்து சொல்ல வேண்டும்” என்று அறிஞர் அண்ணாவிடம் சோமு சொன்னபோது, இரண்டு நிமிடங்கள் மவுனமாக இருந்த அண்ணா “பராசக்தி படம் வருகின்றவரை கொஞ்சம் பொறுத்திருங்களேன். எனக்கென்னவோ சிவாஜி அந்த வேடத்திற்குச் சரியாக இருப்பார் என்று தோன்றுகிறது” என்று சோமுவிடம் சொன்னார்.

அண்ணாவின் பதில் சோமுவிற்கு மிகுந்த ஏமாற்றத்தைக் கொடுத்தது. கே.ஆர்.ராமசாமியை அழைத்து ‘மனோகரா’ படத்தில் நடிக்கும்படி சொல்வார் என்ற நம்பிக்கையில் அண்ணாவிடம் வந்தால் அவர் சிவாஜியைப் போட்டு படத்தை எடுக்கச் சொல்கிறாரே என்று மனமுடைந்தாலும் ‘பராசக்தி’ படத்தைத் தவறாமல் முதல் நாளே பார்த்தார் சோமு.

அந்தப் படத்தில் சிவாஜியின் நடிப்பைப் பார்த்தபோது இப்படிக்கூட ஒரு நடிகர் வசனங்களை அழுத்தம் திருத்தமாக உச்சரிக்க முடியுமா என்று வியப்பின் உச்சத்துக்கே போனார் அவர். ‘பராசக்தி’ படத்தில் சிவாஜி நடித்திருந்த நடிப்பும், அதற்கு மக்கள் கொடுத்த வரவேற்பும் சிவாஜியைத் தவிர வேறு யாராலும் மனோகரனாக நடிக்க முடியாது என்று சோமுவை முடிவெடுக்க வைத்தது.

அன்று இரவு அறிஞர் அண்ணாவை மீண்டும் சந்திக்க சோமு சென்ற போது “பராசக்தி படத்தைப் பார்த்துவிட்டீர்கள் என்பதை உங்களது முகமே சொல்கிறதே. கணேசன் நடிப்பில் பின்னிவிட்டானா? இனியும் என்ன தயக்கம்? மனோகரனாக கணேசனைத் தவிர வேறு யார் நடித்தாலும் சரியாக வராது”

என்று சொன்ன அறிஞர் அண்ணா "கணேசன் நம்ம பையன். அவனை நாம் வளர்க்காவிட்டால் வேறு யார் வளர்ப்பார்கள்?" என்று சோமுவைப் பார்த்துக் கேட்டார்.

அறிஞர் அண்ணா தன்னுடைய மனதிலே சிவாஜிக்கு எந்த அளவிற்கு உயர்வான ஒரு இடத்தைத் தந்திருக்கிறார் என்பதை சோமு தெரிந்துகொள்வதற்கு அந்தச் சம்பவம் ஒரு வாய்ப்பாக அமைந்தது.

அடுத்து மனோகரனாக நடிக்க சிவாஜியை ஒப்பந்தம் செய்த சோமு, படத்தை இயக்குகின்ற பொறுப்பை எல்.வி.பிரசாத்திடம் ஒப்படைத்தார்.

சிவாஜி கணேசனின் நடிப்புப் பசிக்கு 'மனோகரா' படம் முழுவதும் பல இடங்களில் கலைஞர் சரியாகத் தீனி போட்டிருந்தார்.

'மனோகரா' படத்தைத் தொடர்ந்து 'தாயில்லா பிள்ளை' படத்தில் கலைஞரோடு இணைந்து பணியாற்றிய எல்.வி. பிரசாத், அவரோடு பணியாற்றிய மூன்றாவது படமாக 'இருவர் உள்ளம்' படம் அமைந்தது.

திரைப்படத்தைப் பொறுத்தவரை அதன் வெற்றியை சினிமாவிலேயே ஊறித் திளைத்து பல வெற்றிப் படங்களைக் கொடுத்தவர்களால் கூட கணிக்க முடியாது என்பதற்கு 'இருவர் உள்ளம்' படத்தை விட வேறு ஓர் உதாரணம் இல்லை என்றுதான் சொல்லவேண்டும்.

இயக்குனராக வேண்டும் என்று முடிவெடுத்த பிரபல தெலுங்குப் பத்திரிகையாளரான பிரத்யக ஆத்மா அதற்காக ஒரு நல்ல கதையைத் தேடிக்கொண்டிருந்தபோது பிரபல தமிழ் நாவலாசிரியையான லஷ்மி எழுதியிருந்த "பெண் மனம்" என்ற நாவலுக்கு "ஹிந்து" பத்திரிகை எழுதியிருந்த விமர்சனம் அவரது பார்வையில் பட்டது.

காலையிலே ஒரு பெண் மாலையிலே இன்னொரு பெண் என்று மனம் போனபடி பெண்களோடு சுற்றிக்கொண்டிருக்கும் கதாநாயகன் நேர்பார்வை கொண்ட ஒரு பெண்ணைக் காதலிக்கத் தொடங்குகிறான். பின்னர் சந்தர்ப்பச் சூழ்நிலை காரணமாக அந்தப் பெண் அவனை மணந்து கொள்கிறாள். அதற்குப் பிறகு தொடரும் பிரச்னைகளை மையமாக வைத்து அந்த நாவலை எழுதியிருந்தார் லஷ்மி.

பிரத்யக ஆத்மாவிற்கு அந்தக் கதை மிகவும் பிடித்திருந்ததால் எழுத்தாளர் லஷ்மியிடமிருந்து அந்தக் கதையின் உரிமைகளை வாங்கும்படி தனது தயாரிப்பாளர் சுப்பாராவிடம் அவர் சொன்னார். படப்பிடிப்பைத் துவங்குவதற்கு முன்னாலே தன்னுடைய குருவான டி. பிரகாஷ்ராவ், எல்.வி.பிரசாத் ஆகியோரிடம் கதையைச் சொல்லி அவர்களின் கருத்துக்களைத் தெரிந்துகொண்டு அதற்குப் பிறகு படப்பிடிப்பை ஆரம்பிக்க எண்ணிய பிரத்யக ஆத்மா, அவர்கள் இருவருக்கும் அந்தக் கதையைச் சொன்னார்.

கதையைக் கேட்ட எல்.வி.பிரசாத், டி.பிரகாஷ்ராவ் ஆகிய இருவருக்குமே அந்தக் கதை பிடிக்கவில்லை. ஆகவே வேறு நல்ல கதையைத் தேர்ந்தெடுத்துப் படமாக்கும்படி பிரத்யக ஆத்மாவிற்கு அவர்கள் இருவரும் அறிவுரை கூறினார்கள்.

தயாரிப்பாளரான சுப்பாராவிற்கு அந்தக் கதை மிகவும் பிடித்திருந்ததால் அந்தக் கதையைக் கைவிட விரும்பாத அவர் அன்னபூர்ணா பிக்சர்ஸ் அதிபரான மதுசூதனராவிடம் அந்தக் கதையைச் சொல்லச் சொன்னார். கதையைக் கேட்ட மதுசூதனராவ் "இந்தக் கதை நிச்சயமாக மிகப் பெரிய வெற்றியைப் பெறும். அதனால் உடனடியாக படத்தை ஆரம்பிக்கும் வேலையைப் பாருங்கள்" என்று அவர்களுக்கு ஆசிகூறி அனுப்பி வைத்தார்.

ஏ.நாகேஸ்வரராவும், கிருஷ்ணகுமாரியும் ஜோடியாக நடிக்க "பார்யா பார்த்தலு" என்ற பெயரில் உருவான அந்தத் தெலுங்குப் படம் நூறு நாட்களைக் கடந்து ஓடி மிகப் பெரிய வெற்றிப்படமாக அமைந்தது மட்டுமின்றிச் சிறந்த தெலுங்குப் படத்திற்கான தேசிய விருதையும் வென்றது.

அந்தக் கதையைப் படமாக்க வேண்டாம், நிச்சயமாக அது வெற்றி பெறாது என்று சொன்ன எல்.வி.பிரசாத் அந்தப் படத்தின் வெற்றிக்குப் பிறகு தமிழில் மட்டுமின்றி இந்தியிலும் அந்தக் கதையைப் படமாக்கும் உரிமையை வாங்கினார்.

அந்தக் கதையை 'இருவர் உள்ளம்' என்ற பெயரில் தமிழில் எல்.வி.பிரசாத் இயக்க, அந்தக் கதைக்கு கடுமையாக எதிர்ப்பு தெரிவித்த இன்னொரு இயக்குனரான டி.பிரகாஷ்ராவ் எல்.வி.பிரசாத்தின் தயாரிப்பில் ராஜேந்திரகுமாரும், ஜமுனாவும் ஜோடியாக நடிக்க "ஹம்ராஹி" என்ற பெயரில் அந்தப் படத்தை

இந்தியில் இயக்கினார். தமிழ், இந்தி ஆகிய இரு மொழிகளிலும் அந்தப் படம் வெள்ளிவிழா படமாக அமைந்தது.

தெலுங்கிலே நாகேஸ்வரராவ் ஏற்றிருந்த வேடத்திலே சிவாஜியும், கிருஷ்ணகுமாரி ஏற்றிருந்த வேடத்திலே சரோஜாதேவியும் நடித்த அந்தப் படத்திலே எஸ்.வி.ரங்காராவ், எம்.ஆர்.ராதா, டி.ஆர்.ராமச்சந்திரன், முத்துலட்சுமி, பாலாஜி என்று பல பிரபலமான நட்சத்திரங்கள் பங்கேற்றனர்.

முதலில் கேட்டபோது அந்தக் கதை அவருக்குப் பிடிக்காமல் போனதாலோ என்னவோ சிவாஜி கணேசனுக்கு ஜோடியாக சரோஜாதேவி நடித்திருந்த 'இருவர் உள்ளம்' படத்தை இயக்கி முடித்த பிறகும், அந்தப் படத்தின் வெற்றியில் எல்.வி.பிரசாத்துக்கு நம்பிக்கை பிறக்கவில்லை.

படம் முடிந்து வெளியீட்டுக்குத் தயாரானவுடன் கலைஞருக்கு ரேவதி ஸ்டூடியோவில் படத்தைப் போட்டுக் காட்டிய எல்.வி.பிரசாத் "எனக்கு படம் நிறைவில்லாமல் இருப்பது போல தோன்றுகிறது. நீங்கள் என்ன நினைக்கிறீர்கள்?" என்று அவரிடம் கேட்டார்.

"நிச்சயமாக இந்தப் படம் நூறு நாட்கள் ஓடும்" என்று அவருக்கு பதில் அளித்தார் கலைஞர்.

"உறுதியாகத்தான் சொல்கிறீர்களா?" என்று கலைஞரைக் கேட்ட எல்.வி. பிரசாத் "நீங்கள் சொல்வதுபோல இந்தப் படம் நூறு நாட்களுக்கு மேல் ஓடி வெற்றிப்படமாக அமைந்தால் உங்களுக்கு சன்மானமாக பத்தாயிரம் ரூபாய் தருகிறேன்" என்றார். கலைஞர் கருணாநிதி கணித்தபடியே 'இருவர் உள்ளம்' மிகப் பெரிய வெற்றிப்படமாக அமைந்தது.

'இருவர் உள்ளம்' நூறு நாட்களைத் தொட்டதும் முதல் வேலையாக கலைஞரின் இல்லத்துக்குச் சென்ற எல்.வி.பிரசாத் தான் வாக்களித்திருந்தபடி பத்தாயிரம் ரூபாயை அவரிடம் வழங்கினார்.

அந்தப் படத்திற்குப் பிறகு பல திரைப்படங்களை எல்.வி.பிரசாத் இந்தியில் இயக்கினார் என்றாலும் கலைஞர் மு.கருணாநிதியோடு இணைந்து பணியாற்றிய 'இருவர் உள்ளம்' படமே எல்.வி.பிரசாத் இயக்கிய கடைசி தமிழ்ப் படமாக அமைந்தது.

71

கண்ணதாசனுக்கும் சிவாஜிக்கும் ஏற்பட்ட மோதல்

1956ஆம் ஆண்டு தமிழ்நாட்டைத் தாக்கிய கடும் புயலில் இயல்பு வாழ்க்கையைத் தொலைத்துவிட்டுத் தடுமாறிக் கொண்டிருந்த தமிழக மக்களுக்கு உதவுவதற்காக எல்லோரும் புயல் நிவாரணத்திற்கு நிதி வசூல் செய்து தாருங்கள் என்று அண்ணா அறிக்கை விட்டார். அப்போது சிவாஜி கணேசன் திராவிட முன்னேற்றக் கழகத்திலே உறுப்பினர் இல்லை என்றாலும் அறிஞர் அண்ணா மீது மிகுந்த பாசம் கொண்டவராக இருந்தார். ஆகவே அண்ணாவின் அறிக்கையைக் கட்டளையாக ஏற்றுக்கொண்டு விருது நகர் வீதிகளிலே தெருத் தெருவாக அலைந்து 'பராசக்தி' பட வசனங்களை எல்லாம் பேசி நிதி சேர்த்தார். பின்னர் அந்தத் தொகையை அறிஞர் அண்ணாவிடம் சேர்க்கச் சொல்லி அனுப்பி விட்டு சேலத்திலே நடைபெற்றுக்கொண்டிருந்த படப்பிடிப்பிலே கலந்துகொள்வதற்காக சிவாஜி சேலத்திற்கு போய்விட்டார்.

அவர் அங்கே படப்பிடிப்பில் இருந்தபோது புயல் நிவாரண நிதிக்கு அதிகமாக நிதி வசூலித்துத் தந்தவர்களுக்கு சென்னையில் ஒரு பாராட்டு விழாவை அறிஞர் அண்ணா நடத்த இருப்பதாக பத்திரிகைகளில் செய்தி வந்தது. உண்மையில் அந்தப் புயல் நிவாரண நிதிக்கு அதிகமாக நிதி சேர்த்துத் தந்தவர் சிவாஜிதான் என்பதால் அந்த விழாவிலே கலந்துகொள்ள நிச்சயம் தனக்கு

அழைப்பு வரும் என்று எதிர்பார்த்து சேலத்திலே காத்துக் கொண்டிருந்தார். ஆனால் விழா நாள் அன்று காலை வரை அவருக்கு அழைப்பு வரவில்லை.

ஒருவேளை அழைப்பிதழை சென்னையில் உள்ள தனது வீட்டில் கொடுத்திருப்பார்களோ என்ற சந்தேகத்தில் தனது தாயாரைத் தொலைபேசி மூலம் தொடர்பு கொண்டு "இன்று மாலை நடைபெறும் விழாவுக்கு யாராவது அழைப்பிதழைக் கொண்டு கொடுத்தார்களா" என்று கேட்டார் சிவாஜி. "யாரும் எதுவும் கொண்டு வந்து கொடுக்கவில்லையே" என்றார் அவருடைய தாயார்.

மதியத்துக்கு மேல் சென்னையில் உள்ள வீட்டுக்கு நேரடியாக வந்து விழாவிலே கலந்துகொள்ள அழைத்தார்கள் என்றால் சேலத்திலிருந்து அப்போது கிளம்பிப் போய் எப்படி அந்தப் பாராட்டு விழாவிலே கலந்துகொள்ள முடியும் என்று எண்ணிய சிவாஜி, காலையில் சேலத்திலிருந்து கார் மூலம் புறப்பட்டு மதியம் நான்கு மணிக்கு சென்னை வந்து சேர்ந்தார். அப்படி அவர் புறப்பட்டு வந்ததற்கு முக்கியமான காரணம் தன்னை அழைக்காமல் அந்த விழாவை நடத்த மாட்டார்கள் என்பதில் அவருக்கு இருந்த நம்பிக்கை.

நான்கு மணி முதல் விழாவிற்குக் கூப்பிட யாராவது வருவார்கள் என்று எதிர்பார்த்து வாயிலைப் பார்த்தபடியே வீட்டில் காத்துக் கொண்டிருந்தார் சிவாஜி. ஆனால் மாலை ஆறு மணி வரையிலே அவருக்கு அழைப்பும் வரவில்லை. அவரை விழாவிற்கு அழைத்துப் போக ஆட்களும் வரவில்லை அதற்குப் பிறகு நடந்தது என்ன என்பதைப் பற்றித் தனது சுயசரிதை நூலிலே விரிவாகப் பகிர்ந்து கொண்டுள்ளார் சிவாஜி.

"மாலை ஆறு மணிக்கு பாராட்டுக் கூட்டம் நடக்கிறது. அப்போதுதான் முதன் முதலில் எம்ஜிஆரைக் கூட்டிச் சென்று அந்தக் கூட்டத்திலே மேடை யேற்றி கவுரவிக்கிறார்கள். அதிகமாக நிதி வசூலித்தவன் நான். ஆனால் எம்ஜிஆர் அவர்களை அந்த கூட்டத்திலே மேடை ஏற்றிப் பாராட்டுகிறார்கள்.

"எங்கே கணேசன் வரவில்லையா?" என்று அண்ணா கேட்டபோது "இல்லை, வரமுடியவில்லை என்று சொல்லிவிட்டார்" என்று அண்ணாவிடம் சிலர் சொல்லியிருக்கிறார்கள். அப்போது

அண்ணாவைச் சுற்றியிருந்த சிலர் அண்ணாவிடமிருந்து என்னைப் பிரித்து விட வேண்டும் என்பதில் மிகவும் தீவிரமாக" இருந்தார்கள்.

அன்று நடந்த அந்தச் சம்பவம் என்னைப் பெரிதும் பாதித்தது. நான் எல்லா அவமதிப்பையும் பொறுத்துக் கொண்டு பொறுமையாக இருக்க முயன்றேன். ஆனால் முடியவில்லை. அந்த நிகழ்ச்சியால் பைத்தியம் பிடித்தவன் போல் ஆகிவிட்டேன். ஏனென்றால் சின்னப் பிள்ளையிலிருந்து அந்த இயக்கத்திலே ஓட்டிக்கொண்டிருந்தவன் நான். என்னைத் தூக்கிப் போட்டுவிட்டு அண்ணன் எம்.ஜி.ஆரைக் கொண்டு வந்தார்கள். ஆனால் அன்று நடந்த அந்தச் சம்பவத்துக்கு அண்ணன் எம்ஜிஆர் காரணமில்லை" என்று அந்த நூலிலே தனது மன வேதனையைப் பகிர்ந்துகொண்டிருக்கிறார் சிவாஜி.

அந்தச் சம்பவத்தைத் தொடர்ந்து பத்து நாட்களுக்கு மேலாக பைத்தியம் பிடித்தவர் போல சிவாஜி உட்கார்ந்து கொண்டிருப்பதைப் பார்த்த இயக்குனர் ஏ.பீம்சிங் "கணேசா ஏன் இப்படி நிலை குலைந்து போய் இருக்கிறாய் வா, திருப்பதி போய் வரலாம்" என்று சிவாஜியை அழைத்தார்.

"நான் சாமி கும்பிடும் மன நிலையில் இப்போது இல்லை" என்று சிவாஜி திரும்பத் திரும்பச் சொன்னபோதும் அவரை விடாமல் வற்புறுத்தி திருப்பதிக்கு அழைத்துச் சென்று விட்டார் பீம்சிங். அவர்கள் திருப்பதிக்குக் கிளம்பிய அன்று கடும் மழை காரணமாக வழியெங்கும் வெள்ளக்காடாக இருந்தது. மதியம் பன்னிரண்டு மணிக்கு சென்னையில் இருந்து புறப்பட்ட அவர்களால் மறுநாள் காலை நான்கு மணிக்குத்தான் திருப்பதியை அடைய முடிந்தது. அத்தனை பிரச்னைகளுக்கு நடுவே பதினாறு மணி நேரம் பயணம் செய்து சிவாஜி மேற்கொண்ட அந்தத் திருப்பதிப் பயணம் அவ்வளவு பெரிய திருப்பங்களைத் தனது வாழ்க்கையில் உண்டு பண்ணப் போகிறது என்று சிவாஜி உட்பட யாருமே கனவிலும் எதிர்பார்க்கவில்லை.

திருப்பதி கோவில் வாசலில் சிவாஜியைப் பார்த்த ஒரு பத்திரிகை நிருபர் தனது பத்திரிகைக்கு அந்தச் செய்தியைத் தெரிவிக்க சிவாஜி திருப்பதியிலிருந்து சென்னைக்குத் திரும்பியபோது "நாத்திக கணேசன் ஆத்திகனாக மாறினார்" என்று பத்திரிகைகள் தலைப்புச் செய்தியாக வெளியிட்டிருந்தன.

அப்போது சிவாஜிக்கும் கவிஞர் கண்ணதாசனுக்கும் இடையே

எந்தக் கருத்து வேறுபாடும் இல்லை என்ற போதிலும் சிவாஜி திருப்பதிக்குச் சென்றதைப் பற்றி அமிலம் போன்று எரித்து விடக் கூடிய வார்த்தைகளால் சிவாஜியை மனம் போனபடி தன்னுடைய 'தென்றல்' பத்திரிகையில் தாக்கி எழுதினார் கண்ணதாசன். அத்தோடு கண்ணதாசன் நின்றிருந்தால் கூட சிவாஜி பெரிதாக அவர் மீது ஆத்திரப்பட்டிருக்க மாட்டார். சிவாஜி படுகுழியில் புதைந்திருப்பதைப் போன்ற தெனாலிராமன் படத்தின் புகைப்படத்தைப் பத்திரிகையிலே வெளியிட்டு அதற்குப் பக்கத்திலே "கணேசா இதுதான் உன்னுடைய எதிர்காலமா?" என்று அவர் கேள்வி எழுப்பியிருந்தார். அதைப் பார்த்த சிவாஜி அளவில்லாத ஆத்திரம் அடைந்தார்.

அப்படிப்பட்ட சூழ்நிலையில் சிவாஜி வாகினி ஸ்டூடியோவில் படப்பிடிப்பில் இருந்தது தெரியாமல் அந்த ஸ்டூடியோவிற்குள்ளே அடி எடுத்து வைத்தார் கண்ணதாசன். அவர் ஸ்டூடியோவிற்குள்ளே வந்திருக்கிறார் என்பது தெரிந்தவுடன் ஆத்திரத்தோடு தன்னுடைய படப்பிடிப்புத் தளத்திலிருந்து சிவாஜி வெளியே ஓடிவர, அவர் அப்படி வருவதைப் பார்த்த கண்ணதாசன் அவருடைய கையில் சிக்கினால் நிச்சயம் பிரச்னைதான் என்ற பயத்தில் அருகிலே என்.எஸ்.கிருஷ்ணன் நடித்துக் கொண்டிருந்த படப்பிடிப்புத் தளத்திற்குள் ஓடிவிட்டார்.

அங்கேயும் அவரை விடாமல் துரத்திய சிவாஜி "அவனை ஒரு அடியாவது அடிக்காமல் என் மனம் ஆறாது" என்று குமுற அவரைத் தடுத்து நிறுத்திய கலைவாணர் என்.எஸ்.கிருஷ்ணன் "அவனை அடிச்சிட்டா எல்லாம் சரியாகிவிடுமா? ஆத்திரத்தில் அறிவில்லாமல் எதையாவது செய்யாதே, உனக்கும் அவனுக்கும் என்ன பிரச்னை. முதலில் அதை என்னிடம் சொல்" என்றார்.

'தெனாலி ராமன்' படத்தின் புகைப்படத்தைப் போட்டு கண்ணதாசன் தன்னைப் பற்றி எழுதியிருந்ததைப் பற்றி எல்லாம் அவரிடம் விளக்கமாக சிவாஜி சொல்ல "இவன் எழுதிட்டான்னா அது அப்படியே நடந்துடுமா? அதையெல்லாம் போய் பெரிசாக எடுத்துக்கிட்டு" என்று சிவாஜியை சமாதானப்படுத்தி அனுப்பிவைத்த கலைவாணர் "உனக்கு சிவாஜியின் கொள்கை பிடிக்கலேன்னா நீ ஒதுங்கிக்க. அதை விட்டுட்டு அவனை எதுக்காக பத்திரிகையிலே திட்டறே. நீ வெறும் பத்திரிகைக்காரனாக

மட்டும் இருந்தா பரவாயில்லை. சினிமாவிலே கதை வசனம், பாட்டு எல்லாம் எழுதிக்கிட்டிருக்கே. அப்படி இருக்கும்போது தேவையில்லாமல் எல்லோருடைய விரோதத்தையும் தேடிக் கொள்ளாதே" என்று கண்ணதாசனுக்கு புத்திமதி கூறினார்.

சிவாஜிக்கும் கண்ணதாசனுக்கும் இடையே நடந்தது வெறும் வாக்கு வாதம்தான் என்ற போதிலும், மறுநாள் எல்லா பத்திரிகைகளிலும் சிவாஜி, கண்ணதாசன் ஆகிய இருவரும் செருப்பால் அடித்துக் கொண்டு சண்டை போட்டதாக செய்திகள் வெளியாகி இருந்தன.

சிவாஜியை மிகவும் கடுமையாகத் தாக்கி கண்ணதாசன் விமர்சித்திருந்த போதிலும் தன்னுடைய படங்களுக்குப் பாட்டெழுத கண்ணதாசனைப் பயன்படுத்திக்கொள்ள வேண்டாம் என்று தன்னுடைய தயாரிப்பாளர்கள் எவரிடமும் கூறவில்லை. ஆனாலும் அவர்கள் இருவருக்கும் கடுமையான மோதல் நடந்ததாகப் பத்திரிகைகளில் வந்த செய்திகளைப் பார்த்த சிவாஜி படத் தயாரிப்பாளர்கள் கண்ணதாசனைத் தங்களது படங்களில் தவிர்க்கத் தொடங்கினார்கள்.

1957ஆம் ஆண்டிலும் 1958ஆம் ஆண்டிலும் சிவாஜி நடித்த படங்களில் 'அம்பிகாபதி' படம் தவிர சிவாஜி நடித்த வேறு எந்த படத்திலும் கண்ணதாசனின் பாடல்கள் இடம்பெறவில்லை.

ஏறக்குறைய மூன்றாண்டுகள் பிரிந்திருந்த அவர்களை மீண்டும் சேர்த்து வைத்தவர் அந்தப் பிரச்னைகளுக்கு எல்லாம் ஒருவகையில் காரணமான இயக்குனர்.

72

சிவாஜி–கண்ணதாசன் மோதலை முடிவுக்குக் கொண்டு வந்த மூன்று பாட்டுக்கள்

திருப்பதிக்கு சிவாஜியை அழைத்துச் சென்ற இயக்குனர் பீம்சிங்கிற்கு அந்தத் திருப்பதி பயணம் சிவாஜியின் வாழ்க்கையில் அவ்வளவு பெரிய மாற்றங்களைக் கொண்டு வரப்போகிறது என்று அப்போது தெரியாது.

பீம்சிங் தயாரித்த முதல் படமான 'பதி பக்தி'யின் கதாநாயகன் சிவாஜி கணேசன் என்பதால் அவர் மீதும் மிகுந்த மரியாதையை வைத்திருந்தார் பீம்சிங். அதேபோன்று பீம்சிங் இயக்குனராக அறிமுகமான 'செந்தாமரை' படத்திலேயே பாட்டெழுதியவர் கண்ணதாசன் என்பதால் அவர் மீதும் பீம்சிங்கிற்கு மிகப் பெரிய மரியாதை இருந்தது. அப்படி அவர்கள் இருவரோடும் நெருக்கமாக இருந்ததால் அவர்களுக்கு இடையே ஏற்பட்டிருந்த மோதல் பீம்சிங் மனதை மிகவும் பாதித்தது.

அப்படிப்பட்ட நேரத்தில்தான் அவர்கள் இருவரையும் சேர்த்து வைக்கக் கூடிய ஒரு வாய்ப்பு எதிர்பாராத விதமாக பீம்சிங்கைத் தேடிவந்தது. அந்த வாய்ப்பை மிகச் சரியாகப் பயன்படுத்திக் கொண்டார் அவர்.

'பதிபக்தி' படத்தின் மூலம் தயாரிப்பாளர்களான பீம்சிங்கும், ஜி.என். வேலுமணியும் இணைந்து தயாரித்த இரண்டாவது படம் 'பாகப்பிரிவினை'. அந்தப் படத்திற்கு பாடல்களை எழுதிய பட்டுக்கோட்டை கல்யாணசுந்தரத்திடம் ஒரு தாலாட்டுப் பாடல் எழுதித் தரும்படி பீம்சிங் கேட்டபோது 'தாலாட்டுப் பாடல் எழுதுவதில் கில்லாடி கண்ணதாசன்தான். அதனால் அந்தப் பாட்டை அவரை எழுதச் சொல்லுங்கள்" என்றார் அவர்.

கவிஞர் கண்ணதாசன் மிகுந்த நேசமும் மரியாதையும் வைத்திருந்த பாடலாசிரியர்கள் பட்டியலில் முதல் இடத்தைப் பெற்றிருந்தவர் பட்டுக்கோட்டை கல்யாணசுந்தரம். இன்னும் சரியாகச் சொல்வதென்றால் பட்டுக்கோட்டையார் அளவிற்கு அவர் மனதில் இடம்பிடித்த கவிஞர்கள் எவரும் இல்லையென்றே கூறலாம்.

அதனால்தான் பட்டுக்கோட்டையார் அகால மரணமடைந்ததும் நிலைகுலைந்து போன அவர் அடுத்த ஒரு வாரம் பாட்டை எழுத பேனாவையே தொடவில்லை. "இந்தப் பாடலை பட்டுக்கோட்டை எழுதினால்தான் சரியாக இருக்கும்" என்று பல இயக்குனர்களிடம் கண்ணதாசன் சொல்லியனுப்பியதுண்டு. அதேபோன்று பட்டுக்கோட்டையாரும் பல தயாரிப்பாளர்களை கண்ணதாசன் பக்கம் அனுப்பியிருக்கிறார்.

'பாகப்பிரிவினை' படத்துக்கு தாலாட்டுப் பாடலை எழுத மறுத்த பட்டுக்கோட்டையார் கண்ணதாசன் பெயரை சிபாரிசு செய்ததும் மகிழ்ச்சியடைந்த பீம்சிங் "பாகப்பிரிவினை படத்துக்கு எப்படியாவது கண்ணதாசனைப் பாடல் எழுத வைக்க வேண்டும். அது உங்களால் முடியுமா?" தனது பங்குதாரரான ஜி.என். வேலுமணியிடம் கேட்டார்.

ஜி.என். வேலுமணியைப் பொறுத்தவரையில் எந்தக் காரியத்தைப் பற்றிச் சொன்னாலும் அது முடியாது என்று சொல்லிப் பழக்கம் இல்லாதவர் அவர். "வானத்தை வில்லாக வளைக்க வேண்டும் முடியுமா?" என்று கேட்டால்கூட "எவ்வளவு டிகிரி வளைக்க வேண்டும்" என்றுதான் கேட்பாரே தவிர "வானத்தை எப்படி வளைக்க முடியும்?" என்ற கேள்வி அவரிடமிருந்து வராது.

"நம்ம படத்தில் வரும் தாலாட்டுப் பாடலை கண்ணதாசன் எழுதணும். அவ்வளவுதானே, விடுங்க. அவர்கிட்ட பாட்டை எழுதி வாங்க வேண்டியது என் பொறுப்பு" என்று பீம்சிங்கிடம்

சொல்லிவிட்டு நேராக கண்ணதாசன் வீட்டுக்குச் சென்றார் ஜி.என். வேலுமணி.

கண்ணதாசனைச் சந்திக்கின்ற வரை அவரைப் பாடல் எழுத வைப்பது அத்தனை சிரமமாக இருக்கும் என்று வேலுமணி நினைத்துக்கூட பார்க்கவில்லை.

கண்ணதாசனை சந்தித்து "நீங்க நம்ம படத்துக்கு ஒரு பாட்டு எழுதணும்னே" என்று ஜி.என். வேலுமணி சொன்னவுடன் "என்னப்பா சிவாஜி படத்துக்கு என்னை பாட்டு எழுத கூப்பிடறே?" என்றார் கவிஞர்.

சிவாஜிக்கும் கண்ணதாசனுக்கும் மோதல் என்று பத்திரிகைகளில் செய்திகள் வந்ததற்குப் பிறகு இரண்டு ஆண்டுகள் சிவாஜியின் எந்தப் படத்துக்கும் பாட்டெழுதச் சொல்லி கண்ணதாசனுக்கு அழைப்பு வரவில்லை. அதை மனதில் வைத்துக்கொண்டுதான் வேலுமணியிடம் அப்படி ஒரு கேள்வியை எழுப்பினார் கண்ணதாசன்.

அவர் அப்படிக் கேட்டதற்குப் பிறகும் ஏறக்குறைய அரைமணிக்கும் மேலாக கவிஞருடன் வேலுமணி போராடினார். ஆனால் கவிஞர் பாட்டெழுத ஒப்புக்கொள்ளவில்லை.

அடுத்து அப்போது கவிஞரிடம் உதவியாளராக இருந்த பஞ்சு அருணாசலத்தை அழைத்த வேலுமணி, "நீ என்ன செய்வேன்னு எனக்குத் தெரியாது. 'பாகப்பிரிவினை' படத்துக்கு கவிஞரைப் பாட்டு எழுத வைக்க வேண்டியது உன் பொறுப்பு" என்று அவரிடம் சொல்லிவிட்டுப் புறப்பட்டார்.

அவர் அப்படிச் சொல்லிவிட்டுப் போனவுடன் கவிஞரிடம் தான் அதைப்பற்றிப் பேசுவது சரியாக இருக்குமா என்று முதலில் யோசித்த பஞ்சு அருணாச்சலம், பின்னர் கொஞ்சம் தைரியத்தை வரவழைத்துக்கொண்டு "நாம்ப ஒண்ணும் சிவாஜி படத்துக்குப் பாட்டு எழுதணும்னு அவங்களைத் தேடிப் போகலியே. அவங்கதானே நம்மைத் தேடி வர்றாங்க அப்புறம் பாட்டு எழுதுவதில் என்ன தப்பு?" என்று கவிஞரிடம் கேட்டார்.

"கண்ணதாசனைப் பாட்டு எழுதச் சொல்லலாமா என்று சிவாஜி கிட்ட இவங்க கேட்டாங்களா இல்லையான்னு உனக்குத் தெரியுமா? அப்படியிருக்கும்போது நான் பாட்டு எழுதினதுக்கு அப்புறம்

நெஞ்சம் மறப்பதில்லை – இரண்டாம் பாகம்

சிவாஜி அந்தப் பாட்டை வேண்டாம்னு சொல்லிட்டார்னு படத்திலே அந்தப் பாட்டை வைக்காம விட்டுட்டாங்கன்னா யாருக்கு அவமானம்? எனக்குத்தானே? அதனால்தான் வேண்டாம் என்று சொன்னேன். அதெல்லாம் சரிவராது. விட்டுவிடு" என்றார் கவிஞர்.

"உங்களுக்கும் சிவாஜிக்கும் உள்ள பிரச்சினை அவங்களுக்குத் தெரியாதா என்ன? அப்படியிருக்கும்போது சிவாஜியிடம் கேட்காமலா உங்களைத் தேடி வந்திருப்பாங்க? நிச்சயமாக அவர்கிட்ட கேட்டுவிட்டுத்தான் வந்திருப்பாங்க" என்று பஞ்சு அருணாச்சலம், கண்ணதாசனிடம் தொடர்ந்து வாதாடிய பிறகு 'பாகப் பிரிவினை' படத்துக்குப் பாட்டெழுத அரைமனதுடன் ஒப்புக்கொண்டார் கவிஞர்.

மிக நீண்ட இடைவெளிக்குப் பிறகு சிவாஜி படத்துக்கு கவிஞர் எழுதிய முதல் பாடலாக "ஏன் பிறந்தாய் மகனே ஏன் பிறந்தாயோ" என்று தொடங்கும் அந்தப் பாடல் அமைந்தது.

அந்தப் பாடலைத் தொடர்ந்து அதே படத்திற்காக "தங்கத்திலே ஒரு குறை இருந்தாலும் தரத்தினில் குறைவதுண்டோ" என்ற பாடலையும் "தாழையாம் பூ முடித்து" என்ற பாடலையும் எழுதினர் கவிஞர்.

சிவாஜிக்கும் தமிழ்த் திரையுலகின் மிகப் பெரிய கவிஞரான கண்ணதாசனுக்கும் இடையே இரண்டு வருட காலத்திற்கு மேல் இருந்த இடைவெளியை சரிசெய்ததில் 'பாகப் பிரிவினை' படத்திற்காக கண்ணதாசன் எழுதிய அந்த மூன்று பாடல்களுக்கு மிகப்பெரிய பங்குண்டு.

'பாகப் பிரிவினை' படத்திலே கண்ணதாசன் எழுதிய எல்லா பாடல்களும் சிவாஜிக்கு மிகவும் பிடித்துப் போனதால் அடுத்து 'பாசமலர்' படத்துக்குப் பாட்டெழுதும் வாய்ப்பு அவரைத் தேடி வந்தது.

அந்தப் படத்துக்காகப் பதிவான பாடல்களை ஒரு நாள் இரவு சிவாஜிக்குப் போட்டுக் காண்பித்தார் இசையமைப்பாளர் எம்.எஸ். விஸ்வநாதன்.

சித்ரா லட்சுமணன்

அந்தப் பாடல்களைக் கேட்டு அசந்துபோன சிவாஜி அப்போதே, கண்ணதாசனைச் சந்தித்தாக வேண்டும் என்று சொல்ல கண்ணதாசனை அழைத்து வர சிவாஜியின் வீட்டிலிருந்து கார் ஒன்று பறந்தது.

"சிவாஜி உங்களுக்காகத்தான் காத்துக் கொண்டிருக்கிறார்.அதனால் உடனே புறப்பட்டு வாருங்கள்" என்று எம்.எஸ்.விஸ்வநாதன் சொல்ல, சிவாஜியின் அழைப்பைத் தவிர்க்க முடியாமல் இரவு பத்து மணிக்கு கண்ணதாசனும் பஞ்சு அருணாசலமும் சிவாஜி வீட்டிற்குச் சென்றனர். வீட்டு வாசலிலேயே கண்ணதாசனைக் கட்டிப் பிடித்து வரவேற்ற சிவாஜி "நீதாண்டா கவிஞன்... உன்னை மாதிரி யாரால் பாட்டு எழுத முடியும்? இனிமே என்னுடைய படம் எல்லாத்துக்கும் நீதான் பாட்டு எழுத வேண்டும்" என்றார்.

அவர்கள் இருவருக்குமிடையே இருந்த எல்லா கருத்து வேறுபாடுகளும் அந்த ஒரே இரவில் காணாமல் போயிற்று.

அவர்கள் அப்படிக் கொஞ்சிக் குலாவியதைப் பூரிப்போடு பார்த்துக் கொண்டிருந்தார் இசையமைப்பாளர் எம்.எஸ்.விஸ்வநாதன்.

அதற்குப் பிறகு அன்று இரவு நெடுநேரம் அவர்கள் இருவரும் ஒருவரை ஒருவர் புகழ்ந்தபடி இருந்தனர். பஞ்சு அருணாச்சலத்துக்கு அதுவரை அப்படி இரவு நெடுநேரம் கண்விழித்துப் பழக்கம் இல்லை என்பதால் வீட்டுக்குக் கிளம்பலாம் என்று கவிஞரிடம் பல முறை சொன்னார் அவர். ஆனால் கண்ணதாசண் அதையெல்லாம் காதில் வாங்கிக்கொள்ளவே இல்லை.

சிவாஜி வீட்டிலிருந்து கவிஞரும், பஞ்சு அருணாசலமும் அன்று இரவு திரும்பியபோது இரவு மணி இரண்டு.

இரவு தூங்க நேரம் ஆனாலும் சிவாஜி - கண்ணதாசன் என்ற இரு இமயங்களுக்கு நடுவே இருந்த கருத்து வேறுபாடுகள் அகல தானும் ஒரு சிறு கருவியாக இருந்தோமே என்ற எண்ணத்துடன் அன்று இரவு நிம்மதியாகத் தூங்கினார் பஞ்சு அருணாசலம்.

திருப்பதிக்கு சிவாஜியை தான் அழைத்துச் சென்றதால் ஏற்பட்ட மோதல் தன்னுடைய படங்களின் மூலமே முடிவுக்கு வந்ததில் பீம்சிங் அடைந்த மகிழ்ச்சிக்கு அளவேயில்லை.

73

ஜானகியை மணக்க எம்ஜிஆருக்கு விதிக்கப்பட்ட நிபந்தனைகள்

'ராஜகுமாரி' திரைப்படம்தான் எம்ஜிஆர் கதாநாயகனாக நடித்து வெளியான முதல் திரைப்படம். மிகப்பெரிய வெற்றியைப் பெற்ற அந்தப் படத்தைத் தொடர்ந்து ஜுபிடர் பிக்சர்ஸ் தயாரிப்பில் உருவான 'அபிமன்யு', 'மோகினி' ஆகிய படங்களில் ஒப்பந்தமானார் எம்ஜிஆர்.

அந்தப் படங்களின் படப்பிடிப்பு நடைபெற்றுக்கொண்டிருந்த போது தவறாமல் சினிமா பார்ப்பதை வழக்கமாகக்கொண்டிருந்த எம்ஜிஆர், ஒரு நாள் 'தியாகி' என்ற படத்தைப் பார்த்தார். அந்தப் படத்தைப் பார்த்தபோது அந்தப் படத்திலே நாயகியாக நடித்திருந்தவரின் முகம் அவருக்கு மிகவும் தெரிந்த முகமாக இருந்தது. அவரை எங்கோ பார்த்திருக்கிறோம் என்று அவருக்கு நன்றாகத் தெரிந்தது. ஆனால் எங்கு பார்த்திருக்கிறோம் என்று அவ்வளவு எளிதாக அவரால் முடிவுக்கு வரமுடியவில்லை.

படம் பார்த்த அன்று இரவு முழுவதும் அந்த நாயகியின் கண்களும் அவரது ஒல்லியான அந்த அழகான தோற்றமும் அவர் மனக் கண்ணுக்குள் சுற்றிச் சுற்றி வந்தன.

இப்படி இரவு முழுவதும் யோசித்துக் கொண்டே இருந்தபோதுதான் அந்தக் கதாநாயகிக்கும் தனது முதல் மனைவியான தங்கமணிக்கும் இருந்த உருவ ஒற்றுமை அவருக்குப் புரிந்தது.

தன்னுடைய முதல் மனைவியின் அதே உயரம், அதே கண்கள். அதே உடல் அமைப்பு கொண்ட அந்த நடிகையை ஒரு முறையாவது பார்த்து விட வேண்டும் என்று அந்த நொடி முதல் துடிக்க ஆரம்பித்தார் ராமச்சந்திரன்.

தியாகி படத்தில் ஒரு தலித் பெண்ணின் வேடத்தில் நடித்திருந்த அந்த நடிகையின் பெயர் வி.என். ஜானகி.

இதற்கிடையில் லஷ்மிகாந்தனின் கொலை வழக்கிலிருந்து விடுதலையான எம்.கே.தியாகராஜ பாகவதர் 'ராஜமுக்தி' என்ற பெயரிலே ஒரு படம் எடுத்தார். அந்தப் படத்திலே தியாகராஜ பாகவதரின் அண்டை நாட்டை ஆண்ட மகேந்திர வர்மன் என்னும் மன்னனின் பாத்திரத்திலே நடிக்க எம்ஜிஆரை அவர் ஒப்பந்தம் செய்தார். தியாகராஜ பாகவதர் சிறைவாசம் முடிந்து அப்போதுதான் வெளியே வந்திருந்தார் என்பதால் படத்தின் படப்பிடிப்பை சென்னையில் நடத்த அவர் விரும்பவில்லை. ஆறுமாத காலம் பூனாவிலே தங்கி மொத்த படப்பிடிப்பையும் முடித்துவிட்டுத் திரும்பும் திட்டத்துடன் புறப்பட்ட அவருடன் எம்ஜிஆரும் பூனாவிற்குக் கிளம்பினார்.

'தியாகி' படத்தைப் பார்த்த நாளிலிருந்து தனது முதல் மனைவியின் தோற்றத்தில் இருந்த அந்தப் பட நாயகியை ஒரு முறையாவது சந்திக்க வேண்டும் என்று துடித்துக் கொண்டிருந்த எம்ஜிஆரின் ஆசையை, அந்தப் பயணம் நிறைவேற்றி வைக்கப் போகிறது என்று பூனாவிற்குப் போய்ச் சேர்கின்றவரை எம்ஜிஆருக்குத் தெரியாது.

தியாகராஜ பாகவதரின் ஆஸ்தான பாடலாசிரியரான பாபநாசம் சிவன் அவர்களின் தம்பியான ராஜகோபாலனின் மகளான வி.என். ஜானகியை பூனாவிலே நடைபெற்ற 'ராஜமுக்தி' படப்பிடிப்பில் முதல் முறையாக நேரில் பார்த்த எம்ஜிஆர், அப்படியே அசந்துபோய் நின்று விட்டார். அதற்குக் காரணம் அவரது முதல் மனைவியான பார்கவி என்கிற தங்கமணிக்கும் ஜானகிக்கும் இருந்த உருவ ஒற்றுமை. ஆண்டவனின் படைப்பில் இப்படி ஒரு அதிசயமா என்று ஆச்சர்யத்தில் மூழ்கிப்போனார் எம்ஜிஆர்.

ஜானகி மீது அவருக்கு அளவில்லாத அன்பும் பாசமும் தோன்ற அந்தத் தோற்ற ஒற்றுமை முதல் காரணமாக அமைந்தது. 'ராஜமுக்தி' படத்தைத் தொடர்ந்து 'மோகினி' திரைப்படத்திலும் 'மருத நாட்டு இளவரசி' படத்திலும் ஜானகியுடன் ஜோடியாக நடித்தபோது அந்த அன்பு காதலாக மாறியது. ஆனால் அந்தக் காதல் நிறைவேறுவதற்குள் எண்ணற்ற போராட்டங்களையும் பிரச்னைகளையும் சந்தித்தார் எம்ஜிஆர்.

ஜுபிடர் பிக்சர்ஸ் தயாரித்த 'மோகினி' திரைப்படம்தான் எம்.ஜிஆர்-ஜானகி இருவரும் ஜோடியாக நடித்து வெளிவந்த முதல் படம். அந்தப் படத்தில் நடிக்கும்போது எம்ஜிஆரை விட பலமடங்கு அதிக சம்பளம் வாங்கிக் கொண்டிருந்தார் வி.என்.ஜானகி. ஆனால் அந்த வித்தியாசங்களை எல்லாம் மீறி அவர்களுக்கிடையே காதல் வேகமாக வளர்ந்து கொண்டிருந்தது.

'மோகினி' திரைப்படத்தைத் தொடர்ந்து 'மருத நாட்டு இளவரசி' படத்திலே எம்ஜிஆரும், வி.என்.ஜானகியும் ஜோடியாக நடித்திருந்தார்கள் என்றாலும் அந்த படம் ஆரம்பிக்கப்பட்டபோது அதிலே எம்ஜிஆருக்கு ஜோடியாக அவர் நடிக்கவில்லை. முதலில் அந்தப்படத்தில் எம்ஜிஆரின் ஜோடியாக நடித்தவர் தஞ்சையைச் சேர்ந்த பிரபல பாடகியான அனுராதா. அப்போது அந்தப் படத்திற்கு சூட்டப்பட்டிருந்த பெயர் 'காளிதாசி'.

'மருத நாட்டு இளவரசி' படம் ஆரம்பிக்கப்பட்டபோது அந்தப் படத்துக்கு கதை வசனம் எழுதியவர் அந்தப் பட நிறுவனத்தில் பங்குதாரராக இருந்த டி.வி. சாரி. அவர்தான் எம்ஜிஆரை அந்தப் படத்தின் கதாநாயகன் வேடத்துக்கு சிபாரிசு செய்தவர். கழுத்தில் துளசி மாலையுடன் கதர் ஆடை அணிந்திருந்த எம்ஜிஆரை பார்த்த உடனேயே அந்தப் படத்தின் தயாரிப்பாளரான முத்துசாமிக்குப் பிடித்துவிட்டது. ஆகவே நான்காயிரம் ரூபாய் சம்பளத்தில் அந்தப் படத்தின் நாயகனாக எம்ஜிஆரை அவர் ஒப்பந்தம் செய்தார்.

அந்த நிறுவனத்துக்கு மூளையாகச் செயல்பட்ட அவரது யோசனைப்படி மைசூர் நவஜோதி ஸ்டூடியோவில் படப்பிடிப்பை நடத்த முடிவு செய்தனர். இந்த நவஜோதி ஸ்டூடியோதான் பின்னர் பிரிமியர் ஸ்டூடியோ என்று பெயர் மாற்றம் பெற்றது.

படத்திற்கான கதை வசனத்தை முழுமையாக எழுதித் தராமல் இழுத்தடித்தது மட்டுமின்றி "முழுக்கதையும் என் மனதிலே இருக்கிறது. கொஞ்சம் கொஞ்சமாக அதை எழுதித் தருகிறேன்" என்று அவர் சொன்ன பதிலால் ஆத்திரம் அடைந்த தயாரிப்பாளர் முத்துசாமியின் அண்ணன் அவரை வெளியே போகச் சொல்லிவிடவே அந்த கம்பெனி கலைக்கப்பட்டது. அதன் பிறகு கோவிந்தன் கம்பெனி என்ற பட நிறுவனத்தினர் 'காளிதாசி' படத்திற்காக எடுக்கப்பட்டிருந்த பாடல்களையும் சில காட்சிகளையும் அப்படியே வைத்துக்கொண்டு அந்தப் படத்தை எடுக்கும் முயற்சியில் ஈடுபட்டனர்.

படத்திற்குக் கதை வசனம் எழுத புதிய கதாசிரியர் ஒருவரை அவர்கள் தேடியபோது 'ராஜகுமாரி', 'அபிமன்யு' ஆகிய திரைப்படங்களில் உணர்ச்சிபூர்வமான வசனங்களை எழுதியிருந்த கலைஞர் மு.கருணாநிதி அவர்களின் வசனம் எழுதும் ஆற்றலைப் பற்றி எடுத்துச் சொல்லி அவரது பெயரை சிபாரிசு செய்தார் எம்ஜிஆர். எம்ஜிஆரின் சிபாரிசை அப்போது தயாரிப்பு பொறுப்பை ஏற்றிருந்த முத்துசாமி ஏற்றுக்கொள்ளவே உடனே புறப்பட்டு வரச் சொல்லி கலைஞருக்கு ஒரு தந்தி அடித்தார் எம்ஜிஆர். அவர் புறப்பட்டு வருவதற்குள் முத்துசாமி ஊருக்கு புறப்பட்டுச் சென்றுவிட்டதால் கலைஞருக்கு முன்பணம் கூட கொடுக்கப்படவில்லை. ஆனால் அதைப்பற்றி எல்லாம் கவலைப்படாமல் நாடார் மேன்ஷனில் தங்கிக் கொண்டு தினமும் இரவெல்லாம் கதையை எழுதத் தொடங்கினார் அவர்.

முதலில் அந்தப் படத்திற்கு ஒப்பந்தம் செய்யப்பட்டிருந்த கதாசிரியர் ஒவ்வொரு நாளும் ஒவ்வொரு காட்சியாக எழுதித் தந்த நிலையில் படத்திற்கான மொத்த வசனத்தையும் ஒரே வாரத்தில் கலைஞர் எழுதி முடித்து விட்டார்.

அந்தப் படத்திற்கு கதை வசனகர்த்தாவை மட்டுமின்றி கதாநாயகியையும் பரிந்துரைத்தவர் எம்ஜிஆர்தான். அவருக்கும் வி.என் ஜானகிக்கும் இடையே பூத்திருந்த காதல் கூட அதற்குக் காரணமாக இருந்திருக்கலாம். அந்தப் படத்திற்கு பின்னர் வாழ்க்கையிலும் ஒன்றாக இணைந்த அவர்கள் இருவரது பெயரும் திரையில் இணைந்து இடம் பெற்ற படமாக 'மருதநாட்டு இளவரசி' படம் அமைந்தது.

நெஞ்சம் மறப்பதில்லை – இரண்டாம் பாகம்

'மருத நாட்டு இளவரசி' படம் 'காளிதாசி' என்ற பெயரிலே தயாரிக்கப்பட்டபோது அந்தப் படத்திலே பணியாற்றிய ஒரு பெண் எம்ஜிஆர் மீது தீவிரமாகக் காதல் கொண்டிருந்தாள். "நீங்கள் சரி என்று சொன்னால் உங்களை மணந்துகொண்டு உங்களுடன் வாழ்க்கை நடத்தத் தயாராக இருக்கிறேன்" என்று வெளிப்படையாகச் சொன்ன அந்தப் பெண்ணிடம் "உன்னை என்னால் ஏற்றுக்கொள்ள முடியாது. என்னை மன்னித்துக் கொள்" என்று அப்போதே கூறிவிட்டார் எம்ஜிஆர்.

ஆனால், எம்ஜிஆர் மனதிலே வி.என்.ஜானகி இடம் பிடித்த பின்னரும் மனம் தளராது முயற்சி செய்து கொண்டிருந்த அந்தப் பெண் 'மருத நாட்டு இளவரசி' படத்தின் படப்பிடிப்பு நடைபெற்றுக்கொண்டிருந்த நவஜோதி ஸ்டூடியோவிற்கு மிக அருகிலேயே குடி இருந்ததால், எம்ஜிஆரின் நடவடிக்கைகள் அனைத்தையும் பக்கத்தில் இருந்து கவனித்தபடி இருந்தார்.

நாள் தவறாமல் தனது வீட்டுக்கு வரும்படி எம்ஜிஆருக்கு அழைப்பு விடுத்துக் கொண்டிருந்த அந்தப் பெண் சில சமயங்களில் எம்ஜிஆர் மனதை உருக்கும் அளவிற்குக் கடிதங்கள் எழுதி அவருக்கு அனுப்புவதையும் வழக்கமாக வைத்திருந்தாள்.

இப்படிப்பட்ட பிரச்னையில் எம்ஜிஆர் சிக்கித் தவித்துக் கொண்டிருந்த போது ஜானகியை எம்ஜிஆர் திருமணம் செய்து கொள்வதை கடுமையாக எதிர்த்துக் கொண்டிருந்த ஜானகியின் தாய் மாமனான நாராயணன் என்பவர் ஜானகியை எம்ஜிஆர் திருமணம் செய்து கொள்ள வேண்டுமென்றால் என்னென்ன நிபந்தனைகளுக்கு அவர் ஒப்புக்கொள்ள வேண்டும் என்பது குறித்து பேசுவதற்காக எம்ஜிஆரை நேராக வரச் சொன்னார்.

எம்ஜிஆர், ஜானகியைக் காதலிப்பது அப்போது ஜானகியிடம் இருந்த பணத்திற்காகவும், எதிர்காலத்தில் ஜானகி சம்பாதிக்கக்கூடிய பணத்திற்காகவும்தான் என்பது அவரது தாய் மாமாவின் எண்ணமாக இருந்தது.

இரவு ஏழு மணியளவில் அவரைச் சந்திக்க எம்ஜிஆர் போனதும் ஏற்கனவே டைப் அடித்து வைக்கப்பட்டிருந்த ஒரு ஒப்பந்தத்தை எடுத்து எம்ஜிஆரிடம் நீட்டினார் அவர்.

அதைப் படிக்கப் படிக்க எம்ஜிஆரின் சிவந்த முகம் மேலும் சிவந்தது.

"அடிமை வியாபாரி ஆகலாம்னு நினைக்கறீங்களா?" என்று அவரைப் பார்த்து ஆத்திரத்துடன் எம்ஜிஆர் கேட்க, கதவுக்குப் பக்கத்திலே கண்ணீருடன் நின்றுகொண்டிருந்த வி.என். ஜானகி அப்படியெல்லாம் பேச வேண்டாம் என்று எம்ஜிஆரைப் பார்த்து சைகை செய்தார்.

எம்ஜிஆர் அப்படி ஆத்திரம் கொள்கின்ற அளவிற்கு அந்த ஒப்பந்தத்தில் அப்படி என்ன எழுதப்பட்டிருந்தது?

74

திசை மாறிப் போக இருந்த எம்ஜிஆரைத் தடுத்து நிறுத்திய நண்பர்

வி.என்.ஜானகியைக் கல்யாணம் செய்துகொள்ள வேண்டுமென்றால் அதற்கு முன்னாலே எம்ஜிஆர் ஒரு ஒப்பந்தத்தில் கையெழுத்திட்டுத் தர வேண்டும் என்று நிபந்தனை விதித்த ஜானகியின் மாமா அந்த ஒப்பந்தத்தை எம்.ஜி.ஆரிடம் நீட்டினார். அதைப் படித்துப் பார்த்த எம்ஜிஆரின் கண்கள் கோவைப் பழமென சிவந்தன.

பத்தாண்டு காலத்திற்கு எம்ஜிஆரும், வி.என்.ஜானகியும் ஜானகியின் கார்டியனாக உள்ள அவரது மாமா சொல்லுகின்ற படங்களில் மட்டுமே நடிக்கவேண்டும் என்றும், அவர்கள் இருவரும் படங்களில் நடிப்பதற்கு படத் தயாரிப்பாளர்கள் ஜானகியின் மாமாவிடம் மட்டுமே ஒப்பந்தம் செய்துகொள்ள வேண்டும் என்றும், ஜானகி படங்களில் தொடர்ந்து நடிக்க எம்ஜிஆர் எந்த மறுப்பும் சொல்லக் கூடாது என்றும் பல நிபந்தனைகளை அந்த ஒப்பந்தத்தில் விதித்திருந்தார் அவரது மாமா.

திருமணம் செய்து கொள்வது பற்றி ஜானகியிடம் முதல் முறையாகப் பேசியபோதே "திருமணத்திற்குப் பிறகு நடிப்புத் தொழிலில் இருந்து முழுமையாக விலகிவிட வேண்டும்" என்று எம்ஜிஆர்

அவரிடம் சொல்லியிருந்தார். ஜானகியும், "திருமணத்திற்குப் பிறகு கூடையில் மண் சுமக்கும் வேலை செய்தாலும் செய்வேனே தவிர நடிப்புத் தொழிலில் இருக்க மாட்டேன்" என்று எம்.ஜிஆரிடம் உறுதியாகச் சொல்லியிருந்தார்.

அந்த உடன்படிக்கைக்கும் அந்த ஒப்பந்தத்திற்கும் எந்தவித சம்பந்தமும் இல்லாமல் இருந்ததால்தான் அந்த ஒப்பந்தத்தைப் படித்தவுடன் எம்ஜிஆருக்கு அப்படி ஒரு ஆத்திரம் ஏற்பட்டது.

இதனிடையே ஆத்திரமாகப் பேசவேண்டாம் என்று ஜானகி அவரிடம் சைகை காட்டியதில் எம்ஜிஆரின் கோபம் இன்னும் அதிகமாகியது.

ஆனால் இந்தப் போராட்டங்களைப் பற்றி எல்லாம் கவலைப்படாமல் "ஜானகியோட பணத்துக்கு நீங்க ஆசைப்படலேன்னா இந்த ஒப்பந்தத்தில் கையெழுத்துப் போடுவதில் உங்களுக்கு என்ன தயக்கம்?" என்று எம்.ஜி.ஆரைப் பார்த்துக் கேட்ட ஜானகியின் மாமா "அவளை உங்க இஷ்டத்துக்குப் பயன்படுத்தி அவள் சம்பாதிக்கும் பணத்தை நீங்க அனுபவிக்கலாம்னு நினைச்சா நான் அதைப் பார்த்துக்கொண்டு சும்மாயிருக்க மாட்டேன்" என்றார்.

"ஜானகி சம்பாதிக்கும் பணத்தில் நான் வாழ விரும்புவதாக நீங்கள் சந்தேகப்பட்டால் திருமணத்திற்குப் பிறகு ஜானகியை எக்காலத்திலும் நடிக்க வைக்க மாட்டேன் என்று நான் எழுதித் தருகிறேன், போதுமா?" என்று எம்ஜிஆர் கேட்டதைக் காதிலேயே வாங்கிக் கொள்ளாத அவர் சர்வ நிதானத்துடன் ஒரு சிகரெட்டை பற்ற வைத்து புகையை நன்கு இழுத்து வெளியே விட்டார்.

அதன் பிறகு, "நோயில் படுத்திருக்கும் உங்க மனைவி, உங்க தாயார், உங்க அண்ணன் குடும்பம் என்று உங்கள் குடும்பம் ரொம்பப் பெரிசு. ஜானகிக்கும் அவரது தாயார், பிள்ளை, நான் என்று இத்தனை பேர் இருக்கிறோம். இவ்வளவு பேரும் வாழ்க்கை நடத்த உங்களது சம்பளம் எப்படிப் போதுமானதாக இருக்கும்? நீங்கள் இன்னும் முழு கதாநாயகனாக ஆகவில்லை. அது மட்டுமில்லாமல் இன்றுவரையில் ஜானகி வாங்கிக் கொண்டிருக்கும் சம்பளத்தில் பாதியைத்தான் நீங்கள் சம்பளமாக வாங்கிக் கொண்டிருக்கிறீர்கள். அதனால் உங்கள் குடும்பத்தையும் இவளது குடும்பத்தையும் காப்பாற்ற வேண்டும் என்றால் இவள் நடித்தே ஆக வேண்டும்.

அப்படி இவள் நடித்து வரக்கூடிய வருமானத்தை அவளது குடும்பத்திற்குப் பயன்படுத்தத்தான் நான் அனுமதிப்பேன். வேறு யாரும் அந்தப் பணத்திற்கு சொந்தம் கொண்டாடுவதையோ அந்தப் பணத்தை அனுபவிப்பதையோ என்னால் அனுமதிக்க முடியாது" என்று அழுத்தம் திருத்தமாக சொன்னார் அவர்.

தனது மாமாவின் அந்த விஷமத்தனமான பேச்சைக் கேட்டு எம்ஜிஆர் ஆத்திரத்தில் ஏதாவது பேசிவிட்டால் அது திருமணத்திற்குத் தடையாக அமைந்து விடுமே என்று அச்சப்பட்ட ஜானகி "இப்போதைக்கு சரி என்று சொல்லுங்கள். பிறகு பேசிக் கொள்ளலாம்" என்று எம்ஜிஆருக்கு மட்டும் கேட்கும்படி சொன்னார்.

ஆனால் ஜானகி மாமா பேசிய எகத்தாளமான பேச்சினால் காயமடைந்திருந்த எம்ஜிஆரை ஜானகியின் அந்த பேச்சு இன்னும் ஆத்திரம் அடையச் செய்தது.

ஒரு பெண் சம்பாதிக்கும் பணத்தில் வாழ விரும்புகின்ற ஒரு கேவலமான பிறவி என்று அவள் முன்னாலேயே என்னை அவளது மாமா குற்றம் சாட்டும்போது அதை எதிர்த்து ஒரு வார்த்தை கூட பேசாமல் அவர் சொல்வதற்கெல்லாம் என்னை சம்மதிக்கச் கொள்கிறாள் என்றால் அதற்கு என்ன அர்த்தம்? என்னை விட அதிகமாக சம்பளம் வாங்குவதால் அவளது இஷ்டத்திற்கு நான் ஆட வேண்டும் என்று நினைக்கிறாளா? என்று ஜானகி மீது பெரும் கோபம் கொண்டார் எம்ஜிஆர்.

கல்யாணத்தைப் பற்றிப் பேசி முடிவெடுத்து திருமணத்திற்கு நாள் குறிக்கலாம் என்று அழைத்துவிட்டு இப்படி ஒரு அடிமை சாசனத்தில் தன்னைக் கையெழுத்துப் போடச் சொல்கிறார்கள் என்றால் அவர்கள் மனதில் என்ன நினைத்துக்கொண்டு இருக்கிறார்கள்? ஜானகி மீது நான் வைத்திருக்கும் அன்பை விலை பேச இவர்கள் முயற்சிக்கிறார்களா என்றெல்லாம் பலவாறான சிந்தனைகள் எம்ஜிஆரின் மனதிற்குள் ஓடின.

எந்த நிபந்தனையும் விதிக்காமல் என்னை மனிதனாக மதித்து என்னோடு வாழ விரும்புகின்ற ஒரு பெண் இந்த உலகத்தில் எனக்குக் கிடைக்கவே மாட்டாளா என்று எண்ணியபடியே

தான் உட்கார்ந்து கொண்டிருந்த நாற்காலியிலிருந்து எழுந்தார் எம்ஜிஆர்.

"ஜானகிக்குக் கணவனாக இருக்க விரும்பித்தான் இங்கே வந்தேனே தவிர, ஒரு அடிமையாக இருக்க விரும்பி நான் இங்கே வரவில்லை. வருகிறேன்" என்று சொல்லிவிட்டு எம்ஜிஆர் அங்கிருந்து கோபமாகக் கிளம்பியபோது தான் நினைத்ததை சாதித்துவிட்ட பெருமிதத்துடன் இன்னொரு சிகரெட்டை எடுத்து நிதானமாகப் பற்ற வைத்தார் ஜானகியின் கார்டியனான மாமா.

நிலைமை எல்லைமீறிப் போவதைக் கண்டு எம்ஜிஆரை தடுத்து நிறுத்த ஓடோடி வந்த ஜானகி "அவசரப்படாதீங்க. கொஞ்சம் பொறுமையா இருங்க. அவர் நீட்டின ஒப்பந்தத்தில் நீங்கள் கையெழுத்துப் போட்டாலும் நான் நடிக்கவில்லை என்றால் அவரால் என்ன செய்ய முடியம்? அதனால் தயவு செய்து அவரிடம் சரி என்று சொல்லிவிட்டுப் போங்கள்" என்று எம்ஜிஆரிடம் மன்றாடினார்.

ஆனால் ஜானகியின் மீதும் எம்ஜிஆர் அளவிடமுடியாத அளவிற்கு கோபம் கொண்டிருந்ததால் ஜானகி சொன்ன வார்த்தைகள் அவரை ஆறுதல்படுத்துவதற்குப் பதிலாக அவரது ஆத்திரத்தை அதிகப்படுத்தின.

"அவர் கூப்பிட்ட உடன் வந்தது என் தப்பு. அதனால் எனக்கு இந்த அவமானம் வேண்டும்தான். என் பணத்தையோ புகழையோ பார்க்காமல் என் உள்ளத்தை மட்டும் மதித்து என்னோடு வாழ்க்கைத் துணைவியாக வாழக்கூடிய ஒரு பெண் எனக்குக் கிடைக்காமலா போய்விடுவாள்" என்று உரக்கச் சொல்லியபடியே அங்கிருந்து படிகளில் இறங்கிய எம்ஜிஆர் அந்த இடத்தை விட்டுக் கிளம்பியபோது மழை தூறத் தொடங்கியிருந்தது.

ஜானகியின் மாமாவைப் பார்க்க எம்ஜிஆர் சென்றபோது அவருடன் அவரது நண்பர் ஒருவரும் சென்றிருந்தார். ஜானகியின் வீட்டிலிருந்து கிளம்பி வெளியே வந்த எம்ஜிஆரின் முகத்தில் ஏற்பட்டிருந்த மாற்றத்தைப் பார்த்து கலக்கமடைந்த அந்த நண்பர் அடுத்து எம்ஜிஆர் எங்கே சென்று கொண்டிருக்கிறார் என்பதை அறிந்ததும் பெரும் அதிர்ச்சிக்கு ஆளானார்.

ஜானகி தங்கியிருந்த வீட்டிலிருந்து புறப்பட்ட எம்ஜிஆர் 'மருத

நாட்டு இளவரசி' படத்தை எடுத்துக்கொண்டிருந்த அந்த படக் கம்பெனி இருந்த பாதையில் போகாமல் வேறு பாதையில் போவதைப் பார்த்துவிட்டு "நாம் போக வேண்டிய பாதை அந்தப் பக்கம் இருக்கிறது" என்று எம்ஜிஆருக்கு அவரது நண்பர் சுட்டிக் காட்டியபோது "அது எனக்கும் தெரியும். இஷ்டம் இருந்தால் நீங்கள் என்கூட வாங்க. இல்லையென்றால் நீங்களும் போகலாம்" என்று சற்றுக் கோபமாக அந்த நண்பரைப் பார்த்துச் சொன்னார் எம்ஜிஆர். அவர் அப்படிச் சொன்னவுடன் எம்ஜிஆர் எப்படிப்பட்ட மன நிலையில் இருக்கிறார் என்பதை ஓரளவிற்கு புரிந்து கொண்ட அவரது நண்பர் எதுவும் பேசாமல் அவரைப் பின்தொடர்ந்தார்.

"என்னை அடிமையாக வைச்சிருக்கணும்னு ஆசைப்படறாங்க போல இருக்கு. சுருக்கமாகச் சொல்வதென்றால் சினிமா உலகில் சொல்வாங்களே கூஜா என்று, அது மாதிரி நான் இருக்கணும்னு ஆசைப்படறாங்க. இந்த உலகத்தில் நான் கல்யாணம் செய்து கொள்ள வேறு பெண்ணே கிடைக்காதுன்னு முடிவு பண்ணிட்டாங்கபோல இருக்கு" என்றெல்லாம் புலம்பியபடி எம்ஜிஆர் நடந்து செல்ல "அவங்களுக்கு நாம் நல்ல பாடம் புகட்டலாம் அண்ணே. நீங்க ஒண்ணும் கவலைப்படாதிங்க" என்று எம்ஜிஆருக்கு ஆறுதல் கூறிய அந்த நண்பர் "அதெல்லாம் சரி இந்த மழையில் இப்போ எங்கே போறீங்க?" என்று கேட்டார்

"பல மாதங்களாக என்னை வேண்டி வேண்டி அழைக்கிறாளே ஒருத்தி... அவளைத்தான் பார்க்கப் போகிறேன்" என்றார் எம்ஜிஆர்.

அவர் சொன்னதில் இருந்து 'மருத நாட்டு இளவரசி' படம் 'காளிதாசி' என்ற பெயரில் எடுக்கப்பட்ட காலத்திலிருந்து எம்ஜிஆரை அடைய தொடர்ந்து முயற்சி செய்து கொண்டிருக்கும் பெண்ணைப் பார்க்கத்தான் எம்ஜிஆர் சொல்கிறார் என்று அவரது நண்பருக்கு தெளிவாகப் புரிந்தது.

விபரீதமான ஒரு முடிவை எடுத்துள்ள எம்ஜிஆரை எப்படித் தடுப்பது என்று தெரியாமல் தவித்தார் அந்த நண்பர்.

75

எம்ஜிஆர் – வி.என்.ஜானகிக்கு எழுதிய கடிதம்

'**கா**ளிதாசி' பட காலத்திலிருந்து துரத்திக் கொண்டிருக்கும் பெண்ணின் வீட்டுக்குப் போகத்தான் எம்ஜிஆர் முடிவெடுத்து இருக்கிறார் என்பது தெரிந்ததும் "இப்போது மணி என்னவென்று பார்த்தீர்களா? இரவு மணி பதினொன்று ஆகிறது. இந்த நேரத்தில் நீங்கள் அந்தப் பெண்ணைப் பார்க்கப் போவது நன்றாக இருக்குமா?" என்று எம்ஜிஆரைப் பார்த்துக் கேட்டார் அந்த நண்பர்.

"இரவு பதினொரு மணிக்குத்தானே நான் அவமானப்படுத்தப் பட்டேன், வீட்டை விட்டு வெளியே துரத்தப்பட்டேன்" என்று எம்.ஜி.ஆர் சொன்னதும் தாள முடியாத மனவேதனையில் இருப்பதால்தான் அவர் அப்படிப் பேசுகிறார் என்பதைப் புரிந்து கொண்ட அவரது நண்பர் சிறிது நேரம் எதுவும் பேசாமல் மவுனமாக இருந்தார்.

பின்னர் மெல்ல "கண்டிப்பாக அந்த வீட்டுக்குப் போய்த்தான் ஆக வேண்டுமா?" என்று எம்.ஜி.ஆரிடம் கேட்டார்.

"என் மானத்தைக் காப்பாற்றிக் கொள்ள வேண்டாமா? எந்த நிபந்தனையும் இல்லாமல் என்னையும் ஒருத்தி விரும்புகிறாள் என்று அவங்க இரண்டு பேருக்கும் நான் காட்ட வேண்டாமா?

நெஞ்சம் மறப்பதில்லை – இரண்டாம் பாகம்

அப்போதுதானே என் மனது ஆறும்?” என்றார் எம்ஜிஆர்.

“உண்மையில் உங்களை அவர்கள் இரண்டு பேரும் அவமானப்படுத்தி இருந்தாலும் அது இப்போது உங்களுக்கும் எனக்கும் மட்டும்தான் தெரியும். ஆனால் இப்போது நீங்கள் செய்யப்போகின்ற காரியத்தால் அது ஊர் உலகத்துக்கெல்லாம் தெரிந்துவிடும். உங்களைப் பற்றி எல்லோரும் எந்த அளவு உயர்ந்த அபிப்ராயம் வச்சிருக்காங்கன்னு உங்களுக்குத் தெரியுமா? அதனால்தான் ராத்திரி பகல்னு நீங்க எப்போது எங்கே போனாலும் உங்கள் மீது உங்கள் அண்ணன் உட்பட யாரும் சந்தேகப்படுவதில்லை.இன்றைக்கு யார் மீதோ உங்களுக்கு உள்ள ஆத்திரத்தில் நீங்கள் இப்படி நடந்து கொண்டால் அதுக்குப் பிறகு உங்களை யாராவது நம்புவார்களா?” என்று அவரது நண்பர் கேட்ட கேள்விகளில் நியாயம் இருந்தபோதிலும், அதைப் புரிந்துகொள்ள முடியாமல் எம்.ஜி.ஆரின் கோபம் அவர் கண்ணை மறைத்தது. “அப்படீன்னா என்னைத் தூக்கி எறிந்தவர்கள் காலில் போய் விழச் சொல்றீங்களா?” என்று தனது நண்பரைப் பார்த்துக் கேட்டார் எம்ஜிஆர்.

அந்த நண்பர் கொஞ்சம் விவரமானவர். எல்லா கேள்விகளுக்கும் பதில் சொல்வது விவாதத்தைத்தான் வளர்க்குமே தவிர பிரச்னைக்குத் தீர்வைத் தராது என்பதைப் புரிந்துகொண்டிருந்த அவர் மீண்டும் சிறிது நேரம் மவுனமாக இருந்தார்.

அவர் அப்படி மவுனமாக இருந்ததால் ஆத்திரமடைந்த எம்ஜிஆர், “இனிமேல் நான் என் கல்யாணத்தைப் பற்றி யாரிடமும் பேசக் கூடாது. இன்னும் சரியாகச் சொல்ல வேண்டுமென்றால் கல்யாணத்தைப் பற்றியே நான் இனி நினைக்கக் கூடாது அப்படித்தானே” என்று நண்பரிடம் கேட்டபோது “யார் உங்களைத் திருமணம் பற்றி நினைக்க வேண்டாம் என்று சொன்னது? உங்களை விரும்புவதாக நீங்கள் சொன்ன அந்தப் பெண்ணின் தந்தையையும் தாயையும் நாளை காலையில் கம்பெனி வீட்டுக்கு வரச் சொல்லிப் பேசுங்கள். அப்படிப் பேச உங்களுக்கு சங்கடமாக இருந்தால் உங்களது அண்ணனை விட்டுப் பேசச் சொல்லுங்கள்” என்றார் அந்த நண்பர்.

அவர் அப்படிச் சொன்னவுடன் அந்தப் பெண்ணின் வீட்டுக்குப்

போகின்ற திட்டத்தைக் கைவிட்டுவிட்டு கம்பெனி வீட்டுக்குத் திரும்பினார் எம்ஜிஆர்.

காலையில் எழுந்தவுடன் முதல் வேலையாக அந்தப் பெண்ணின் வீட்டுக்கு ஆளை அனுப்பி அவர்களை வரச் சொல்ல வேண்டும் என்ற சிந்தனையிலே இரவு முழுவதும் படுக்கையிலே புரண்டு கொண்டிருந்த எம்ஜிஆர் எப்போது தூங்கினார் என்பது அவருக்கே தெரியாது.

காலையில் கண் விழித்த போது வேலைக்காரப் பையன் ஒரு கடிதத்தை அவருக்கு முன்னே நீட்டியவாறு நின்று கொண்டிருந்தான்.

"இது யார் கொடுத்து அனுப்பிய கடிதம்?" என்று எம்ஜிஆர் கேட்க "ஜானகியம்மா கொடுத்து அனுப்பினாங்க" என்று அந்தப் பையன் பதில் சொன்னவுடன் "இந்தக் கடிதத்தை அவங்க கொடுத்து அனுப்பும்போது அந்தம்மாவின் மாமா அவர் கூட இருந்தாரா" என்று அந்தப் பையனிடம் கேட்டார் எம்ஜிஆர். "அவரும் பக்கத்தில்தான் இருந்தார். இந்தக் கடிதத்தை உங்களுக்கு ஜானகியம்மா கொடுத்து அனுப்பியது அவருக்கும் தெரியும்" என்று அவருடைய சந்தேகத்தைத் தீர்க்கின்ற வகையிலே தெளிவாக பதில் சொன்னான் அந்தப் பையன்.

அதற்குப் பிறகு அந்தக் கடிதத்தை அவன் கையிலிருந்து வாங்கிய எம்ஜிஆர் கடிதத்தைப் படிக்கத் தொடங்கினார்.

ஜானகி தங்கியிருந்த இடத்திலிருந்து எம்ஜிஆர் கிளம்பியபிறகு ஜானகியும் அவரது மாமாவும் பேசி என்ன முடிவெடுத்தார்கள் என்பதைப் பற்றி அந்தக் கடிதத்தில் விளக்கமாக எழுதியிருந்தார் ஜானகி.

'மருத நாட்டு இளவரசி' படத்தின் படப்பிடிப்பு இன்னும் இரண்டு அல்லது மூன்று மாதங்களில் முடிந்துவிடும். அப்படி அந்த படத்தின் படப்பிடிப்பு முடிந்தாலும், முடிவடையவில்லை என்றாலும் மூன்று மாதங்களுக்கு எம்ஜிஆரும், நீயும் உங்களது திருமண விஷயத்தைப் பற்றிப் பேசக்கூடாது. அப்படி நீங்கள் இருவரும் பேசாமல் இருந்து விட்டால் மூன்று மாதங்களுக்குப் பிறகு நீங்கள் இருவரும் திருமணம் செய்து கொள்ள நான் நிச்சயமாகத் தடையாக இருக்க மாட்டேன் என்று எனது மாமா

சொன்னார். அவர் அப்படிச் சொன்னவுடன் 'அப்படி நாங்கள் இருவரும் கட்டுப்பாட்டோடு இருக்க வேண்டும் என்றால் அந்த மூன்று மாதங்களில் நான் நடிப்பதற்கான எந்தப் புதிய பட ஒப்பந்தத்திலும் நீங்கள் கையெழுத்து போடக்கூடாது' என்று நான் அவருக்கு எதிர் நிபந்தனை ஒன்றை விதித்தேன். அதை மாமா ஏற்றுக்கொண்டு விட்டார்" என்று அந்தக் கடிதத்தில் தெரிவித்திருந்தார் ஜானகி.

அந்தக் கடிதம் எம்ஜிஆருக்கு மிகப்பெரிய மன ஆறுதலைக் கொடுத்தது. கடிதத்தைத் திரும்பத் திரும்பப் படித்துப் பார்த்தார் எம்ஜிஆர். அந்தக் கடிதத்தைப் படித்த பிறகு மூன்று மாதங்களுக்குப் பிறகு அவர்கள் இருவரும் திருமணம் செய்து கொள்ள எந்தத் தடையும் இருக்காது என்ற நம்பிக்கை எம்ஜிஆருக்கு ஏற்பட்டது. அதையடுத்து முதல் வேலையாக தனது நண்பரை அழைத்த எம்ஜிஆர், ஜானகியின் கடிதத்தை அவருக்குப் படித்துக் காட்டி விட்டு, "நேற்று இரவு நான் சொன்ன அந்தப் பெண்ணின் பெற்றோருக்கு எந்தத் தகவலும் சொல்லி அனுப்ப வேண்டாம்" என்று அவரிடம் சொன்னார்.

"இன்னொரு முக்கியமான விஷயம். என் அண்ணனுக்கு நேற்று நடந்த எந்த விஷயமும் தெரியாமல் பார்த்துக்கொள்ள வேண்டியது உங்கள் பொறுப்பு" என்று எம்ஜிஆர் அந்த நண்பரிடம் சொன்னபோது அந்த நண்பரால் சிரிப்பை அடக்க முடியவில்லை.

அவர் அப்படி சிரிப்பதைப் பார்த்து எதற்காக அவர் அப்படி சிரிக்கிறார் என்பது போல எம்ஜிஆர் அவரைப் பார்த்த போது "நான் நேற்று இரவு உங்களோடு வந்ததே, உங்கள் அண்ணன் சொல்லித்தான்" என்று உண்மையை உடைத்தார் அந்த நண்பர்.

"'அந்த கார்டியன் ஏதாவது தப்பா பேச இவன் அவர்கிட்ட முரட்டுத்தனமாக நடந்து கொண்டான் என்றால் நன்றாக இருக்காது. அதனால் நீங்கள் கூடப் போய் ஆத்திரத்தில் அவன் எதுவும் செய்து விடாமல் சமாதானப்படுத்தி அவனைக் கூட்டிக்கொண்டு வாருங்கள்' என்று அவர்தான் என்னை அனுப்பி வைத்தார்" என்று அந்த நண்பர் சொன்னவுடன் இரவு அந்தப் பெண்ணின் வீட்டிற்குத் தான் போக முடிவு செய்ததும் அண்ணனுக்குத் தெரிந்திருக்குமோ என்ற அச்சத்தில் அதைப்பற்றி எம்ஜிஆர் அந்த நண்பரிடம் கேட்க "அதைப்பற்றி எல்லாம் நான்

அவரிடம் ஒன்றும் சொல்லவில்லை" என்று சொல்லி எம்ஜிஆர் மனதில் நிம்மதியை ஏற்படுத்தினார் அந்த நண்பர்.

இந்த சம்பவத்தைத் தொடர்ந்து 'மருத நாட்டு இளவரசி' படத்தின் படப்பிடிப்பில் ஜானகி அவர்களின் மாமாவைப் பார்க்கும்போதெல்லாம் அவரை ஜெயித்துவிட்ட ஒருவித பெருமிதத்துடன் எம்ஜிஆர் நடைபோட்டாலும் ஜானகியின் மாமா அதை எல்லாம் பொருட்படுத்தவேயில்லை.

ஜானகியுடன் தனது திருமணம் நடைபெற்றுவிடும் என்று எம்ஜிஆர் உறுதியாக நம்பிக்கொண்டிருந்த நேரத்தில் அவரது நம்பிக்கையை அடியோடு தகர்க்கின்ற ஒரு செய்தி அவரை வந்தடைந்தது.

பலதார தடைச் சட்டம் அடுத்த இரண்டு மாதங்களில் தமிழ் நாட்டில் அமல்படுத்தப்படவிருக்கின்றது என்பதுதான் அந்தச் செய்தி.

ஏற்கனவே தான் மணமுடித்திருக்கும் சதானந்தவதி நோய்வாய்ப்பட்டு சிகிச்சை பெற்றுக் கொண்டிருக்கும் நிலையில் இந்தச் சட்டம் அமலுக்கு வருமானால் தன்னால் ஜானகியைத் திருமணம் செய்துகொள்ள முடியாதே என்று அதிர்ச்சி அடைந்தார் எம்ஜிஆர்.

அப்படி ஒரு சட்டம் இரண்டு மாதத்தில் வரபோகிறது என்று தெரிந்துதான் தங்களது திருமணத்திற்கு ஜானகியின் மாமா ஒப்புதல் தெரிவித்திருப்பாரோ என்ற சந்தேகமும் அவர் மனதிற்குள் தோன்றியது.

அப்படி ஒரு சட்டம் வரவிருப்பது பற்றியும், அவர்களது திருமணத்திற்கு ஜானகியின் மாமா சம்மதித்ததில் வேறு ஏதாவது சூழ்ச்சி இருக்குமா என்பது பற்றியும் ஜானகியோடு கலந்து பேச வேண்டும் என்று ஆசைப்பட்டார் எம்ஜிஆர்.

ஆனால் படத்தில் நடிக்கும்போதுகூட படத்திற்கான வசனங்களைத் தவிர வேறு எதைப் பற்றியும் அவர்கள் இருவரும் பேசிக்கொள்ளக் கூடாது என்று ஜானகியின் மாமா போட்டிருந்த நிபந்தனையை அவர்கள் இருவருமே ஏற்றுக்கொண்டிருந்ததால் என்ன செய்வது என்று தெரியாமல் மிகப் பெரிய குழப்பத்துக்கு ஆளானார் அவர்.

அதையும் மீறி ஒருமுறை ஜானகியோடு அவர் பேச முற்பட்டபோது

மாமாவிடம் அவர்கள் இருவரும் செய்து கொடுத்திருக்கும் சத்தியத்தை மீண்டும் ஒருமுறை அவருக்கு நினைவுபடுத்திவிட்டு அவருடன் பேசாமலேயே சென்றுவிட்டார் ஜானகி.

எப்படியாவது அந்த விவரங்கள் எல்லாவற்றையும் அவருக்குத் தெரிவித்தே ஆக வேண்டும் என்பதால் ஜானகிக்கு ஒரு கடிதம் எழுதிய எம்ஜிஆர் அந்தக் கடிதத்தை வேலைக்காரப் பையனிடம் கொடுத்து அனுப்பினார்.

முதலில் அந்தக் கடிதத்தை வாங்கவே மறுத்த ஜானகி "மறுக்காமல் இதை வாங்கிப் படிக்க வேண்டும் என்று நான் சொன்னதாக ஜானகியிடம் சொல்" என்று அந்த பையனிடம் எம்ஜிஆர் சொல்லி அனுப்பியிருந்தது தெரிந்ததும் கடிதத்தை கையில் வாங்கிக் கொண்டார்.

ஆனாலும் உடனே அந்தக் கடிதத்தை அவர் படிக்கவில்லை.

தான் மாமாவுக்குக் கொடுத்திருந்த வாக்குக்குக் கட்டுப்பட்டு, அவர் வந்தவுடன் எம்ஜிஆரிடமிருந்து ஒரு கடிதம் வந்திருப்பதாக அவரிடம் சொன்ன ஜானகி, அந்தக் கடிதத்தைப் படிக்கச் சொல்லி மாமா அனுமதி கொடுத்ததற்குப் பிறகே அந்த கடிதத்தைப படித்துப் பார்த்தார்.

அந்த கடிதத்தில் எம்ஜிஆர் என்ன எழுதியிருந்தார்?

76

சினிமா தியேட்டரிலிருந்து வி.என்.ஜானகியைக் கடத்திய அவரது மாமா

எம்.ஜி.ஆரிடமிருந்து வந்த கடிதத்தை ஒரு முறைக்கு இரண்டு முறை படித்த ஜானகி "இன்னும் இரண்டு மாதங்களில் பலதார தடைச்சட்டம் வரப்போவதாக அவர் எழுதியிருக்கிறாரே. அப்படி ஒரு சட்டம் வரப்போவது பற்றி உங்களுக்குத் தெரியுமா" என்று தனது மாமாவிடம் கேட்டார்.

"எனக்கு அதைப் பற்றி எதுவும் தெரியாது" என்று அலட்சியமாக பதிலளித்தார் அவர். அப்படி அவர் பதிலளித்தவுடன் "இனிமேல் நீங்கள் என்னை நேரிலேயே சந்தித்துப் பேசலாம். நமது திருமணம் சட்டபூர்வமான திருமணமாக இருக்க வேண்டும் ஆகவே உடனடியாகப் பெரிய வக்கீல் ஒருவரைப் பார்த்துப் பேசுங்கள்" என்று ஒரு கடிதம் எழுதி எம்ஜிஆருக்கு அனுப்பி வைத்தார் ஜானகி.

ஜானகி கேட்டுக்கொண்டபடி வக்கீல் ஒருவரைச் சந்தித்த எம்ஜிஆர் தன்னுடைய பிரச்னையை அவரிடம் விளக்கமாகச் சொன்னவுடன் "இனி உங்களது சம்மதம் இல்லாமல் எந்த கடிதத்திலும் கையெழுத்துப் போட வேண்டாம் என்று அவருக்குச் சொல்லுங்கள்" என்றார் வக்கீல்.

ஏற்கனவே பல காகிதங்களில் ஜானகியிடம் அவரது மாமா கையெழுத்து வாங்கி வைத்து இருக்கின்ற விஷயத்தை எம்ஜிஆர் அந்த வக்கீலிடம் சொன்னதும் சிரித்த அவர் "ஜானகிக்கு ஆங்கிலம் தெரியுமா?" என்று எம்ஜிஆரிடம் கேட்டார். "தெரியாது" என்று எம்ஜிஆர் சொன்னவுடன் "அப்படி என்றால் பயப்படத் தேவையில்லை. ஆனால் இனிமேல் எச்சரிக்கையாக இருக்கச் சொல்லுங்கள்" என்றார்.

இந்தச் சம்பவம் நடந்த சில நாட்களுக்குப் பிறகு ஜானகியிடமிருந்து எம்ஜிஆருக்கு வந்த கடிதத்தின் உள்ளே இன்னொரு கடிதம் இருந்தது. அந்தக் கடிதம் ஜானகி கணக்கு வைத்துக் கொண்டிருந்த வங்கியிலிருந்து அவருக்கு அனுப்பப்பட்ட கடிதம்.

"உங்களது கடிதத்தில் நீங்கள் குறிப்பிட்டிருந்தபடி உங்களது கணக்கில் இருந்த பணத்தை இன்னொருவர் பெயருக்கு மாற்றியாகி விட்டது" என்று அந்தக் கடிதத்தில் குறிப்பிடப்பட்டிருந்ததைப் பார்த்தவுடன் அதிர்ச்சியான எம்ஜிஆர், அந்தக் கடிதத்தை எடுத்துக் கொண்டு வக்கீலிடம் ஓடினார்.

அந்தக் கடிதத்தைப் பொறுமையாகப் படித்த வக்கீல் "இது மோசடி வழக்கு. இந்தக் குற்றத்துக்கு அவரது மாமா மீது கிரிமினல் வழக்குத் தொடரலாம். ஆனால் இதன் மேல் எந்த மேல் நடவடிக்கையையும் எடுப்பதற்கு முன்னாலே ஜானகியைப் பார்த்துச் சில விவரங்களை அறிந்துகொள்ள வேண்டியது அவசியம். ஏனெனில் வழக்குத் தொடர்ந்த பிறகு ஜானகி அவரது மாமாவின் பக்கம் சேர்ந்து கொண்டார் என்றால் நாம் பல பிரச்னைகளைச் சந்திக்க வேண்டி வரும்" என்றார்.

அந்த நிலையில் தமிழ் வருடப் பிறப்பிற்கு முதல் நாள் காலையில் ஜானகியிடமிருந்து எம்ஜிஆருக்கு மீண்டும் ஒரு கடிதம் வந்தது. அன்று மாலையில் நாகரத்தினம், மற்றும் அவருடைய தாயார் ஆகிய இருவரோடும் தான் "மாயக் குதிரை" படம் பார்க்க தியேட்டருக்குப் போகப்போவதாக அதில் எழுதியிருந்தார் ஜானகி.

வருடப் பிறப்பு அன்று தான் கட்டிக்கொள்ள மாமா புதுப்புடவை எடுத்து வைத்திருப்பதாக அந்தக் கடிதத்தில் குறிப்பிட்டிருந்த ஜானகி முன்பு போல தன்னிடம் அவர் கண்டிப்பாக இருப்பது இல்லை என்றும், தான் தொடர்ந்து கடிதம் எழுதுவதுகூட அவருக்குத் தெரியும் என்றும் அந்தக் கடிதத்தில் குறிப்பிட்டிருந்தார்.

எத்தனை நாட்கள்தான் ஜானகியும் வீட்டிலேயே அடைந்து கொண்டிருப்பார் என்று எண்ணிய எம்ஜிஆர் சினிமாவிற்குப் போய்வரும்படி அந்த வேலைக்காரப் பையன் மூலமே ஜானகிக்கு செய்தி அனுப்பினார்.

ஆனால் அதே சமயம் அவர்கள் சினிமாவிற்குப் போனபோது அவர்களைப் பின்தொடர வேலைக்காரப் பையனை அனுப்பி வைக்க அவர் தவறவில்லை.

அவர் உள் மனதிற்குள் இருந்த ஏதோ உறுத்தல்தான் ஜானகியைத் தொடர்ந்து அந்தப் பையனை அனுப்பும்படி அவருக்குச் சொன்னது.

அவரது அந்த உறுத்தல் நியாயமானதுதான் என்பதை அடுத்து நடந்த சம்பவங்கள் உறுதிசெய்தன.

இரவு எம்ஜிஆர் வெளியே சென்றுவிட்டுத் திரும்பியபோது "படம் பாதி முடிவடைவதற்கு முன்னாலேயே காரில் ஏறிக் கொண்டு அவர்கள் அனைவரும் சென்றுவிட்டார்கள்" என்று சொன்ன அந்தப் பையன் அத்துடன் நிற்காமல் அந்தக் கார் அவர்களுடைய வீட்டுக்குப் போகவில்லை என்றும் வெளியூர் செல்லும் பாதையில் வேகமாகச் சென்றுவிட்டதால் தன்னால் அந்தக் காரைத் தொடர்ந்து போக முடியவில்லை என்றும் அடுக்கடுக்கான அதிர்ச்சித் தகவல்களைச் சொன்னான்.

அதைக் கேட்டவுடன் வெறிபிடித்தவர் போல ஆனார் எம்ஜிஆர்.

ஜானகிக்கு ஏதோ பெரிய ஆபத்து வரப்போகிறது என்று பயந்த அவர் கம்பெனி வேனைக் கொண்டுவரச் சொல்லி தனது நண்பர்களை அதில் ஏற்றிக் கொண்டு ஸ்ரீரங்கப்பட்டினம் வரை சென்றார். ஆனால் ஜானகியை ஏற்றிக்கொண்டு சென்ற கார் எந்தத் திசையில் போனது என்று அவரால் கண்டுபிடிக்க முடியவில்லை.

அடுத்து என்ன செய்வது, எங்கே ஜானகியைத் தேடுவது என்று தெரியாமல் தவித்த எம்ஜிஆர் இருந்த பரிதாபமான நிலையைப் பார்த்த அவரது சகோதரர் சக்ரபாணி "ஜானகியுடன் இரண்டு பெண்களும் சென்றிருப்பதால் அவருக்கு எந்த ஆபத்தும் ஏற்பட

வாய்ப்பில்லை. அதனால் தேவையில்லாமல் பயப்படாதே. இரண்டொரு நாளில் நிச்சயமாக ஜானகியிடமிருந்து நல்ல செய்தி வரும்" என்று தனது தம்பிக்கு ஆறுதல் கூறினார்.

அதற்குப் பிறகு ஒரு வாரம் ஆகியும் ஜானகியிடமிருந்து எந்தத் தகவலும் வராததால் எம்ஜிஆர் மிகப்பெரிய குழப்பத்திற்கு ஆளானார். அப்போது "வருடப் பிறப்பிற்காக சென்னை வந்திருக்கிறேன். படப்பிடிப்பு எப்போது என்பதை அறிவித்தால் புறப்பட்டு வருகிறேன்" என்று ஜானகியிடமிருந்து "மருத நாட்டு இளவரசி" படத்தின் தயாரிப்பாளருக்கு வந்த தந்தி எம்ஜிஆரின் குழப்பத்தை இன்னும் அதிகப்படுத்துவதாக அமைந்தது.

முதலில் அந்தத் தந்தியை ஜானகிதான் கொடுத்தாரா இல்லை அவரது கார்டியனான மாமா கொடுத்திருக்கிறாரா என்பது பற்றி முடிவுக்கு வர முடியாமல் தவித்த எம்ஜிஆர் "படப்பிடிப்பு எப்போது என்பதை அறிவித்தால் புறப்பட்டு வருகிறேன்" என்றால் என்ன அர்த்தம்? இனி திருமணத்தைப் பற்றி நான் அவருடன் பேசக்கூடாது என்று ஜானகி சொல்ல வருகிறாரா என்றெல்லாம் எண்ணி முதலில் குழம்பினார். அதன் பின்னர் சென்னைக்குப் போனால்தான் உண்மை நிலையைத் தெரிந்து கொள்ள முடியும் என்ற முடிவில் அவர் சென்னைக்குப் புறப்பட்டார்.

எம்ஜிஆரது வாழ்க்கையில் நடந்துகொண்டிருந்த இந்தக் குழப்பங்கள் பற்றி எம்ஜிஆரின் மனைவி சதானந்தவதிக்கோ, அல்லது அவரது தாயாரான சத்யபாமா அம்மையாருக்கோ அப்போது எதுவும் தெரியாது. எல்லா விவரங்களையும் அறிந்திருந்த ஒரே குடும்ப உறுப்பினர் சக்ரபாணி மட்டுமே.

சென்னைக்கு வந்தவுடன் தனியாகச் சென்று ஜானகியைச் சந்திப்பது சரியாக இருக்காது என்று முடிவெடுத்த எம்ஜிஆர், ஒரு போலிஸ் அதிகாரியின் துணையுடன் ஜானகி வீட்டுக்குப் போக முடிவு செய்தார். அவரது ஒப்பனை நிபுணரான பீதாம்பரத்தின் அண்ணன் அப்பு நாயருக்கு காவல் துறை அதிகாரிகளிடம் நல்ல தொடர்பு உண்டு என்பதால் அவரிடம் எல்லா விவரங்களையும் எம்ஜிஆர் சொன்னார். அதன் பின்னர் மந்தைவெளி பகுதியின் காவல்துறை அதிகாரியிடம் அப்பு நாயர் தொடர்பு கொண்டு தங்களுக்கு உதவுமாறு கேட்டுக்கொள்ள அவர்களுடன் ஜானகி தங்கியிருந்த இல்லத்துக்கு வர ஒப்புக்கொண்டார் அந்த அதிகாரி.

154

சித்ரா லட்சுமணன்

ஜானகி தங்கியிருந்த வீட்டுக்குச் சென்றதும் "உனக்கு ஏதாவது ஆபத்து என்றால் தைரியமாக சொல்லும்மா. போலிஸ் உனக்கு தக்க பாதுகாப்பு கொடுக்கும்" என்று ஜானகியிடம் அந்தக் காவல்துறை அதிகாரி கூறினார்.

ஜீப் கார் ஒன்று வாங்கச் சொல்லியிருப்பதாகவும்; அதை வாங்கியவுடன் அந்த ஜீப் காரிலேயே மோதி எம்ஜிஆரைத் தீர்த்துக்கட்டிவிட எல்லா ஏற்பாடுகளும் தயாராக இருப்பதாகவும்; அதற்கு முன்னாலே எம்ஜிஆர், ஜானகியை சந்திக்க மந்தைவெளிக்கு வந்தால் அவரது காலை வெட்டிவிடப் போவதாகவும் மாமா விடுத்திருந்த மிரட்டல்களினால் பயந்து போயிருந்த ஜானகி தனக்கு எந்த ஆபத்தும் இல்லை என்று அந்தக் காவல்துறை அதிகாரியிடம் கூறினார்.

அவர் ஒருவித பயத்தில் இருப்பதை அடையாளம் கண்டு கொண்ட அந்தக் காவல் அதிகாரி; "நீங்கள் பயப்பட வேண்டாம். உங்களுக்குத் தேவையான எல்லா பாதுகாப்புகளையும் நாங்கள் தருவோம்" என்று சொன்னவுடன் கொஞ்சம் பயம் தெளிந்த ஜானகி, "இவரைக் கைது செய்து விடுவார்களா?" என்று கேட்டபோதுதான் ஜானகியை எம்ஜிஆர் சந்தித்தால் அவரை போலிஸ் கைது செய்துவிடும் என்று சொல்லி யாரோ ஜானகியை மிரட்டியிருக்கிறார்கள் என்ற விவரம் அந்தக் காவல்துறை அதிகாரிக்குப் புரிந்தது.

அதற்குப் பிறகு ஜானகிக்கு ஆறுதலாக அந்தக் காவல்துறை அதிகாரி நீண்ட நேரம் பேசியவுடன் "நான் என்ன விரும்புகிறேனோ அது நடப்பதற்கு என்னுடைய சொந்தக்காரர்களும் பெரியவர்களும் பேசிக்கிட்டிருக்காங்க. கூடிய சீக்கிரத்திலேயே எல்லாம் சரியாகி விடும். அதற்கிடையில் இவருக்கு எந்த ஆபத்தும் வராம நீங்க பார்த்துக்கொள்ளுங்கள்" என்றார் ஜானகி.

"உங்களுக்கு எப்போது எங்களுடைய உதவி வேண்டும் என்றாலும் இந்த எண்ணுக்கு போன் செய்யுங்கள்" என்று சொல்லி காவல் நிலையத்தின் தொலைபேசி எண்ணை எழுதி ஜானகியிடம் கொடுத்துவிட்டு, அந்தக் காவல் அதிகாரி கிளம்பியபோது அவருடன் எம்ஜிஆரும் கிளம்பினார்.

அப்போது எம்ஜிஆரை மட்டும் சைகை மூலம் அழைத்த ஜானகி "நான் உங்களுக்குத்தான் என்பது முடிவாகிவிட்டது என்றாலும்

உங்களுக்கு எந்தத் தொல்லையும் ஏற்படாமல் இருக்க சில ஏற்பாடுகளைச் செய்து கொண்டிருக்கிறேன். அதுவரை கொஞ்சம் பொறுத்துக் கொள்ளுங்கள்" என்று சொல்லிவிட்டு, "தனியாக வெளியில் எங்கும் செல்ல வேண்டாம்" என்று அவரை எச்சரித்து அனுப்பினார்.

77

வி.என்.ஜானகிக்காக கூண்டில் ஏறி சாட்சி சொன்ன எஸ்.எஸ்.வாசன்

'மருத நாட்டு இளவரசி' படம் முடிவடையாததால் ஜானகியிடம் அந்தப் படத்தின் கால்ஷீட்டைப் பற்றிப் பேச படத் தயாரிப்பாளர் முத்துசாமி அவரது வீட்டுக்குச் சென்றபோது "என்ன எம்.ஜி.ஆருக்காகத் தூது வந்திருக்கிறீர்களா?" என்று அவரைப் பார்த்து ஜானகியின் மாமா கேட்க "எங்களுடைய 'மருத நாட்டு இளவரசி' படத்தில் நடிக்கும் ஜானகியைப் பார்த்து ஷூட்டிங்கிற்கு கால்ஷீட் வாங்க வந்திருக்கிறேன்" என்று சற்றுக் கோபத்தோடு பதில் சொன்னார் முத்துசாமி.

அவருடைய அந்தப் பதிலால் ஆத்திரமடைந்த ஜானகியின் மாமா, "இது என் வீடு. என்னுடைய அனுமதியின்றி இங்கு இருப்பவர்களுடன் பேச முடியாது" என்று சொல்ல அவருடைய பதிலால் கோபத்தின் உச்சிக்குப்போன முத்துசாமி, ஜானகி அவருக்கு அனுப்பியிருந்த தந்தியை ஜானகியின் மாமா முகத்துக்கு எதிராக நீட்டினார்.

"இந்தத் தந்தி எங்கள் படத்தில் நடிக்கும் நடிகை இந்த விலாசத்திலிருந்து எங்களுக்கு அனுப்பியது. அவருடன் நான் பேச நீங்கள் தடைவிதித்தால் எனது வக்கீல் மூலம் எப்படி அவரது

கால்ஷீட்டை வாங்கி படத்தை முடிப்பது என்று எனக்குத் தெரியும்” என்று முத்துசாமி சொன்னவுடன் ஜானகியின் மாமா உடனே கீழே இறங்கிவந்தது மட்டுமின்றி, “சும்மா விளையாட்டாக நான் ஏதோ சொன்னால் அதற்குப் போய் இப்படிக் கோபப்படுகிறீர்களே” என்று அவரிடம் சொல்லிவிட்டு, ஜானகியை அழைத்து அந்தப் படத்திற்கான கால்ஷீட் தேதிகளை எல்லாம் குறித்துக் கொடுக்கச் சொன்னார்.

ஜானகி எழுதிக் கொடுத்த கால்ஷீட் தேதிகளை வாங்கிக் கொண்டு எம்ஜிஆரைச் சந்திக்க வந்த முத்துசாமி, ஜானகி விட்டில் நடந்தது அனைத்தையும் எம்ஜிஆரிடம் அப்படியே சொன்னார்.

கால்ஷீட்டுகளை ஜானகியே எழுதிக் கொடுத்தார் என்று முத்துசாமி சொன்னதிலிருந்து தனது படப்பிடிப்பு சம்பந்தப்பட்ட விஷயங்களைப் பற்றி தானே தீர்மானித்துக்கொள்ளும் உரிமையை ஜானகி பெற்றிருப்பதை அறிந்துகொண்ட எம்ஜிஆர் மகிழ்ச்சி அடைந்தார்.

அதைத் தொடர்ந்து மீண்டும் ‘மருத நாட்டு இளவரசி’ படத்தின் படப்படிப்பு மைசூரில் தொடங்கியது. அந்த முறை ஜானகியுடன் அவரது மாமா வரவில்லை. அதற்குப் பதிலாக ஜானகியின் தந்தையான ராஜகோபால அய்யர் வந்திருந்தார்.

இனி படப்பிடிப்பின் நடுவே ஜானகியுடன் பேசத் தனக்கு எந்தத் தடையும் இருக்காது என்று எம்ஜிஆர் நம்பினார். ஆனால் படப்பிடிப்புத் தளத்தில் அந்தப் படத்தின் வசனங்களை மீறி எம்ஜிஆரிடம் ஒரு வார்த்தைகூட ஜானகி பேசவில்லை .அவருடைய அந்த நடவடிக்கை எம்ஜிஆருக்குப் புதிராக இருந்தது.

மறுநாள் எம்ஜிஆருக்கு ஜானகியிடமிருந்து ஒரு கடிதம் வந்தது.

எம்ஜிஆரைப் பற்றியும் தன்னைப் பற்றியும் தனது தந்தையிடம் தப்புத் தப்பாக அவரது மாமா சொல்லியிருப்பதாகவும், அது உண்மை என்று தனது தந்தை நம்பிவிடக் கூடாது என்பதால்தான் தான் ஒரு வார்த்தைகூட எம்ஜிஆருடன் பேசாமல் தவிர்த்துவிட்டதாகவும் அந்தக் கடிதத்தின் மூலம் எம்ஜிஆருக்குத் தெளிவுபடுத்தியிருந்தார் ஜானகி.

இதற்கிடையில் ஜானகியைப் பத்து ஆண்டுகளுக்கு தான் ஒப்பந்தம் செய்திருப்பதாகவும், தனது அனுமதியின்றி அவர் எந்தப் புதிய

படத்தையும் ஒப்புக்கொள்ளக்கூடாது என்றும், 'மருத நாட்டு இளவரசி' படத்தை முடிப்பதற்கான கால்ஷீட்டுகளைக் கூட அதன் தயாரிப்பாளர்கள் தன்னிடம்தான் பெற்றுக்கொள்ள வேண்டும் என்றும் ஒரு கடிதத்தை எழுதி அதை பதிவுத் தபாலில் அனுப்பியிருந்தார் ஜானகியின் மாமா.

புதிதாக இரண்டு படங்களில் ஜானகி நடிக்க தான் ஒப்பந்தம் செய்திருப்பதாகவும், அந்தப் படங்களில் நடிக்கவில்லை என்றால் அதற்கான நஷ்ட ஈட்டினை ஜானகி தரவேண்டும் என்ற மிரட்டலான வாசகங்களும் அந்தக் கடிதத்தில் இடம் பெற்றிருந்ததைப் பார்த்ததும் கலக்கத்தில் ஆழ்ந்த எம்ஜிஆர் அந்த ஒப்பந்தம் பற்றி ஜானகியிடம் கேட்டபோது, "அப்படி எந்த ஒரு ஒப்பந்தத்திலும் நான் கையெழுத்து போடவில்லை" என்று சொன்னார்.

மிகப்பெரிய குழப்பத்துடன் எம்ஜிஆர் தனது வக்கீலைச் சந்தித்த போது அந்தக் கடிதத்தை ஒரு முறைக்கு இரு முறை படித்துப் பார்த்த அந்த வக்கீல், அந்த வழக்கை சென்னையில்தான் நடத்த வேண்டும் என்றும் சென்னையில் நல்ல ஒரு வழக்கறிஞர் துணையுடன் வழக்கை நடத்துமாறும் எம்ஜிஆரிடம் சொன்னார்.

'மருத நாட்டு இளவரசி' படத்தின் படப்பிடிப்பு முடிந்ததும் தனது தந்தையுடன் மெட்ராசிற்குச் சென்ற ஜானகி இந்த முறை தனது மந்தவெளி வீட்டிலே தங்காமல் இயக்குனர் கே.சுப்ரமணியம் அவர்களின் மனைவியான எஸ்.டி.சுப்புலட்சுமி வீட்டிலே தங்கினார்.

கே.சுப்ரமணியத்தைப் பொறுத்தவரை ஜானகியை முதன் முதலாக திரையிலே அறிமுகப்படுத்தியவர் என்பதற்கு அப்பாற்பட்டுத் தமது மகளைப் போல அவரைப் பாவித்து அன்பு செலுத்தியவர். ஆகவே தன்னுடைய பிரச்னைகள் எல்லாவற்றையும் அவரிடம் எடுத்துச் சொன்னார் ஜானகி.

ஜானகி சொன்ன எல்லாவற்றையும் கேட்ட பின்னர் "இந்தப் பிரச்னை குறித்து நீ வழக்குத் தொடர்ந்தால் உன்னுடைய மாமாவுக்கு சிறைத் தண்டனை கூட கிடைக்கலாம். அதற்குப் பின்னர் அவர் உன்னிடம் வந்து கண்ணீர் விட்டு அழ, நீ அவருக்காக மனமிரங்கி வழக்கை வாபஸ் பெற்றுக் கொள்ளும் முடிவுக்கு வந்தாய் என்றால் எல்லாம் தலைகீழ் ஆகிவிடும். அது

நெஞ்சம் மறப்பதில்லை – இரண்டாம் பாகம்

மட்டுமில்லாமல் உனக்கு உதவி செய்த பலருக்கும் சட்ட ரீதியாகப் பல தொல்லைகள் ஏற்படவும் வாய்ப்பிருக்கிறது. அதனால் நீ உறுதியாக இருப்பதாக இருந்தால் சொல். வழக்கைத் தொடரலாம்" என்று ஜானகியை எச்சரித்தார்.

அவர் சொன்னதை ஜானகி ஏற்றுக்கொண்டவுடன் அவருக்காக ஒரு பெரிய வக்கீலை அவர் ஏற்பாடு செய்து தந்தார்.

"முதலில் ஜானகியின் மாமாவிடம் நான் பேசிப் பார்க்கிறேன். அவர் எதற்கும் ஒத்துவராவிட்டால் அதற்குப் பிறகு வழக்குத் தொடர்வதைப் பற்றி யோசிக்கலாம்" என்று சொல்லிவிட்டு ஜானகியின் மாமாவை வரவழைத்துப் பேசினார் அந்த வக்கீல்.

ஜானகியின் மாமாவோடு பேசியபோதுதான் அவரது சுயரூபம் என்னவென்று அந்த வக்கீலுக்குப் புரிந்தது. எம்ஜிஆரையும் ஜானகியையும் பழிவாங்குவதையே முக்கிய குறிக்கோளாக அவர் வைத்திருப்பது தெரிந்ததும் வேறு வழியின்றி அவர் மீது வழக்குத் தொடர்ந்தார் அந்த வக்கீல்.

இதற்கிடையில் ஜெமினி அதிபரான எஸ்.எஸ்.வாசனுக்கு ஜானகியின் மாமாவைத் தெரியும் என்பதால் அவரிடம் சொல்லி, தனது மாமாவிற்கு அறிவுரை கூறச் சொல்லலாம் என்ற எண்ணத்தில் எஸ்.எஸ்.வாசனைச் சந்தித்த ஜானகி தன்னுடைய வாழ்க்கைப் பிரச்னையைப் பற்றி அவருக்கு விளக்கமாக எடுத்துச் சொன்னார்.

"இன்னொருவரைத் திருமணம் செய்துகொள்வது உனது சொந்த விஷயம். ஆகவே அது சரியா, தவறா என்றெல்லாம் நான் கருத்து சொல்லத் தயாராக இல்லை. ஆனால் ஒரு பெண்ணை ஏமாற்றி அவளுடைய பணத்தை அபகரிப்பது மிகப் பெரிய சமூகக் குற்றம்.அதைத் தடுக்க வேண்டிய கடமை எல்லோருக்கும் இருக்கிறது.ஆகவே நான் உனது மாமாவை அழைத்து அவருக்கு சொல்லக்கூடிய புத்திமதியைச் சொல்கிறேன்" என்று ஜானகிக்கு உறுதியளித்த வாசன் அடுத்த நாளே ஜானகியின் மாமாவை வரச் சொன்னார்.

"ஜானகியின் பணத்தில் ஒரு காசுகூட எனக்கு வேண்டாம். ஜெமினி ஸ்டூடியோவில் பணியாற்றும் ஜானகியின் உறவினரிடம் ஜானகியின் மொத்தப் பணத்தையும் நான் தந்து விடுகிறேன்.

ராமச்சந்திரனைப் பொறுத்தவரை அவர் பணத்துக்காகத்தான் ஜானகியைக் காதலிப்பது போல நடிக்கிறார். ஜானகியிடம் பணம் இல்லை என்றால் அவர் பக்கம் ராமச்சந்திரன் திரும்பவே மாட்டார்" என்று வாசனிடம் கூறினார் ஜானகியின் மாமா.

அதற்குப் பிறகு ஜானகியைச் சந்தித்த வாசன் எதிர்காலத்தைப் பற்றி நன்கு சிந்தித்து அதற்குப்பின் ஒரு முடிவை மேற்கொள்ளும்படி ஜானகிக்கு அறிவுரை கூறி அனுப்பி வைத்தார்.

ஜானகியின் மாமா எந்த அளவு நாணயமில்லாதவர் என்பதை நீதிமன்றத்திலே நிரூபித்தால்தான் ஜானகியோடு அவர் போட்டுக் கொண்டதாகச் சொல்லப்பட்ட ஒப்பந்தம் போலியானது என்பதை அந்த நீதி மன்றத்திலே நிரூபிக்கமுடியும் என்ற சூழ்நிலை ஒரு கால கட்டத்திலே உருவானது.

இதற்கிடையில் ஜானகியின் பணத்தை ஜெமினி ஸ்டூடியோவிலே பணியாற்றிக்கொண்டிருந்த உறவினரிடம் கொடுத்து விடுவதாகச் சொன்ன ஜானகியின் மாமா கொடுப்பது போல கொடுத்துவிட்டு அந்தப் பணத்தைத் திரும்பவும் வாங்கிச் சென்று விட்டிருந்தார்.

"அந்த விஷயத்தை நீதிமன்றத்திலே தக்க சாட்சியங்களோடு நிரூபித்தால் அது நிச்சயமாக ஜானகிக்கு சாதகமாக அமையும். ஆனால் அதை நிரூபிக்க வேண்டுமென்றால் ஜெமினி அதிபரான எஸ்.எஸ்.வாசன் அவர்கள் கூண்டிலேறி சாட்சி சொல்லியாக வேண்டும்" என்றார் ஜானகியின் வக்கீல்.

ஒரு நடிகையின் சொந்தப் பிரச்னைக்காக அவ்வளவு பெரிய ஸ்டூடியோவின் அதிபர் நீதிமன்றத்துக்கு வந்து சாட்சி சொல்வாரா என்ற சந்தேகம் எல்லோருக்கும் இருந்தபோதிலும் ஏதோ ஒரு நம்பிக்கையில் "நீங்கள் நீதிமன்றத்துக்கு நேரில் வந்து சாட்சி சொல்ல முடியுமா?" என்று எஸ்.எஸ்.வாசனை நேரில் பார்த்துக் கேட்பதற்காக ஜானகியும் அவரது தந்தையும் ஜெமினி ஸ்டூடியோவிற்குச் சென்றனர்.

அவர்கள் சொன்னதைக் கேட்ட அடுத்த நிமிடமே "நான் தாராளமாக வரத் தயார்" என்றார் எஸ்.எஸ்.வாசன். அவர் அப்படிச் சொல்வார் என்று ஜானகியோ அவரது தந்தையோ கொஞ்சமும் எதிர்பார்க்கவில்லை. அவர் தாராளமாக வருகிறேன் என்று சொல்லிவிட்டாலும், நீதிமன்றத்துக்கு வந்தால் அவர்

எப்படிப்பட்ட பிரச்னைகளை எல்லாம் சந்திக்க வேண்டி வரும் என்பதை அவருக்குச் சொல்வது தனது தார்மீகக் கடமை என்றெண்ணிய ராஜகோபால் அய்யர் அவைகளையெல்லாம் முழுமையாக அவருக்கு எடுத்துச் சொன்னார்.

“ஜானகியைக் கூண்டிலே நிற்கவைத்து மிகவும் கேவலமான கேள்விகளை எல்லாம் அவரைப் பார்த்துக் கேட்டார்கள். நீங்கள் நீதிமன்றத்துக்கு வரும்போது அப்படிப்பட்ட கேள்விகளை அவர்கள் உங்களைப் பார்த்தும் கேட்கலாம். அதனால் நீங்கள் நீதிமன்றத்துக்கு வருவது பற்றி ஒரு முறைக்கு இரு முறை யோசித்து முடிவெடுங்கள்” என்று அவரிடம் சொன்னார் ஜானகியின் தந்தை.

“ஜானகியின் பணத்தை அவரது மாமா மிகவும் தந்திரமாக அபகரித்திருக்கிறார். அதை நான் நீதிமன்றத்தில் சொல்லாமல் வேறு எங்கு சொல்ல முடியும்?” என்று ஜானகியின் தந்தையைப் பார்த்துக் கேட்ட எஸ்.எஸ்.வாசன் “தங்களுடைய தவறுகளை மறைப்பதற்காக குற்றவாளிகள் சில தந்திரங்களைச் செய்யத்தான் செய்வார்கள். அதற்கெல்லாம் பயந்தால் ஆகுமா?” என்று கேட்டது மட்டுமின்றி, தைரியமாக கூண்டில் ஏறி ஜானகிக்கு ஆதரவாக தனது சாட்சியத்தைப் பதிவு செய்தார்.

அந்த வழக்கிலே ஜானகிக்கு ஆதரவாகத் தீர்ப்பு வந்ததற்கும் அதைத் தொடர்ந்து ஜானகி எம்ஜிஆரைத் திருமணம் செய்ததற்கும் எஸ்.எஸ். வாசனின் அந்த சாட்சியே காரணமாக அமைந்தது.

78

கண்ணதாசன் எழுதிய பல்லவியை ஏற்க மறுத்த எம்.எஸ்.விஸ்வநாதன்

தமிழ்த் திரையுலகம் எத்தனையோ பாடலாசிரியர்களையும் இசையமைப்பாளர்களையும் சந்தித்திருந்தாலும் கண்ணதாசன் எம்.எஸ்.விஸ்வநாதன்போல பாசத்துடன் பணியாற்றிய இரட்டையர்களை இதுவரை சந்திக்கவில்லை என்பது நிஜம். கண்ணதாசனுக்கு ஒன்று என்றால் அப்படியே நிலைகுலைந்து போவார் விஸ்வநாதன். அவர் கண்ணதாசன் மீது வைத்திருந்த பாசத்திற்கு சற்றும் குறைவில்லாத பாசத்தை விஸ்வநாதன் மீது வைத்திருந்தார் கண்ணதாசன்.

அந்த இருவரின் ஒற்றுமை அவர்கள் பிறந்த தேதியில் இருந்து ஆரம்பிக்கிறது. கண்ணதாசன் - விஸ்வநாதன் ஆகிய இருவருமே பிறந்தது ஒரே தேதியில். ஜூன் 24தான் அவர்கள் இருவரும் பிறந்த தினம். 1927ஆம் ஆண்டு கண்ணதாசன் பிறக்க, அதற்கு ஒரு வருடம் தள்ளி 1928ஆம் ஆண்டு எம்.எஸ்.விஸ்வநாதன் பிறந்தார்.

சிவாஜி கணேசன் கதாநாயகனாக நடித்த 'பாலும் பழமும்' படத்திலே இடம் பெற்றிருந்த "நான் பேச நினைப்பதெல்லாம் நீ பேச வேண்டும்" என்று தொடங்கும் பாடலை எழுதிய கவிஞர்

கண்ணதாசன், அந்தப் பாடலுக்கு இசையமைத்த எம்.எஸ். விஸ்வநாதன் ஆகிய இருவருமே அந்த வரிகளுக்கு உதாரணமாக வாழ்ந்தவர்கள். அப்படி அன்போடும் பாசத்தோடும் வாழ்ந்த அவர்களுடைய முதல் சந்திப்பு மோதலில்தான் ஆரம்பித்தது.

அப்போது ஜுபிடர் பிக்சர்ஸ் நிறுவனத்தில் இசை உதவியாளராக பணியாற்றிக் கொண்டிருந்தார் எம். எஸ். விஸ்வநாதன். எந்த இசையமைப்பாளர் இசையமைத்தாலும் அந்த மெட்டை கவிஞர்களிடம் வாசித்துக் காட்டி அந்த மெட்டுக்குரிய பாடலை அவர்களிடம் எழுதி வாங்குகின்ற வேலை அவருடையதாக இருந்தது.

ஜுபிடர் பிக்சர்ஸ் தயாரித்த "கன்னியின் காதலி" என்ற படத்திலேதான் கண்ணதாசன் பாடலாசிரியராக அறிமுகமானார். அந்தப் படத்துக்காக கண்ணதாசன் எழுதிய முதல் இரண்டு பாடல்களுக்கும் அவர் பாடல்களை எழுதிய பிறகே எஸ்.எம். சுப்பையா நாயுடு இசையமைத்தார். ஆகவே அவரைச் சந்திக்கக் கூடிய வாய்ப்பு விஸ்வநாதனுக்குக் கிடைக்கவில்லை. அந்தப் படத்திலே இடம்பெற்ற மூன்றாவது பாட்டுதான் அவர்களுடைய முதல் சந்திப்பிற்கு வழிவகுத்தது.

பாடலுக்கான மெட்டை விஸ்வநாதன் வாசித்துக் காண்பித்தவுடன் “காரணம் தெரியாமல் உள்ளம் களிகொண்டு கூத்தாடுதே” என்று அந்தப் பாடலுக்கான பல்லவியை எழுதி விஸ்வநாதனிடம் கொடுத்தார் கண்ணதாசன்.

எம்.எஸ்.விஸ்வநாதன் வாசித்துக் காட்டிய மெட்டுக்கு அந்தப் பாடல் வரிகள் மிகச் சரியாக பொருந்தி இருந்தாலும், அந்தப் பல்லவியில் இடம் பெற்றிருந்த களி, கூத்து போன்ற வார்த்தைகள் விஸ்வநாதனுக்குப் பிடிக்கவில்லை.

“அது என்ன களி, கூத்து? அதெல்லாம் சரியாக இல்லை. மாற்றி எழுதிக் கொடுங்கள்” என்று எம்.எஸ்.விஸ்வநாதன் சொன்ன போது அவரைப் பார்த்து கண்ணதாசன் முறைத்த முறைப்பில் விஸ்வநாதன் எரிந்துபோகாமல் இருந்தது அதிசயம்தான். அந்த அளவு கோபத்தோடு அவரைப் பார்த்து முறைத்தார் அவர். “நீயெல்லாம் எப்படி பாட்டை எழுதவேண்டுமென்று எனக்கு சொல்லித்தருகிறாயா?” என்ற கேள்வியும் அந்த முறைப்புக்குள் இருந்தது.

அப்போது விஸ்வநாதன் இருபத்தொரு வயது இளைஞர். ஆகவே கண்ணதாசனின் முறைப்புக்கெல்லாம் அவர் கொஞ்சம்கூட அசரவில்லை.

அந்த நேரம் பார்த்து அங்கே வந்தார் ஜுபிடர் பிக்சர்ஸில் ஆஸ்தான கவிஞராக இருந்த உடுமலை நாராயணகவி.

"என்னடா பல்லவியை எழுதிட்டானா?" என்று விஸ்வநாதனைப் பார்த்து கேட்ட அவர் "எங்கே பல்லவியைப் படி பார்க்கலாம்" என்றார்.

"காரணம் தெரியாமல் உள்ளம் களி கொண்டு கூத்தாடுதே" என்று கண்ணதாசன் எழுதியிருந்த பல்லவியை விஸ்வநாதன் படித்துக் காட்டிய உடன் "என்னடா இது களி, கூத்துன்னு, இந்த வார்த்தைகள் எல்லாம் இவனுக்கு ஒத்துவராதே" என்று கண்ணதாசனைப் பார்த்துச் சொன்ன அவர் "சரி சரி அதை மாத்தி எழுதிக் கொடுத்து விடு" என்று கண்ணதாசனிடம் சொல்லிவிட்டுப் போய்விட்டார்.

அவர் மேல் உள்ளுக்குள் ஆத்திரம் இருந்தாலும் கண்ணதாசனால் அதை வெளியே காட்ட முடியவில்லை. அதற்கிடையில் சிறிது நேரம் கழித்து மீண்டும் அந்தப் பக்கம் வந்த உடுமலை நாராயணகவி "என்னடா மாத்தி எழுதிக் கொடுத்தானா இல்லையா?" என்று விஸ்வநாதனிடம் கேட்டார்.

"இன்னும் எழுதித் தரவில்லை" என்று அவர் பதில் சொன்னதும் "சரி இப்படி மாத்திக்கோ" என்று சொல்லிவிட்டு "காரணம் தெரியாமல் உள்ளம் களிகொண்டு கூத்தாடுதே" என்பதற்கு பதிலாக "காரணம் தெரியாமல் உள்ளம் சந்தோஷம் கொண்டாடுதேன்னு போட்டுப் பார்" என்றார் அவர்.

அவர் சொன்ன வார்த்தைகளை அந்த மெட்டுக்குள் பொருத்திப் பார்த்த விஸ்வநாதன் "ரொம்ப சரியாக இருக்கு" என்றார்.

உடுமலை நாராயணகவி எந்த அளவிற்குப் பண்பாளர் என்பதற்கு அடையாளம் அடுத்து அவர் கண்ணதாசனைப் பார்த்து சொன்ன வார்த்தைகள்தான்.

"காரணம் தெரியாமல் உள்ளம் களி கொண்டு கூத்தாடுதே" என்ற வார்த்தைகள்தான் கவிதை நயமிக்க அழகான வார்த்தைகள்

என்பதெல்லாம் இந்த மடையன் விஸ்வநாதனுக்குப் புரியாது. அவனை மாதிரி இருக்கிற மடையங்களுக்குத்தானே இந்தப் பாட்டு. அதனால அவங்களுக்குப் புரியணும்கிறதுக்காகத்தான் அதை மாத்திக் கேட்கிறான் அவன்" என்று கண்ணதாசனிடம் கூறினார் அவர்.

அதற்குப் பிறகு பல படங்களில் இணைந்து கண்ணதாசனும் விஸ்வநாதனும் இணைந்து பணியாற்றினாலும் அவர்களது நட்பிலே நெருக்கம் உண்டானது 'மகாதேவி' படத்திலே பணியாற்றியபோதுதான். அந்தப் படத்திற்குப் பிறகுதான் கண்ணதாசனை "கவிஞரே" என்று விஸ்வநாதனும் "விசு" என்று விஸ்வநாதனை கண்ணதாசனும் அழைக்கத் தொடங்கினார்கள். அவர்கள் இருவரும் இணைந்து பணியாற்றியபோது நிகழ்ந்த சுவையான சம்பவங்களைத் தனி புத்தகமாகவே எழுதலாம்.

கண்ணதாசனுக்கும் விஸ்வநாதனுக்கும் இருந்த உறவு ஒரு பாடலாசிரியர்-இசையமைப்பாளர் என்பதைத் தாண்டிய ஒரு உறவு. அப்படி கண்ணதாசன் மீது நேசம் கொண்டிருந்த விஸ்வநாதன்தான் கவிஞர் வாலியின் வளர்ச்சிக்கும் காரணமாக இருந்திருக்கிறார் என்பதைப் பார்க்கும்போது நட்பு, தொழில் ஆகிய இரண்டையும் எவ்வளவு அழகாக அவர் கையாண்டிருக்கிறார் என்று வியப்பு கொள்ளாமல் யாராலும் இருக்க முடியாது.

கண்ணதாசன் அறிமுகமானதில் இருந்தே பல படங்களில் பாட்டு எழுத அவருக்குத் தொடர்ந்து வாய்ப்புகள் கிடைத்துக் கொண்டிருந்தாலும் அந்தப் படங்களில் எல்லாம் மெட்டுக்குப் பாட்டு எழுதும் சூழ்நிலையே இருந்தது. தனது பாட்டுச் சுதந்திரத்தை அந்த மெட்டுகள் பறிப்பதாக எண்ணினார் கவிஞர்.

ஒருநாள் திடீரென்று விஸ்வநாதனை அழைத்த அவர் "டேய் நான் ஒரு படம் எடுக்கப் போகிறேன். அதில் மொத்தம் பத்துப் பாட்டுக்கள். அந்த பத்துப் பாடல்களையும் நான் முதலில் எழுதிக் கொடுத்துவிடுவேன். அந்த வரிகளுக்குத்தான் நீ மெட்டுப் போட வேண்டும் என்ன சரியா? இடையில இந்தப் பாட்டுக்கு மட்டும் நான் முதல்ல மெட்டுப் போட்டு விடுகிறேன் என்றெல்லாம் சொல்லக் கூடாது" என்றார்.

விஸ்வநாதன்-ராமமூர்த்தி ஆகிய இருவரும் அதற்கு ஒப்புக் கொண்டனர் அப்படி உருவாகிய படம்தான் 'மாலையிட்ட மங்கை'.

டி.ஆர். மகாலிங்கத்துக்கு மறுவாழ்வு தந்த அந்தப் படத்தில் எல்லா பாடல்களுமே அவ்வளவு இனிமையாக அமைந்திருந்தன. "அந்தப் படம் வந்த பிறகுதான் என்னுடைய தொழிலில் இருந்த மந்த நிலைமை மாறி வெகு வேகமான முன்னேற்றம் பிறந்தது" என்று ஒரு கட்டுரையில் குறிப்பிட்டிருக்கிறார் கவிஞர் கண்ணதாசன்.

'மாலையிட்ட மங்கை' படம் வெளியான அன்று பயத்துடன்தான் நான் பாரகன் தியேட்டருக்குப் போனேன். டைட்டில் காட்டும்போதே மகாலிங்கத்தின் கம்பீரமான குரல் 'எங்கள் திராவிடப் பொன்னாடே' என்று முழங்கியது. படத்தைப் பார்க்க பெருவாரியாக வந்திருந்த கழகத் தோழர்கள் அனைவரும் பலமாக கைதட்டினார்கள். மகாலிங்கத்திடம் அவர்களுக்குப் பிரியம் வந்துவிட்டது. படத்தையும் பிரமாதமாக அவர்கள் ரசித்தார்கள் படமும் நன்றாக ஓடியது என்று குறிப்பிட்டுள்ளார் கண்ணதாசன்

அவர்கள் இருவரும் பாடல் ஒத்திகைக்காக வந்துவிட்டால் அந்த இடமே கலகலப்பாகிவிடும் ஒருவரையொருவர் அந்த அளவிற்கு கிண்டல் செய்து கொள்வார்கள்.

கண்ணதாசன் எழுதிய பல பாடல்கள் சூழ்நிலைக்கு ஏற்ற பாடல்களாக அமைந்ததை விஸ்வநாதன் பல கட்டுரைகளில் குறிப்பிட்டிருக்கிறார். அதில் ஆச்சர்யப்பட என்ன இருக்கிறது, எந்தப் பாடலாசிரியராக இருந்தாலும் சூழ்நிலைக்கு ஏற்பத்தானே எழுதுவார்கள் என்று நீங்கள் நினைக்கலாம். சூழ்நிலை என்றால் படத்தின் சூழ்நிலை அல்ல-பாடல் எழுதும்போது கண்ணதாசன் எந்தச் சூழ்நிலையில் இருந்தாரோ அது அவரது பல பாடல்களில் எதிரொலித்திருக்கிறது.

79

புகழ் பெற்ற பல பாடல்கள் பிறந்த கதை

'பாவ மன்னிப்பு' படத்துக்குப் பாடலெழுத பீம்சிங், எம்.எஸ்.விஸ்வநாதன் கண்ணதாசன் ஆகியோர் கூடியிருந்தனர். வழக்கம்போல எல்லோரும் உற்சாகமாகப் பேசிக்கொண்டிருந்தபோது கண்ணதாசனுக்கு ஒரு டெலிபோன் வந்தது. அந்த போனைப் பேசிவிட்டு வந்தமர்ந்த கண்ணதாசனின் முகத்தில் ஏதோ ஓர் இனம் புரியாத சோகம் படர்ந்திருப்பதைப் பார்த்த எம்.எஸ்.வி. அதைப் பற்றிக் கேட்டபோது எதுவும் சொல்லாமல் பாட்டை எழுதிக் கொடுத்து விட்டு கண்ணதாசன் கிளம்பிவிட்டார். ஏதோ பிரச்னை என்பதை உணர்ந்துகொண்ட எம்.எஸ்.விஸ்வநாதன் பாடல் ஒத்திகை முடிந்ததும் கண்ணதாசனின் வீட்டுக்குப் போனார்.

அவரைச் சந்தித்து என்ன பிரச்னை என்று கேட்டபோது, படத் தயாரிப்புக்காக வீட்டை அடமானம் வைத்து கடன் வாங்கி இருந்ததாகவும், கடனைச் செலுத்த முடியாததால் வீட்டை ஜப்தி செய்ய மதியம் ஆட்கள் வந்து விட்ட தகவலைத்தான் வீட்டில் இருந்தவர்கள் தன்னிடம் போனில் தெரிவித்ததாகவும் கூறினார் கண்ணதாசன்.

"அதை ஏன் அப்போதே சொல்லவில்லை. நாங்க எல்லாம் எதுக்காக இருக்கிறோம். உங்களுக்கு ஒரு பிரச்னை என்றால் நாங்க சும்மா பார்த்துக் கொண்டிருப்போமா?" என்று விஸ்வநாதன்

உரிமையோடு கேட்டபோது "டேய்... அழும்போது தனிமையில் அழணும், சிரிக்கும்போது நண்பர்களோடு சிரிக்கணும். கூட்டத்தில அழுதா நடிப்புன்னு சொல்லுவாங்க. தனிமையில சிரிச்சா பைத்தியம்னு சொல்லுவாங்க" என்றார் கவிஞர்.

அந்தச் சம்பவம் நடந்த அன்று மதியம் அவர் எழுதிய பாடலின் பல்லவியாக "சிலர் சிரிப்பார் சிலர் அழுவார், நான் அழுது கொண்டே சிரிக்கின்றேன்" என்ற வரிகள் அமைந்தன.

ஒரு நாள் காலையில் இயக்குனர் ராமண்ணாவின் ஆர்.ஆர் பிக்சர்ஸ் அலுவலகத்தில் 'பெரிய இடத்துப் பெண்' படத்திற்கான பாடல் கம்போசிங். சரியாக ஒன்பது மணிக்கெல்லாம் கண்ணதாசன் வந்துவிட்டார். ராமண்ணாவும் அவரும் உட்கார்ந்து பாடல் அமைய வேண்டிய காட்சி பற்றிப் பேசிக்கொண்டிருந்தனர். எப்போதும் குறித்த நேரத்திற்கு கம்போசிங்கிற்கு வந்துவிடும் விஸ்வநாதன், மணி பத்தாகியும் அன்று வரவில்லை.

அந்தப் பாடல் கம்போசிங்கிற்கு முதல் நாள் மூன்று ஷிப்டுகள் வேலை பார்த்துவிட்டு இரவு மூன்று மணிக்குத்தான் விஸ்வநாதன் தூங்கச் சென்றிருந்தார். ஆகவே மறுநாள் காலையில் அவரை யாரும் எழுப்பவில்லை.

விஸ்வநாதன் வராததைக் கண்ட கண்ணதாசன் "போன் போட்டு அவன் கிளம்பிட்டானா என்று கேளுங்கள்" என்றார். விஸ்வநாதன் தூங்கிக் கொண்டிருப்பதாக விஸ்வநாதனின் உதவியாளர் போனில் பதில் சொன்னார். பதினொரு மணி ஆகியும் விஸ்வநாதன் வராததால் கண்ணதாசனே போன் செய்தார். அவருக்கும் அதே பதிலே கிடைத்தது.

பகல் பன்னிரண்டு மணிக்கு விஸ்வநாதன் எழுந்தபோது கண்ணதாசன் இரண்டு மூன்று முறை போன் செய்ததாக உதவியாளர் அவரிடம் சொல்ல அப்போதுதான் மின்னல் வெட்டியது போல 'பெரிய இடத்துப் பெண்' படத்தின் கம்போசிங்கிற்கு காலையில் வருவதாக தான் ஒப்புக்கொண்டது நினைவுக்கு வந்தது. "போன் வந்தால் என்னை எழுப்ப வேண்டியதுதானே" என்று தன் உதவியாளரிடம் சத்தம் போட்டுவிட்டு அவசரம் அவசரமாகக் கிளம்பி ஆர்.ஆர். பிக்சர்ஸ் அலுவலகத்துக்கு வந்தார் விஸ்வநாதன்.

அவர் அங்கே வந்து சேர்ந்த போது "விஸ்வநாதன் வந்தால் இந்தப்

"பல்லவிக்கு டியூன் போடச் சொல்லுங்கள்" என்று சொல்லி கண்ணதாசன் ஒரு பல்லவியை எழுதிக் கொடுத்துவிட்டுச் சென்று விட்டதாகக் கூறிய ராமண்ணா, அந்தப் பல்லவி எழுதப்பட்டிருந்த காகிதத்தை விஸ்வநாதனிடம் நீட்டினார்

பல்லவியைப் படித்துப் பார்த்த விஸ்வநாதனால் சிரிப்பை அடக்க முடியவில்லை.

"அவனுக்கென்ன தூங்கி விட்டான்
அகப்பட்டவன் நானல்லவோ"

என்று விஸ்வநாதன் கம்போசிங்கிற்கு வராமல் தூங்கிக் கொண்டிருந்ததையே பல்லவியாக எழுதியிருந்தார் கண்ணதாசன்.

கவிஞர் தன்னைக் கேலி செய்துதான் அந்தப் பல்லவியை எழுதியிருக்கிறார் என்பது விஸ்வநாதனுக்குப் புரிந்த போதிலும் அந்தப் பாடல் காட்சிக்கு அந்த வார்த்தைகள் மிகச் சரியாக பொருந்தி இருந்ததால் அந்தப் பல்லவியை அப்படியே பயன் படுத்திக் கொண்டார்.

சிவாஜி கணேசன் நடிக்க பீம்சிங் இயக்கத்தில் உருவான எல்லா 'பா' வரிசைப் படங்களிலும் சிவாஜி பாடுகின்ற தத்துவப் பாடல் ஒன்று தவறாமல் இடம் பெறும். 'பழனி' படத்தின் பாடல் கம்போசிங்கின் போது அந்தப் படத்திலே இடம் பெற வேண்டிய தத்துவப் பாடலுக்கான சூழ்நிலையை இயக்குனர் பீம்சிங் விளக்க அதற்கான டியூனை எம்.எஸ்.விஸ்வநாதன் வாசித்துக் காட்டினார். எப்போதும் டியூனை வாசித்து முடித்தவுடன் கவிஞரின் வாயிலிருந்து வார்த்தைகள் அருவிபோல கொட்டத் தொடங்கிவிடும். ஆனால் அன்று என்ன காரணத்தாலோ விஸ்வநாதன் டியூனை வாசித்தபடி இருந்தாரே தவிர கண்ணதாசனிடமிருந்து பாடலுக்கான பல்லவி பிறக்கவில்லை.

ஏதோ பண முடையில் இருந்த கவிஞர் விஸ்வநாதனைப் பார்த்து "எவ்வளவு காசு வைத்திருக்கிறாய்?" என்று கேட்க "நான் எப்போ கவிஞரே கையில் காசு வச்சிக்கிட்டு இருந்திருக்கேன். சம்பாதிக்கிற பணத்தை அப்படியே அம்மாகிட்ட கொடுத்திட்டுத்தான் நான் மறு வேலை பார்ப்பேன் என்பது உங்களுக்குத் தெரியாததா என்ன?" என்றார் விஸ்வநாதன்

அதற்குப் பிறகு பல இடங்களுக்குக் காசு கேட்டு அவர் போன்

போட்டார். அவருக்கு மிகவும் நெருக்கமானவர்கள் உட்பட எவரும் அன்று அவருக்கு உதவி செய்ய முன்வரவில்லை. போனில் எல்லோரிடமும் பேசி முடித்த பின்னர் விரக்தியாக ஒரு சிரிப்பு சிரித்த கவிஞர் "இன்னொரு முறை அந்த டியூனை வாசி" என்று எம்.எஸ்.விஸ்வநாதனைப் பார்த்து சொன்னார். அவர் வாசித்த அடுத்த நிமிடமே கவிஞரிடமிருந்து "அண்ணன் என்னடா தம்பி என்னடா அவசரமான உலகத்திலே" என்ற பாடல் பிறந்தது.

சிவாஜி கதாநாயகனாக நடிக்க,பஞ்சு அருணாசலத்தின் சகோதரர் கே.என். சுப்பு தயாரித்த 'அவன்தான் மனிதன்' படத்தின் ஒரு பாடல் காட்சியை சிங்கப்பூர் மலர் கண்காட்சியில் படமாக்க அந்தப் படத்தின் இயக்குனரான ஏ.சி. திருலோக்சந்தர் திட்டமிட்டிருந்தார்.

ஆனால், அந்தக் குறிப்பிட்ட பாடலை எழுதித் தராமல் கண்ணதாசன் இழுத்துக்கொண்டே இருந்தார். எம்.எஸ். விஸ்வநாதன் கவிஞரை சந்திக்கும் போதெல்லாம் "மே மாதம் ஷூட்டிங் தலைவரே" என்று அவருக்கு நினைவூட்டியபடியே இருந்தார்.

ஒரு நாள் தடாலென்று அந்தப் படத்தின் கம்போசிங்கிற்குத் தேதி கொடுத்த கண்ணதாசன் "என்னடா எப்போ பார்த்தாலும் 'மே...மே' ன்னு கத்திக்கிட்டேயிருக்கே. இந்த பல்லவி" என்று அந்தப் பாட்டிற்கான பல்லவியை விஸ்வநாதனிடம் நீட்டினார்.

"அன்பு நடமாடும் கலைக் கூடமே
ஆசை மழை மேகமே"

என்று தொடங்கிய அந்தப் பாடலின் எல்லா வரிகளும் 'மே' என்றே முடிகின்ற மாதிரி அந்தப் பாடலை எழுதியிருந்தார் கவிஞர்.

"மே" என்று முடிகின்ற மாதிரி பாடலின் எல்லா வரிகளையும் எழுதிய கவிஞர் 'லா' என்று எல்லா வரிகளும் முடிகின்ற மாதிரி ஒரு பாடலை பாலச்சந்தரின் 'பட்டினப் பிரவேசம்' படத்திற்காக எழுதினார்.

அந்தப் பாடல் பிறந்ததும் ஒரு சுவையான சம்பவம்.

'பட்டினப் பிரவேசம்' படத்தின் பாடல் கம்போசிங்கிற்காக கே.பாலச்சந்தர், கண்ணதாசன், எம்.எஸ்.விஸ்வநாதன் ஆகிய எல்லோரும் அன்று கூடியிருந்தனர்.

எம்.எஸ்.விஸ்வநாதனைப் பார்த்து “டியூனை வாசிடா” என்று கண்ணதாசன் சொன்னவுடன், “நா நனா நனா நனா நனா நான் ந நானான நா...” என்று எம்.எஸ். விஸ்வநாதன் வாசிக்கத் தொடங்க “நிறுத்துடா மடையா” என்ற கவிஞர் “என்னடா டியூன் இது? நீ பாட்டுக்கு உன் வாயிலே வந்ததையெல்லாம் நா நனா நனா நனானு பாடிக்கிட்டே போனா எனக்கு வார்த்தைகள் வர வேணாமா வேற மெட்டு போடு” என்றார்.

அந்த சம்பவத்தைப் பார்த்துக் கொண்டிருந்த கே.பாலச்சந்தருக்கு இந்த மனுஷன் அழகான டியூனை காலி பண்ணி விடுவார் போலிருக்கிறதே என்று பயம் வந்து விட்டது.

உடனே விஸ்வநாதனை தனியாக அழைத்த பாலச்சந்தர் “இந்த டியூன் அற்புதமான டியூன். எனக்கு ரொம்ப பிடிச்ச டியூன். அதனாலே நீங்க என்ன பண்ணுவீங்களோ எனக்குத் தெரியாது. இதுக்கு கவிஞர்கிட்ட பாட்டு எழுதி வாங்கறது உங்க பொறுப்பு. நான் இங்கே இருந்தா வேலை நடக்காது. அதனாலே நான் கிளம்புறேன்” என்று சொல்லி விட்டுக் கிளம்பிவிட்டார்.

பாலச்சந்தர் போனவுடன் கவிஞரிடம் எப்படி அந்த மெட்டுக்கு பாட்டெழுதி வாங்குவது என்பதற்கு உத்தியைத் தயார் செய்து கொண்டு வந்த விஸ்வநாதன் “இந்த சந்தத்துக்கு உம்மால பாட்டு எழுத முடியாதுன்னா நீயெல்லாம் என்னய்யா பெரிய கவிஞர்?” என்று கண்ணதாசனைப் பார்த்துக் கேட்டு முதலில் அவர் ஈகோவைத் தூண்டிவிட்டார். பின்னர் அடுத்த நிமிடமே “நீர் நினைச்சா உம்மால முடியாததுகூட உண்டா?” என்று அவரைத் தூக்கி வைத்துப் பேசினார்.

அவரது தந்திரம் நல்ல பலனை அளித்தது.

“டியூனைத் திரும்ப ஒரு தரம் வாசி” என்றார் கவிஞர்.

இந்த முறை ‘நா’வுக்கு பதில் “லாலாலா லாலா லாலா லாலா லாலா” விஸ்வநாதன் மெட்டிசைக்க...

“வான் நிலா நிலா அல்ல உன் வாலிபம் நிலா” என்ற பாடல் பிறந்தது.

பாடலின் எல்லா அடிகளும் ‘லா’ என்றே முடியும்படி அந்தப் பாடலை பாடலை எழுதினர் கவிஞர்.

ஸ்ரீதரின் 'நெஞ்சில் ஓர் ஆலயம்' படத்திலே "சொன்னது நீதானா" என்று அற்புதமான ஒரு பாடல் இடம் பெற்றிருக்கும். அந்தப் பாடலுக்குப் பின்னேயும் இப்படி ஒரு சுவையான சம்பவம் இருக்கிறது.

அந்தப் படத்தின் பாடல்களுக்கு இசையமைப்பதற்காக இயக்குனர் ஸ்ரீதர், எம்.எஸ். விஸ்வநாதன், கண்ணதாசன் ஆகிய மூவரும் அந்த ஹோட்டலில் அறை எடுத்துத் தங்கியிருந்தனர்.

"நாளைக்கு நாம்ப கம்போஸ் பண்ணவேண்டியது ஒரு முக்கியமான பாடல் காட்சி. படத்தின் உயிர்நாடியான கட்டத்தில் அந்தப் பாடல் இடம்பெறுகிறது. ஆகவே தயவு செய்து நீங்கள் இருவரும் இன்று இரவு சீக்கிரமே படுக்கைக்குப் போய் நல்ல ஓய்வு எடுத்து விட்டு காலை 7 மணிக்கு வந்து விடுங்கள். நாம் காலையில் கம்போசிங்கை ஆரம்பித்து முடித்துவிடலாம்" என்று சொல்லிவிட்டு ஸ்ரீதர் கிளம்பினார். அவர் அப்படிச் சொல்லிவிட்டுச் சென்றவுடன் விஸ்வநாதன் இரவு உணவை முடித்துவிட்டு படுக்கச் சென்றார்.

இரவு பத்து மணியளவில் பக்கத்து அறையில் இருந்து பாட்டும், சிரிப்புச் சத்தமும் கேட்கவே, அங்கே என்ன நடக்கின்றது என்று தெரிந்து கொள்வதற்காக அந்த அறைக்குச் சென்றார் விஸ்வநாதன். அங்கே கண்ணதாசன் தனது தோழர்கள், தோழிகள் சகிதமாக உற்சாகமாக அரட்டை அடித்துக் கொண்டு இருந்தார். மதுக் கோப்பைகள் நிரம்பி வழிந்தபடி இருந்தன.

"என்ன கவிஞரே? ஸ்ரீதர் காலையில் சீக்கிரமாக கம்போசிங் வச்சிக்கலாம்னு இல்லே சொல்லி இருக்காரு. அப்படியிருக்கும்போது இன்னிக்கு இதெல்லாம் அவசியமா? இது எல்லாத்தையும் பாட்டை எல்லாம் எழுதி முடிச்சதுக்கு அப்புறம் வைச்சிக்கக் கூடாதா?" என்று கண்ணதாசனைப் பார்த்து விஸ்வநாதன் கேட்க "நீ போய் நிம்மதியா தூங்கு. காலையிலே உனக்கு முன்னாலே நான் வரலேன்னா கேளு" என்று அவருக்குப் பதில் சொல்லிவிட்டு தன்னுடைய கொண்டாட்டத்தைத் தொடர்ந்தார் கவிஞர்.

இரவு ரெண்டு மணிக்கு விருந்தினர்கள் அனைவரையும் அனுப்பி வைத்துவிட்டு வந்த கண்ணதாசன் அதற்குப் பிறகும் படுக்கவில்லை. கையில் ஒரு பாட்டிலை எடுத்துக் கொண்டு வந்து சோபாவில் அமர்ந்தார்.

கண்ணைத் திறந்து அதைப் பார்த்த விஸ்வநாதனுக்கு உச்ச கோபம் வந்தது.

"இப்பவாவது போய் கொஞ்சம் தூங்குங்க கவிஞரே. அவ்வளவு சொல்லியும் இரண்டு மணி வரை எல்லோரும் தூங்கவில்லை என்று ஸ்ரீதருக்குத் தெரிந்தால் நாளைக்கு எல்லாருக்கும் பிரச்சினையாகிவிடும்" என்று அவர் சொல்ல "ஸ்ரீக்கு இங்கே நடக்கிறது எதுவும் தெரிய வாய்ப்பே இல்லை, நீ சொன்னால்தான் தெரிய வரும். இங்கே நடந்தது எதையும் நீ சொல்லி விடாதே" என்று சொல்லிவிட்டு கோப்பையில் மதுவை ஊற்றத் தொடங்கினார் கண்ணதாசன்.

மறுநாள் காலை 7 மணிக்கு ஸ்ரீதர், விஸ்வநாதன் உட்பட எல்லோரும் பாடல் கம்போசிங்கிற்காகத் தயாராக இருந்தனர். ஆனால் கண்ணதாசன் வரவில்லை. ஒன்பது மணி ஆன பின்னரும் கவிஞர் வராததால் பொறுமையை இழந்த ஸ்ரீதர் சிறிது கோபமாகப் பேச, முதல் நாள் இரவு நடந்த கூத்துக்கள் அத்தனையையும் அப்படியே அவரிடம் கொட்டத் தொடங்கினார் எம்.எஸ். விஸ்வநாதன். அவர் சொல்லி முடிக்க சிரித்துக்கொண்டே அந்த அறைக்கு உள்ளே வந்த கண்ணதாசன் "கம்போசிங்கிற்கு நான் தயார், நீங்கள் இருவரும் தயாரா?" என்றார்.

80

“சொன்னது நீதானா” பாடல் பிறந்த கதை

காலை ஏழு மணி முதல் ஸ்ரீதரும், எம்.எஸ்.விஸ்வநாதனும் பாடல் கம்போசிங்கிற்காக காத்திருக்க பத்து மணிக்கு அங்கே வந்த கவிஞர் கண்ணதாசன், “நான் கம்போசிங்கிற்குத் தயார்.நீங்கள் தயாரா?” என்று கேட்டவுடன் லேசாக எரிச்சலடைந்த ஸ்ரீதர், “நாங்க ஏழு மணியிலே இருந்து இங்க உட்கார்ந்துகிட்டு இருக்கோம். காலையிலே சீக்கிரமே இந்தப் பாட்டை முடிக்கணும்னு நேற்றே உங்ககிட்ட சொன்னேன் இல்லே. அப்படியும் இவ்வளவு லேட்டா வந்தா எப்படி?” என்று கேட்க, “கொஞ்சம் அசந்து தூங்கி விட்டேன். அதுதான் லேட்டாகிவிட்டது” என்றார் கவிஞர்.

“எனக்கு எல்லாம் தெரியும். நேற்று இரவு இரண்டு மணி வரைக்கும் நீங்க தூங்கவேயில்லையாம். அப்புறம் எப்படி ஏழு மணிக்கு உங்களால வர முடியும்?” என்று ஸ்ரீதர் சொல்லிக் கொண்டே போக கண்ணதாசன், விஸ்வநாதன் பக்கம் திரும்பி அவரைப் பார்த்தார். கண்ணதாசனின் பார்வையைத் தாங்கிக்கொள்ள முடியாத எம்.எஸ்.விஸ்வநாதன் தலையைக் குனிந்து கொண்டார்.

சிறிது நேரத்திலே கம்போசிங் தொடங்கியது.

ஸ்ரீதர் பாடல் எழுதப்பட வேண்டிய காட்சியை விளக்க, “நீங்க முதல்ல பாட்டை எழுதிவிடுங்கள். நீங்கள் எழுதுகின்ற பாடலுக்கு நான் இசையமைக்கிறேன்” என்றார் எம்.எஸ்.விஸ்வநாதன்.

"பரவாயில்லை நீ மெட்டைச் சொல்லு" என்று கண்ணதாசன் சொல்ல "ல ல ல லா லா லா ..." என்று விஸ்வநாதன் மெட்டைப் பாடிக்காட்டினார்.

அடுத்த நிமிடம் பாடலை சொல்லத் தொடங்கிய கண்ணதாசன் பாடல் வரிகளை மட்டும் சொல்லவில்லை. விஸ்வநாதனைப் பார்த்து தான் கேட்க நினைத்த கேள்வியையும் அந்தப் பாடலின் வழியே கேட்டார்

"சொன்னது நீதானா?..."

கண்ணதாசனின் அந்த வரிகளைச் சொன்னவுடன் விஸ்வநாதன் முகம் லேசாக மாறியது. கவியரசர் இன்று பாட்டால் தன்னை அடிக்கப் போகிறார் என்று புரிந்து கொண்ட அவர் அடுத்து "ல ல ல" என்று சொல்ல ஒரு கணம்கூட தாமதிக்காமல் "சொல்... சொல்.. சொல்..." என்றார் கண்ணதாசன்.

அத்துடன் நிற்காமல்

சம்மதம் தானா? ஏன் ஏன் ஏன் என்னுயிரே...

இன்னொரு கைகளிலே, யார், யார், யார்... நானா?

என்னை மறந்தாயா? ஏன் ஏன் ஏன் என்னுயிரே... என்று கண்ணதாசன் பல்லவியைச் சொல்லி முடித்தபோது விஸ்வநாதன் முழித்ததைப் பார்த்த ஸ்ரீதர் குலுங்கி குலுங்கி சிரிக்க ஆரம்பித்து விட்டார்.

பின்னர் மற்ற மற்ற சரணங்களையும் மடைதிறந்த வெள்ளம் போல கண்ணதாசன் சொல்ல அடுத்த இரண்டு மணி நேரத்தில் அந்தப் பாடல் கம்போசிங் முடிவடைந்தது.

ஸ்ரீதரின் 'காதலிக்க நேரமில்லை' பாடலுக்குப் பின்னேயும் இதுபோன்ற ஒரு சுவையான சம்பவம் உண்டு.

'காதலிக்க நேரமில்லை' பாடல் கம்போசிங்கிற்காக சித்ராலயா அலுவலகத்தில் எம்.எஸ்.விஸ்வநாதனும் கண்ணதாசனும் அமர்ந்திருந்தபோது செய்தித்தாளில் அமெரிக்க அதிபர் ஐசனோவர் பற்றி வந்திருந்த செய்தியை அங்கிருந்த ஒருவர் உரக்கப் படிக்க, விஸ்வநாதன் உடனே "ஐசனோவர் யார் அண்ணே" என்று கண்ணதாசனைக் கேட்டார்.

எம்.எஸ்.வி.க்கு இசையைத் தவிர வேறு எதிலும் மிகப்பெரிய ஞானம் கிடையாது என்பதை நன்கு அறிந்திருந்த கண்ணதாசன் "அடே மண்டு, அவர் அமெரிக்க ஜனாதிபதியாக இருந்தவர்" என்றார்.

அப்போது அங்கு வந்த ஸ்ரீதர், "அடடே, ரெண்டு பேரும் வந்துட்டீங்களா? சரி காட்சி என்னன்னா, தன்னை வேலையிலிருந்து நீக்கிய எஸ்டேட் ஓனரை எதிர்த்து ரவிச்சந்திரன் போராட்டம் நடத்துகிறார். அந்த காட்சிக்குத்தான் இப்ப கம்போசிங். நீங்க டியூன் போட்டுக்கிட்டு இருங்க. எனக்கு கொஞ்சம் டிஸ்கஷன் வேலை பாக்கி இருக்கு. அதை முடித்துக் கொண்டு வந்துவிடுகிறேன்" என்று சொல்லிவிட்டு சி.வி. ராஜேந்திரனோடும், கதாசிரியர் கோபுவோடும் கதை பேச போய்விட்டார்.

சற்று முன்னர் யாரோ சொன்ன ஐசனோவர் என்ற பெயர் விஸ்வநாதனின் மனதில் சுற்றிக் கொண்டே இருந்ததால் "ஐசனோவர்... ஆவலோவா..." என்று வாய்விட்டு சத்தம் போட்டு அவர் டியூனை பாடத் தொடங்கினார்.

உடனே உள் அறையிலிருந்து எட்டிப்பார்த்த ஸ்ரீதர் "அண்ணே இப்போ நீங்க பாடினீங்களே, அந்த ட்யூன் ரொம்ப நல்லா இருக்கு. அதை அப்படியே வைத்துக் கொள்ளுங்கள்" என்றார்.

ஸ்ரீதருக்கு டியூன் பிடித்து விட்டதில் மகிழ்ச்சி அடைந்த விஸ்வநாதன் "அண்ணே சீக்கிரம் இந்த டியூனுக்கு பாட்டை சொல்லுங்கண்ணே. இதை முடிச்சிட்டு இன்னொரு கம்பெனியின் கம்போசிங்கிற்கு நான் போகணும்" என்றார்.

"இதோ பாருடா விசு. ஒரு வாரமா பெங்களூர்ல தங்கி கையில இருந்த காசையெல்லாம் செலவழிச்சிட்டேன். அதனால இன்னைக்கு ஸ்ரீதருக்கு ரெண்டு மூணு பாட்டு எழுதிக் கொடுத்திட்டு அவர்கிட்ட மொத்தமா காசை வாங்கிக்கிட்டு போகணும் அப்படீங்கிற முடிவோடு நான் வந்திருக்கேன் அதனால நீ என்னை விட்டுட்டு அங்கே இங்கேன்னு போகாதேடா. இன்னிக்கு எனக்கு வேலை கொடுடா விஸ்வநாதா....!" என்றார்.

கவிஞர் அப்படிச் சொன்னதும் மீண்டும் டிஸ்கஷன் அறையிலே இருந்து தலையை வெளியே நீட்டிய ஸ்ரீதர் "கவிஞரே, இப்போ கடைசியா சொன்னீங்களே வேலை கொடுடா விஸ்வநாதா...

என்று அதையே பல்லவியா வைச்சிக்கலாம்" என்றார்.

அவர் அப்படிச் சொன்னவுடன் விஸ்வநாதன், கண்ணதாசனைப் பார்த்து "ஏண்ணே, இன்னைக்கு ஸ்ரீதருக்கு என்ன ஆச்சு....? நான் வாய்க்கு வந்தபடி ஐசனோவர் ஆவலோவானு பாடினேன் 'அதுதான் ட்யூன்' அப்படின்னார். இப்ப 'வேலை கொடுடா விஸ்வநாதா'ன்னு நீங்க சொன்னதை 'அதுதான் பல்லவி' என்கிறார். என்னண்ணே இதெல்லாம்?" என்று கேட்டார்.

"இதோ பார் விசு, நம்ம ரெண்டு பேருக்கும் ஸ்ரீதர் இன்னைக்கு ஏதோ ஒரு டெஸ்ட் வச்சிருக்கார்னு நினைக்கிறேன். அதை சாதிச்சுக் காட்டி நாம்ப பேர் வாங்கணும். நீ கத்தியதுதான் ட்யூன், நான் சொன்னதுதான் பல்லவி, ஆரம்பி" என்றார்.

"ஐசனோவர்... ஆவலோவா... என்ற மெட்டுக்கு 'வேலை கொடு விஸ்வநாதா' என்று கண்ணதாசன் சொன்னபோது 'அண்ணே எஸ்டேட் ஓனர்' பாலையா வயசானவர். தவிர முதலாளி, ரவிச்சந்திரனோ சின்ன வயசுக்காரர், அவரிடம் வேலை பார்க்கும் குமாஸ்தா. வேலை கொடுன்னு கேட்பது மரியாதைக்குறைவா இருக்குதே அண்ணே" என்று விஸ்வநாதன் சொல்ல, "சரி, அப்படீன்னா இப்படி வைச்சிக்க, வேலை கொடு விஸ்வநாதா" என்பதற்கு பதிலாக "விஸ்வநாதன் வேலை வேணும்" என்று போட்டுக்கொள் என்று சொல்லிவிட்டு மளமளவென மற்ற வரிகளைச் சொல்ல ஆரம்பித்தார் கண்ணதாசன்.

அப்படி உருவான பாடல்தான் 'காதலிக்க நேரமில்லை' படத்தில் இடம்பெற்ற "விஸ்வநாதன் வேலை வேணும்" என்ற பாடல்.

கே.பாலச்சந்தரின் 'வறுமையின் நிறம் சிகப்பு' படத்திலே இடம் பெற்ற "சிப்பியிருக்குது முத்துமிருக்குது திறந்து பார்க்க நேரமில்லடி ராஜாத்தி" என்ற பாடல் மெல்லிசை ரசிகர்கள் எல்லோரையும் கவர்ந்த ஒரு பாடல். அந்தப் பாடல் காட்சியில் ஸ்ரீதேவி பாடலின் சந்தத்தைச் சொல்ல கமல்ஹாசன் அந்தச் சந்தத்திற்கான வார்த்தைகளைச் சொல்வதாகக் காட்சியை அமைத்திருந்தார் பாலச்சந்தர்.

'வறுமையின் நிறம் சிகப்பு' படத்தின் பாடல் கம்போசிங்கின்போது அந்தக் காட்சியை தான் உருவாக்கியிருந்த அதே பாணியில்தான் அந்தப் பாடல் உருவாகப்போகிறது என்பதை பாலச்சந்தர்

சித்ரா லட்சுமணன்

கனவிலும் எதிர்பார்த்திருக்க மாட்டார்.

அந்தப் பாடல் காட்சிக்கான சூழ்நிலையை பாலச்சந்தர் விளக்கியதும் விஸ்வநாதன் சந்தத்தைச் சொல்ல, அடுத்த கணம் கண்ணதாசனின் வாயிலிருந்து அற்புதமான வார்த்தைகள் வந்து விழுந்தன.

“இன்னும் சரியாகச் சொல்வதென்றால் ரசிகர்கள் படத்திலே அந்தப் பாடல் காட்சியில் அந்த பாடலை எப்படிக் கேட்டார்களோ அதைவிட வேகமாக நான் சந்தத்தைச் சொல்லச் சொல்ல கண்ணதாசன் வார்த்தைகளைச் சொன்னார். அந்தப் பாடல் உருவான விதம் பற்றி இன்று நினைத்தாலும் என் உடம்பு சிலிர்க்கிறது” என்று ஒரு கட்டுரையிலே குறிப்பிட்டிருக்கிறார் விஸ்வநாதன்.

கவிஞர் கண்ணதாசன் எத்தனையோ இசையமைப்பாளர்களுடன் பணியாற்றி இருக்கிறார், அதேபோல எம்.எஸ்.விஸ்வநாதனும் பல கவிஞர்களுடன் பணியாற்றி இருக்கிறார் என்றபோதிலும் கவிஞருக்கும் மெல்லிசை மன்னருக்கும் இருந்த உறவை தெய்வீக உறவு என்றுதான் சொல்ல வேண்டும்.

விஸ்வநாதனை ஒரு நாள் சந்திக்கவில்லை என்றால்கூட பித்துப் பிடித்தவர் போல ஆகிவிடுவார் கண்ணதாசன். நாளில் ஒரு முறையாவது அவரைச் சந்தித்தே ஆக வேண்டும். அப்படி இல்லை என்றால் குறைந்தபட்சம் போனிலாவது அவரோடு பேசியாக வேண்டும்.

கண்ணதாசன்-விஸ்வநாதன் ஆகிய இருவருக்குமிடையே அவ்வளவு நெருக்கம் இருந்த போதிலும், கண்ணதாசனின் ஆசை ஒன்றை அவர் பலமுறை கேட்டும் நிறைவேற்ற மறுத்துவிட்டார் விஸ்வநாதன்.

கண்ணதாசனுக்குப் பாட வேண்டும் என்பது தீராத ஒரு ஆசையாக இருந்தது. இப்போதுள்ளது போல கதாநாயகர்களையும், நாயகிகளையும் பாட வைக்கும் இசை அமைப்பாளர்கள் இருந்திருந்தால் அவரது ஆசை எளிதில் நிறைவேறி இருந்திருக்கும். ஆனால் அப்போது இருந்த விஸ்வநாதன், கே.வி. மகாதேவன் போன்றவர்கள் எல்லாம் தங்களது நட்பை விட தொழிலுக்கு அதிக முக்கியத்துவம் கொடுத்ததால் கவிஞரின் ஆசை கடைசி

வரையில் நிறைவேறவில்லை.

"ஒரு படத்தில் எனக்குப் பாட சான்ஸ் கொடுக்கக்கூடாதாடா" என்று கம்போசிங்கில் விஸ்வநாதனைப் பார்க்கும்போதெல்லாம் கேட்பார் கண்ணதாசன்.

'பாவ மன்னிப்பு' படத்திலே இடம் பெற்ற "வந்த நாள் முதல் இந்த நாள் வரை" பாடலை எழுதி முடித்தவுடன் "இந்தப் பாட்டை நானே பாடறேனே" என்று விஸ்வநாதனிடம் முதலில் கேட்க ஆரம்பித்த கண்ணதாசன் சிறிது நேரம் சென்றதும் "நான் பாடற மாதிரி சுலபமான ஒரு டியூனை இந்தப் பாட்டுக்குப் போடு. இந்தப் பாட்டை நான்தான் பாடப்போகிறேன்" என்று சொல்ல ஆரம்பித்துவிட்டார்.

"அதெல்லாம் வேண்டாம் கவிஞரே, இப்ப தமிழ் ரசிகர்கள் மத்தியில் நீங்க நல்ல பேரோட இருக்கீங்க. நீங்க பாடினீங்கன்னா ஜனங்களுக்கு உங்க மேல உள்ள மரியாதை, அன்பு எல்லாம் போயிடும். அதனாலே பேசாம எழுதற வேலையை மட்டும் பாருங்க" என்று அவரது முகத்துக்கு நேராகச் சொல்லிவிட்டார் எம்.எஸ்.வி.

கண்ணதாசன் - விஸ்வநாதன் ஆகிய இருவரும் இணைந்து திரைப்பாடல்களில் மட்டுமின்றி பக்திப் பாடல்களிலும் பல சாதனைகளைப் புரிந்துள்ளனர்.

கொலம்பியா நிறுவனத்துக்காக அவர்கள் இருவரும் இணைந்து 'கிருஷ்ணகானம்' என்ற பெயரிலே பத்து பக்திப் பாடல்களை உருவாக்கினார்கள். அந்த 'கிருஷ்ணகானத்'தில் தன்னுடைய பாடல் வரிகளுக்கு விஸ்வநாதன் அமைத்திருந்த மெட்டுக்களைக் கேட்ட கண்ணதாசன் அந்தப் பாடல்களில் தன் மனதைப் பறிகொடுத்தார். நாளடைவில் படுக்கைக்குப் போகும் முன்னர் அந்தப் பாடல்களை ஒரு முறையாவது கேட்பது அவரது வழக்கமாகிப் போனது.

இரவு பதினொரு மணிக்கு விஸ்வநாதன் வீட்டில் போன் மணி அடித்தால் போனை எடுத்தவுடன் மறுமுனையில் யார் என்று விஸ்வநாதன் கேட்கவே மாட்டார். அது நிச்சயமாக கவிஞர் கண்ணதாசனாகத்தான் இருக்கும் என்பது அவருக்குத் தெரியும்.

"விசு, புல்லாங்குழல் கொடுத்த மூங்கில்களே பாட்டைக் கேட்டுக் கொண்டிருக்கிறேன்" என்பார் கவிஞர். அந்தப் பாடல்

சித்ரா லட்சுமணன்

கிருஷ்ணகானத்தில் இடம் பெற்ற ஒரு பாட்டு

"நீ எப்போது மேடையில் கச்சேரி பண்ணினாலும் புல்லாங்குழல் கொடுத்த மூங்கில்களே பாட்டை முதலில் பாடிவிட்டுத்தான் கச்சேரியைத் தொடங்க வேண்டும்" என்று ஒருமுறை விஸ்வநாதனிடம் கேட்டுக் கொண்டார் கவிஞர்.

அன்றிலிருந்து அந்தப் பாட்டைப் பாடாமல் ஒருநாளும் கச்சேரியைத் தொடங்கியதில்லை விஸ்வநாதன். கண்ணதாசன் மறைவிற்குப் பிறகு அந்தப் பாடல் வரிகளைச் சற்று மாற்றி "புல்லாங்குழல் கொடுத்த மூங்கில்களே எங்கள் புருஷோத்தமன் புகழ் பாடுங்களே" என்பதற்கு பதிலாக "அந்த கண்ணதாசன் புகழ் பாடுங்களே" என்று பாடுவதை வழக்கமாக வைத்துக் கொண்டிருந்தார் அவர்.

கண்ணதாசன் இறந்த பிறகு விஸ்வநாதனின் கனவில் அவர் வராத நாட்களே இல்லை. தினமும் கனவில் அவரோடு பேசிக் கொண்டிருப்பாராம் விஸ்வநாதன். இந்தத் தகவலை அவரே ஒரு கட்டுரையில் பதிவு செய்துள்ளார்.

நல்லதொரு நட்பை மரணம்கூட பிரிக்க முடியாது என்பதற்கு கவிஞரும் விஸ்வநாதனும் கொண்டிருந்த நட்புதான் சிறந்த உதாரணம்.

81

ரஜினிகாந்த் பேசிய முதல் 'பன்ச்' வசனம்

'சூப்பர் ஸ்டார்' ரஜினிகாந்த் கதாநாயகனாக நடித்த 'ஆறிலிருந்து அறுபது வரை', 'எங்கேயோ கேட்ட குரல்' பண்ற வித்தியாசமான படங்களையும் 'காயத்ரி', 'தம்பிக்கு எந்த ஊரு', 'குரு சிஷ்யன்' போன்ற மிகப்பெரிய வெற்றிப் படங்களையும் தயாரித்த பஞ்சு அருணாசலம், ரஜினிகாந்தின் திரையுலகப் பயணத்தில் கே. பாலச்சந்தருக்கு அடுத்து மிகவும் முக்கியமான நபர். கதாசிரியரும், தயாரிப்பாளருமான பஞ்சு அருணாசலம். ரஜினிகாந்தை முதன் முதலாக நேரில் சந்தித்தது 'கவிக்குயில்' படத்தின் வெளிப்புறப் படப்பிடிப்பில்தான்.

அந்தப் படத்தின் படப்பிடிப்பு முடிந்தவுடன் தினமும் மாலை வேலைகளில் பஞ்சு அருணாசலத்தைச் சந்திப்பதை வழக்கமாக்கிக் கொண்டார் ரஜினி. அவரோடு பேசத் தொடங்கிய சில நாட்களிலேயே ரஜினிகாந்த் இந்தத் திரையுலகில் மிகப் பெரிய உயரத்தைத் தொடப்போகும் நடிகர் என்று பஞ்சு அருணாசலத்துக்குப் புரிந்துவிட்டது. தொடர்ந்து தனது படங்களில் அவரைப் பயன்படுத்திக் கொள்ள வேண்டும் என்ற முடிவை அந்த முதல் சந்திப்பின்போதே பஞ்சு அருணாசலம் எடுத்துவிட்டார்.

"கவிக்குயில்" படத்தைத் தொடர்ந்து விஜய பாஸ்கர் பிலிம்ஸ் பாஸ்கருடன் இணைந்து, விஜய மீனா என்ற பட நிறுவனத்தைத்

தொடங்கிய பஞ்சு அருணாசலம் அந்த நிறுவனத்தின் சார்பில் 'காயத்ரி' என்ற படத்தை எடுத்தார்.

'காயத்ரி' சுஜாதா எழுதிய கதை. "தினமணி கதிரி"ல் வெளிவந்த அந்தக் கதையைப் படித்த பஞ்சு அருணாசலத்துக்கு அதைப் படமாக எடுத்தால் நிச்சயம் சினிமாவுக்குப் புதிதாக இருக்கும் என்று தோன்றியதால் உடனடியாக எழுத்தாளர் சுஜாதாவுடன் தொடர்புகொண்டு பேசினார்.

"சாவி சார் கேட்டார் என்பதற்காக நான் அவசரத்தில் எழுதிக் கொடுத்த கதை அது. 'தினமணி கதிரில்' அந்தக் கதை வந்தபோதே 'நீங்கள் எல்லாம் இப்படி எழுதலாமா?' என்று எனக்கு நிறையக் கண்டனக் கடிதங்கள் வந்தன. "பத்திரிகையில் வெளியானதுக்கே அவ்வளவு கண்டனங்கள் தெரிவிக்கப்பட்ட அந்தக் கதையை நீங்கள் எப்படிப் படமாக எடுப்பீர்கள்?" என்று சுஜாதா கேட்டபோது "அதையெல்லாம் நான் பார்த்துக்கொள்கிறேன் நீங்கள் கதையை மட்டும் கொடுங்கள்" என்றார் பஞ்சு அருணாசலம்.

அந்தக் கால கட்டத்தில் பஞ்சு அருணாசலத்துடன் தொடர்ந்து பணியாற்றியது இரண்டு இயக்குனர்கள்தான். ஒருவர் எஸ்.பி. முத்துராமன், இன்னொருவர் தேவராஜ் மோகன்.

எஸ்.பி. முத்துராமன் அப்போது பஞ்சு அருணாசலம் எழுதிக்கொண்டிருந்த வேறு இரண்டு படங்களில் பணியாற்றிக் கொண்டிருந்தார். தேவராஜ் மோகன் தனது சொந்தப் படத்தை இயக்கிக்கொண்டிருந்தார். ஆகவே 'காயத்ரி' படத்தை இயக்கும் வாய்ப்பினைப் பட்டு என்கிற பட்டாபிராமனுக்கு அளித்தார் பஞ்சு அருணாசலம். சிவாஜி அறிமுகமான 'பராசக்தி' படம் முதல் கிருஷ்ணன் பஞ்சுவிடம் இணை இயக்குனராகப் பணியாற்றியவர் பட்டு.

ஜெய்சங்கர் கதாநாயகனாகவும் ரஜினிகாந்த் வில்லனாகவும் நடிக்க 1977ஆம் ஆண்டு வெளிவந்த "காயத்ரி" மிகப்பெரிய வெற்றிப்படமாக அமைந்தது.

சுஜாதா எழுதியிருந்த அந்தக் கதையில் தான் செய்திருந்த மாறுதல்களை ரசிகர்கள் எப்படி ரசிக்கிறார்கள் என்பதை சுஜாதாவிற்குக் காட்டி அவரை அசத்துவதற்காக "காயத்ரி" படம் ஓடிக்கொண்டிருந்த தியேட்டருக்கு சுஜாதாவை அழைத்துச் சென்றார் பஞ்சு.

ஆனால், அன்று தியேட்டரில் ரசிகர்களின் ஆரவாரத்தைப் பார்த்து சுஜாதா அசந்ததைவிட அதிகமாக அசந்துபோனவர் பஞ்சு அருணாசலம்தான்.

'காயத்ரி' படத்தின் வில்லனான ரஜினியை ஹீரோ ஜெய்சங்கர் அடித்தபோது ரசிகர்கள் ஆவேசமாக ஜெய்சங்கரைத் திட்டினார்கள். அதே நேரத்தில் ஹீரோ ஜெய்சங்கரை வில்லன் ரஜினி அடித்தபோது தியேட்டரில் விசில் பறந்தது. இனி ரஜினிகாந்த் வில்லனல்ல என்பதையும், தொடர்ந்து அவரை வில்லனாக நடிக்க வைத்துப் படம் எடுத்தால் அதுமாதிரியான படங்களை ரசிகர்கள் விரும்ப மாட்டார்கள் என்பதையும் பஞ்சு அருணாசலத்திற்கு 'காயத்ரி' படம் தெளிவாக உணர்த்தியது.

'காயத்ரி' படத்தில் பஞ்சு அருணாசலம் பெற்ற அந்த அனுபவம்தான் 'புவனா ஒரு கேள்விக்குறி' படத்திலே ஒரு முக்கியமான மாறுதலை அவர் செய்யக் காரணமாக அமைந்தது.

'புவனா ஒரு கேள்விக்குறி' படத்தின் தயாரிப்பாளரான எம்.ஏ.எம். மணியும் இயக்குனர் எஸ்.பி. முத்துராமனும் மிகவும் நெருங்கிய நண்பர்கள். ஏவி.எம். ஸ்டுடியோவில் மணி புரொடக்ஷன் மேனேஜராகப் பணியாற்றியபோது எஸ்.பி.முத்துராமன் அங்கே எடிட்டிங் பிரிவில் உதவியாளராகப் பணியாற்றிக்கொண்டிருந்தார். தன்னுடைய நெருங்கிய நண்பரான எஸ்.பி.முத்துராமன் மிகப்பெரிய இயக்குனராக உயர்ந்ததும் அவரது இயக்கத்தில் ஒரு படத்தைத் தயாரிக்க விரும்பினார் மணி.

அப்போது மகரிஷி எழுதிய 'பத்ரகாளி' கதை திருலோக்சந்தர் இயக்கத்தில் மிகப்பெரிய வெற்றியை அடைந்திருந்தது. ஆகவே அவர் எழுதி 'குமுதம்' இதழில் வெளியான 'புவனா ஒரு கேள்விக்குறி' கதையின் உரிமையை வாங்கிய மணி, அந்தக் கதையின் மூன்று முக்கியமான பாத்திரங்களுக்கு சிவகுமார், ரஜினிகாந்த், சுமித்ரா ஆகியோரின் கால்ஷீட்டை வாங்கி விட்டு இயக்குனர் எஸ்.பி. முத்துராமனுடன் பஞ்சு அருணாசலத்தை சந்திக்க வந்தார்.

மகரிஷி எழுதிய நாவலை அவர்களிடமிருந்து வாங்கிக்கொண்ட பஞ்சு அருணாசலம் உடனே அதைப் படித்து முடித்தார். அந்த நாவல் அவருக்கும் பிடித்திருந்தது.

அந்தக் கதைக்கான திரைக்கதையை எழுதி முடித்தபோது வாழ்க்கையைப் பறிகொடுத்த பெண்ணை ஏற்றுக்கொள்ளும் கதாநாயகன் பாத்திரத்தில் சிவகுமாரும், கதாநாயகியைக் கெடுத்துவிட்டு அவளை விட்டு விலகும் பாத்திரத்தில் ரஜினியும் நடித்தால் அந்தப் படம் வழக்கமான ஒரு படமாக ஆகிவிடக்கூடிய அபாயம் இருப்பதாக பஞ்சு அருணாசலத்துக்குத் தோன்றியது.

தன்னுடைய கருத்தை தயாரிப்பாளரான மணியிடமும் இயக்குனரான எஸ். பி. முத்துராமனிடமும் சொன்னார் அவர்.

அவரது அந்தப் பயம் நியாயமானது என்று அவர்களும் ஒப்புக் கொண்டார்கள் என்றாலும், அந்த நல்லவன் வேடம்தான் சிவகுமாருக்கு என்று ஒப்பந்தம் செய்யும்போதே சிவகுமாரிடம் சொல்லிவிட்டதால் மீண்டும் அவரிடம் போய் எப்படி மாற்றிச் சொல்வது என்று அவர்கள் இருவரும் சங்கடப்பட்டார்கள்.

“நெகடிவான பாத்திரத்தை சிவகுமார் ஏற்று நடித்தால் அவருக்கும் அது வித்தியாசமான பாத்திரமாக இருக்கும், அதே நேரத்தில் படம் வெற்றி பெறவும் அது உதவியாக இருக்கும் என்பதை அவருக்கு சொல்லுவோம். அதற்குப் பிறகும் ‘எனக்கு அதில் எல்லாம் விருப்பம் இல்லை. நான் அந்த நல்லவன் பாத்திரத்திலேயே நடிக்கிறேன்’ என்று அவர் சொன்னால், அந்தப் பாத்திரத்திலேயே நடிக்கட்டும்” என்றார் பஞ்சு.

சிவகுமாரைச் சந்தித்து ‘புவனா ஒரு கேள்விக்குறி’ படத்தில் அவருடைய பாத்திரத்தை மாற்றியிருப்பது பற்றி இயக்குனர் எஸ். பி.முத்துராமனும், பஞ்சு அருணாசலமும் சொன்னபோது “என்ன சார் இப்படிப் பண்ணிட்டீங்க” என்று முதலில் ஆதங்கப்பட்டாலும் பாத்திரங்களை மாற்றியதற்கான காரணங்களை பஞ்சு அருணாசலம் விளக்கிச் சொன்ன பிறகு பெருந்தன்மையோடு சிவகுமார் ஒப்புக்கொண்டார்.

அப்போது ரஜினிகாந்த் பல படங்களில் பரபரப்பாக நடித்துக்கொண்டிருந்த ஒரு நடிகராக இருந்தபோதிலும் பெரும்பாலான படங்களில் எதிர்மறைப் பாத்திரங்களிலேயே நடித்து வந்தார். ஆகவே ‘புவனா ஒரு கேள்விக்குறி’ படத்தில் தான் ஏற்கவிருந்த பாத்திரம் மாற்றப்பட்டது பற்றி அறிந்ததும் அளவில்லாத மகிழ்ச்சி அடைந்தார்.

ரஜினிகாந்தின் திரையுலக வாழ்க்கையில் பஞ்சு அருணாசலம் கொண்டு வந்த முதல் மாற்றம் அது. அந்த மாற்றத்தைக் கொண்டுவந்த பஞ்சு அருணாசலம்தான் ரஜினியின் முதல் 'பன்ச்' டயலாக்கையும் எழுதியவர்.

'புவனா ஒரு கேள்விக்குறி' படத்தின் கதைப்படி சிவகுமார் தவறு செய்து விட்டு வர, அதனைத் தெரிந்துகொள்ளும் ரஜினி அவரைக் கண்டிப்பார். அதற்கு சிவகுமார் "பத்தோடு பதினொண்ணு விட்றா" என்று அலட்சியமாகப் பதில் சொல்ல "கடப்பாரையை முழுங்கிட்டு சுக்குத் தண்ணி குடிச்சா அது செரிக்காது. வயித்த கிழிச்சுக்கிட்டு வெளியே வரும்" என்று அழுத்தம் திருத்தமாக ரஜினிகாந்த் சொல்வார்.

ரஜினிகாந்த திரையில் பேசிய முதல் 'பன்ச்' டயலாக் அதுதான்.

82

கலைவாணரின் கடைசி மாணவரான குலதெய்வம் ராஜகோபால்

1960களில் நகைச்சுவை நடிகராகக் கொடிகட்டிப் பறந்தவர் 'குலதெய்வம்' ராஜகோபால். நாடக நடிகராகத் தன்னுடைய வாழ்க்கையைத் தொடங்கிய ராஜகோபால், கிருஷ்ணன் பஞ்சு இரட்டையர்களின் இயக்கத்திலே ஏவி.எம்.நிறுவனம் தயாரித்த "குலதெய்வம்"படத்திலே நகைச்சுவைப் பாத்திரத்தில் நடித்திருந்தார். அந்தப் படத்திலே அவரது நடிப்பு ரசிகர்கள் மத்தியில் மிகச் சிறந்த வரவேற்பைப் பெற்றதால் அதுவரையிலே ராஜகோபாலாக இருந்த அவர், அந்தப் படத்தின் வெற்றிக்குப் பிறகு 'குலதெய்வம்' ராஜகோபால் ஆனார்.

சிறுவயது முதலே 'குலதெய்வம்' ராஜகோபால், கலைவாணர் என்.எஸ். கிருஷ்ணனின் மிகத் தீவிர ரசிகர். ராஜகோபால் நடித்த 'எதிர்பாராதது' என்ற நாடகம் நாகர்கோவிலில் நடைபெற்றபோது அந்த நாடகத்துக்குத் தலைமை தாங்க வந்த என்.எஸ். கிருஷ்ணன் ராஜகோபாலின் நடிப்பைப் பாராட்டியது மட்டுமின்றி "இந்த மாதிரி திறமையான கலைஞர்கள் எல்லாம் மேம்போக்காக நடித்துவிட்டுப் போகாமல் கலைத்துறையில் தன்னை முழுமையாக இணைத்துக்கொள்ள வேண்டும்" என்று பேசினார்.

“நான் யாருடைய ரசிகனாக இருந்தேனோ அவரே என்னை அப்படிப் பாராட்டியபோது நான் அடைந்த மகிழ்ச்சிக்கு அளவே இல்லை. அந்த நிகழ்ச்சிக்குப் பிறகு அவரை அடிக்கடி சந்திக்கும் வாய்ப்பு எனக்குக் கிடைத்தது. என்னுடைய வாழ்க்கையில் பல முக்கியமான திருப்பங்களுக்குக் காரணமானவர் கலைவாணர்தான். நாடகங்களில் நடித்துக் கொண்டிருந்த நான் திரைப்படங்களில் நடிக்கவும் அவர்தான் காரணமாக அமைந்தார். கலைவாணரது கடைசி மாணவன் நான்தான்” என்று ஒரு கட்டுரையில் குறிப்பிட்டுள்ள ராஜகோபால், கலைவாணரைப் பற்றிப் பல அரிய தகவல்களை அந்தக் கட்டுரையில் பகிர்ந்து கொண்டுள்ளார்.

“கலைவாணர் ஒரு அபூர்வ பிறவி அவரோடு சேர்ந்து நாடகங்களில் நடித்தபோதும் சினிமாவில் நடித்த போதும் எத்தனையோ இனிய அனுபவங்கள் எனக்கு ஏற்பட்டன.

நாடகம் முடிந்து நாங்கள் வீடு திரும்பும்போது நாடகம் சம்பந்தப்பட்ட எல்லோருக்கும் தந்த சம்பளம் போக என்னுடைய சம்பளமும் கலைவாணருடைய பணமும் என்னிடம் இருக்கும்.

அந்தச் சமயத்தில் அவரிடம் உதவி கேட்டு வருபவர்கள் எல்லோருக்கும் அவர் அந்தப் பணத்திலிருந்து எடுத்துக் கொடுக்கச் சொல்வார். பெரும்பாலான நாட்கள் வீடு திரும்பும்போது அவருடைய சம்பளப் பணமும் என்னுடைய சம்பளப் பணமும் தீர்ந்து வெறும் கையுடன்தான் நாங்கள் வீடு திரும்புவோம். .தன்னிடம் உதவி என்று கேட்டு வருபவர்களுக்கு இல்லை என்று எப்போதும் சொல்லாத வள்ளல் அவர்.

1953ஆம் ஆண்டிலோ அல்லது 1954ஆம் ஆண்டிலோ தந்தை பெரியார் புத்த மத மாநாடு ஒன்றை நடத்தினார். அந்த மாநாட்டில் புத்தரைப் பற்றி கலைவாணர் வில்லுப்பாட்டு நிகழ்ச்சி நடத்தினார். அந்த நிகழ்ச்சியில் நானும் கலந்து கொண்டேன்.

அந்த நிகழ்ச்சியின் முடிவில் பேசிய தந்தை பெரியார் “எல்லோரும் என்னைப் பெரியார் என்று சொல்கிறீர்கள். ஆனால் எனக்கும் மேலே ஒரு பெரியார் இருக்கிறார். அது உங்களுக்குத் தெரியுமா?” என்று அந்தக் கூட்டத்தில் இருந்தவர்களைப் பார்த்து கேட்டார்.

பெரியார் அப்படிக் கேட்டதும் கூட்டத்தில் மிகப்பெரிய சலசலப்பு ஏற்பட்டது. ‘பெரியாருக்கு மேலே ஒரு பெரியாரா? யார்

அவர்?' என்று அந்தக் கூட்டத்திலிருந்த எல்லோரும் ஒருவரோடு ஒருவர் கிசுகிசுக்கத் தொடங்கியபோது தன்னுடைய பேச்சுக்கான விளக்கத்தை தந்தை பெரியாரே சொல்லத் தொடங்கினார்.

"உங்களுக்கு எல்லாம் நான் பெரியார். எனக்குப் பெரியார் கலைவாணர்தான். ஏனென்றால் நான் மேடை ஏறி சமுதாய சீர்திருத்தக் கருத்துக்களைச் சொன்னால் கல்லால் அடிக்கிறார்கள். நான் பேசுகின்ற அதே கருத்துக்களைத்தான் கலைவாணர் சினிமாவில் சொல்கிறார். ஆனால் அதைப் பார்க்கவும் கேட்கவும் காசு கொடுத்துப் போகிறார்கள். இப்போது சொல்லுங்கள். நான் சொன்னது நியாயம்தானே. அவர்தானே எனக்குப் பெரியார்" என்று தந்தை பெரியார் சொல்லி முடித்தபோது மக்களுடைய ஆரவாரம் அடங்க வெகு நேரம் ஆயிற்று.

கொடைத்தன்மை மட்டுமின்றி பல நல்ல குணங்களுக்குச் சொந்தக்காரராக இருந்தவர் கலைவாணர். அதனால்தான் கட்சி வேறுபாடு இன்றி எல்லா அரசியல் தலைவர்களாலும் விரும்பப்பட்ட கலைஞராக அவர் இருந்தார்.

திறமைசாலிகளைத் தேடிப் பிடித்து அவர்களுக்கான வாய்ப்புகளைப் பெற்றுத் தருவதில் கலைவாணருக்கு நிகராக யாரையும் சொல்ல முடியாது.

காத்தவராயன் கதையை 'ஆர்யமாலா' என்ற பெயரில் திரைப்படமாக எடுக்க திட்டமிட்ட பட்சிராஜா ஸ்டூடியோ அதிபர் ஸ்ரீராமுலு நாயுடு கலைவாணரைச் சந்தித்து 'ஆர்யமாலா' கதையைச் சொல்லிவிட்டு அந்தப் படத்திலே யாரை நடிக்க வைத்தால் சரியாக இருக்கும் என்று அவரிடம் யோசனை கேட்டார்.

"படம் சக்சஸ் ஆகணும்னா கதாநாயகனாக பி.யு. சின்னப்பாவையும் வில்லனாக பாலையாவையும் போடு" என்று கலைவாணர் சொன்னபோது ஸ்ரீராமுலு நாயுடு அடைந்த அதிர்ச்சிக்கு அளவேயில்லை.

ஏனென்றால் அந்தக் கால கட்டத்தில் பி.யு. சின்னப்பா திரைப்பட மார்க்கெட்டை முற்றிலுமாக இழந்துவிட்டு ஸ்பெஷல் நாடகங்களில் நடிக்கப் போய்விட்டிருந்தார். டி.எஸ். பாலையா அதற்கும் மேலே ஒரு படி சென்று சாமியாராக மாறிவிட்டிருந்தார்.

அவர் எங்கேயிருக்கிறார் என்பதைப் பற்றி அவரது குடும்பத்துக்கே அப்போது தெரியாமல் இருந்தது. ஆகவே கலைவாணர் அவர்கள் இருவரது பெயரையும் சொன்னவுடன் ஸ்ரீராமுலு நாயுடு மிகப்பெரிய குழப்பத்துக்கு ஆளானார்.

ஸ்ரீராமுலுவின் முகத்தைப் பார்த்தே தான் சொன்ன யோசனையைப் பற்றி அவர் என்ன நினைக்கிறார் என்பதைப் புரிந்துகொண்ட கலைவாணர் "நீங்க எதையும் யோசிக்காதீங்க. நான் சொல்றதை கேளுங்க. இந்தப் படத்தில அவங்க ரெண்டு பேரும் நடிச்சாதான் நல்லா இருக்கும். நீங்க சரின்னு சொன்னா அவங்க எங்கே இருந்தாலும் அவங்களைக் கொண்டு வந்து சேர்க்கிறது என் பொறுப்பு. என்ன சொல்றீங்க?" என்று ஸ்ரீராமுலு நாயுடுவிடம் கேட்டார்.

ஸ்ரீராமுலு நாயுடு கலைவாணர் மீது மிகுந்த மரியாதை வைத்திருந்தவர். ஆகவே அவர் சொன்னதை மறுத்துப் பேச முடியாமல் "சரி" என்று அவரது யோசனையை ஏற்றுக் கொண்டார்.

ஸ்ரீராமுலு நாயுடு ஒப்புக்கொண்டவுடன் பி.யு. சின்னப்பாவையும், பாலையாவையும் தேடிப்பிடித்து அழைத்து வந்து 'ஆர்யமாலா' படத்திலே அவர்கள் இருவரையும் நடிக்க வைத்தார் கலைவாணர். மிகப் பெரிய வெற்றிப்படமாக அமைந்த அந்தப் படத்திற்குப் பிறகு அவர்கள் இருவரின் மார்க்கெட்டும் மீண்டும் சூடு பிடித்தது.

ஒருமுறை சிவாஜி அவர்களுக்கும் கண்ணதாசன் அவர்களுக்கும் ஏற்பட்ட மனக்கசப்பால் அவர்கள் இருவரும் ஒருவரை ஒருவர் தாக்கி பத்திரிகைகளில் அறிக்கை விடத் தொடங்கியபோது கலைவாணர் அவர்களை சமாதானப்படுத்தியது மட்டுமின்றி இனி ஒற்றுமையாக இருப்போம் என்று தனக்கு முன்னால் அவர்களை சத்தியம் செய்ய வைத்தார். அவரது பெருமைகளை எடுத்துச்சொல்ல ஆரம்பித்தால் அதற்கு நாட்கள் போதாது" என்று கலைவாணரது பெருமைகளை எடுத்துச் சொல்லியுள்ள 'குலதெய்வம்' ராஜகோபால் "நடிகனாக இருந்த என்னை வில்லுப்பாட்டுக் கலைஞராக ஆக்கியவரும் அவர்தான்" என்று கூறியுள்ளார்.

1957ஆம் ஆண்டு சென்னை பொது மருத்துவமனையிலே கலைவாணர் உயிர் பிரிந்தது. 1958ஆம் ஆண்டு அவரது இல்லத்திலே கலைவாணரின் வாழ்க்கை வரலாற்றை வில்லுப்பாட்டு நிகழ்ச்சியாக

முதன் முதலில் நடத்திய 'குலதெய்வம்' ராஜகோபால். அதற்குப் பிறகு எண்ணற்ற மேடைகளில் கலைவாணரைப் பற்றி வில்லுப் பாட்டு நிகழ்ச்சி நடத்தியிருக்கிறார். "என் வாழ்க்கையில் எல்லாமுமாக இருந்த அவருக்கு அவர் வாழ்ந்த காலத்தில் என்னால் எதுவும் செய்ய முடியவில்லை. அந்த வருத்தத்தில் இருந்த என்னுடைய மனதிற்கு அவர் இறந்த பிறகு வில்லுப்பாட்டு நிகழ்ச்சியின் மூலம் அவரது வாழ்க்கையைச் சொன்னது கொஞ்சம் ஆறுதலாக இருந்தது" என்று 'குலதெய்வம்' ராஜகோபால் குறிப்பிட்டிருக்கிறார்.

83

சோவிற்கு எம்ஜிஆர் கொடுத்திருந்த சுதந்திரம்

'துக்ளக்' பத்திரிகையைத் தொடங்கிய பிறகு எம்ஜிஆரை அரசியல் ரீதியாக சோ விமர்சித்துக் கொண்டிருந்த போதிலும் அதைப் பெரிதாக பொருட்படுத்தாமல் தன்னுடைய திரைப்படங்களில் தொடர்ந்து அவருக்கு வாய்ப்புத் தந்துகொண்டிருந்தார் எம்ஜிஆர். பொதுவாக தன்னை விமர்சிப்பவர்களை எம்ஜிஆர் தன்னருகில் வைத்துக்கொள்ள மாட்டார் என்றாலும் கவிஞர் கண்ணதாசன், சோ போன்று சிலருக்கு அந்தக் கொள்கையிலிருந்து விதிவிலக்கு அளித்திருந்தார் எம்ஜிஆர்.

எம்ஜிஆருக்கு திரையுலகில் இருந்த செல்வாக்கு எத்தகையது என்பதை சோ நான்கு அறிந்திருந்த போதிலும், அவரை விமர்சிக்கும் போக்கை அவர் கைவிடவேயில்லை. அதேபோன்று படப்பிடிப்பு தளத்திலும் மற்றவர்கள் எம்.ஜி.ஆரோடு பேசத் தயங்குகின்ற விஷயங்கள் பற்றி சர்வ சாதாரணமாக அவரோடு பேசுவது சோவின் வழக்கம்.

கலைஞர் கருணாநிதி துவங்கிய மேகலா பிக்சர்ஸ் தயாரித்த திரைப்படம் 'எங்கள் தங்கம்'. அந்தப் படம் ஆரம்பிக்கப்பட்டபோது எம்ஜிஆருக்கும் கலைஞருக்கும் இடையே இருந்த சுமுக உறவு, படம் முடிவடைகின்ற கட்டத்தை நெருங்கியபோது இல்லை.

சித்ரா லட்சுமணன்

அவர்கள் இருவருக்கும் பனிப்போர் நடந்து கொண்டிருந்த கால கட்டத்தில், அந்தப் படத்தின் கடைசி நாள் படப்பிடிப்பில் கலந்து கொள்ள எம்ஜிஆர் வந்தார்.

சண்டைக் காட்சியில் இரண்டு ஷாட்டுகளும் சோவுடன் எம்ஜிஆர் நடித்த ஒரு காட்சியில் விடுபட்டுப் போன இரண்டு ஷாட்டுகளும் மட்டுமே அன்று படமாக்கப்படவிருந்தன. எம்ஜிஆர் ஒத்துழைத்தால் ஒரு மணி நேரத்தில் முடிந்துவிடக் கூடிய படப்பிடிப்பு.

அன்று படப்பிடிப்பை முடித்துவிட்டு மறுநாள் எம்ஜிஆர் வெளிநாடு செல்லவிருந்தார். ஆகவே அன்று படப்பிடிப்பை முடிக்கவில்லை என்றால் அறிவிக்கப்பட்டிருந்த தேதியில் படம் வெளிவருவது சிக்கலாகிவிடும் என்பதால் படப்பிடிப்பு சம்பந்தப்பட்ட எல்லோரையும் ஒரு பரபரப்பு தொற்றிக் கொண்டிருந்தது.

9 மணிக்குத் துவங்க இருந்த படப்பிடிப்பிற்கு எம்ஜிஆர் சரியாக எட்டு மணிக்கே வந்துவிட்டார். அவர் அவ்வளவு சீக்கிரம் வருவார் என்று படக் குழுவினர் எவரும் எதிர்பார்க்கவில்லை. அவர் சரியான நேரத்துக்கு வந்து விட்டதால் 9 மணிக்கு படப்பிடிப்பை ஆரம்பித்தால் பத்து மணிக்குள் மொத்த படப்பிடிப்பையும் முடித்து விடலாம் என்று கணக்குப் போட்டு படப்பிடிப்பு வேலைகளை அந்தப் படத்தின் இயக்குனர்களான கிருஷ்ணன் பஞ்சு ஆகிய இருவரும் துரிதப்படுத்தினார்கள்.

அப்போது மேக்கப் அறைக்கு வெளியே ஒரு நாற்காலியைப் போட்டுக் கொண்டு அமர்ந்த எம்ஜிஆர் அங்கிருந்தவர்களைக் கூப்பிட்டு பேசிக் கொண்டிருந்தார். பேசி முடித்துவிட்டு மேக்கப் போட்டு அப்படப்பிடிப்புக்கு அவர் தயாராகிவிடுவார் என்று எல்லோரும் எதிர்பார்த்துக் கொண்டிருந்தபோது காரில் ஏறி யாரையோ சந்திக்கப் புறப்பட்டுவிட்டார் அவர்.

அவர் திரும்பி வரும்போது மணி பன்னிரண்டு. அவர் இப்படி போக்குக் காட்டிக் கொண்டு இருந்ததால் அன்றைய படப்பிடிப்பை முடிக்க மாட்டார் என்று சோவிற்குத் தோன்றியது. அதை எம்ஜிஆரிடமே கேட்டுத் தெளிவுபடுத்திக்கொள்ள விரும்பிய அவர் எம்ஜிஆர் அருகில் சென்றார்.

“இன்னிக்கு ஷூட்டிங் இருக்கா இல்லையான்னு எனக்கு மட்டுமாவது சொல்லுங்க. ஷூட்டிங் இல்லேன்னா நான் எதுக்கு தண்டமா இங்கே காத்துக்கிட்டு இருக்கணும்?” என்று அவரிடம் சோ கேட்டபோது “எனக்கு ஒரு உதவி பண்ணுங்க” என்று சோவிடம் கேட்டுக் கொண்ட எம்ஜிஆர் “நீங்க கொஞ்சம் பேசாம இருங்க” என்று சொல்லிவிட்டு அங்கிருந்து நகர்ந்துவிட்டார்.

அன்று ஷூட்டிங்கில் கலந்து கொள்வதில்லை என்று எம்ஜிஆர் முடிவெடுத்திருந்தால் நிச்சயம் தன்னை அவர் காக்க வைக்க மாட்டார் என்று எண்ணிய சோ பேசாமல் இருக்கச் சொல்லி எம்ஜிஆர் சொல்லியதால் அமைதியாக மேக் அப் அறைக்குள் சென்று அமர்ந்து கொண்டார்.

அன்று இரவு எட்டு மணி வரை ஸ்டூடியோவில் இருந்த பலரோடு பேசுவதும் அடிக்கடி வெளியே போவதும் வருவதுமாக எம்ஜிஆர் இருந்தாரே தவிர மேக்கப் போட்டுக் கொள்ளவேயில்லை.

"இன்று ஷூட்டிங் உண்டா இல்லையா?" என்று எம்ஜிஆரிடம் நேரடியாகக் கேட்கக் கூடிய தைரியம் படத் தயாரிப்பாளரான முரசொலி மாறனுக்கோ இயக்குனர்களான கிருஷ்ணன் பஞ்சுவிற்கோ அறவே இல்லை. அவரிடம் அப்படிக் கேட்க அதுவே பிரச்னையாகி அவர் கிளம்பி விட்டால் என்ன செய்வது என்று எல்லோரும் பயந்தனர்.

நிச்சயமாக இன்று படம் முடியாது என்ற முடிவுக்கு படப்பிடிப்புக் குழுவினர் வந்துவிட்ட நிலையில் இரவு பதினொரு மணிக்கு மேக்கப் போட்டுக் கொண்டு படப்பிடிப்புக்கு வந்தார் எம்ஜிஆர்.

இரவு பன்னிரண்டு மணிக்கு படப்பிடிப்பு முடிவடைந்தவுடன் “என்ன தெளிவு வந்ததா?” என்று சோவைப் பார்த்து எம்ஜிஆர் கேட்டபோது “இல்லை சார் தூக்கம்தான் வந்தது” என்று பதில் சொன்னார் சோ.

“என்ன காரணத்திற்காக அன்றைய படப்பிடிப்பில் எம்ஜிஆர் அப்படி நடந்து கொண்டார் என்று எனக்குத் தெரியவில்லை என்றாலும் எம்ஜிஆருக்கும் கலைஞருக்கும் இடையே அப்போது ஏற்பட்டிருந்த கருத்து மோதல்கள்தான் அதற்குக் காரணமாக இருந்திருக்க வேண்டுமென்று நானே ஒரு முடிவுக்கு வந்தேன்” என்று ஒரு கட்டுரையில் சோ குறிப்பிட்டிருக்கிறார்.

ப. நீலகண்டன் இயக்கத்தில் எம்ஜிஆருடன் ஒரு படப்பிடிப்பில் சோ கலந்து கொண்ட போது எம்ஜிஆரைத் தொடர்ந்து விமர்சித்துக் கொண்டிருந்த சோவைக் கிண்டல் செய்யும் நோக்கத்துடன் அவரை வம்புக்கு இழுத்த இயக்குனர் ப.நீலகண்டன், "என்ன சோ உங்க 'துக்ளக்' பத்திரிகை விற்பனை எப்படி இருக்கு?" என்று அவரிடம் கேட்டார்.

"ரொம்ப நல்லா இருக்கு சார்" என்று சோ பதில் சொன்னவுடன், எம்ஜிஆரைப் பார்த்துச் சிரித்தபடியே "கலைமகள் விற்பனை எப்படி இருக்கு?" என்று நீலகண்டன் கேட்க "பரவாயில்லை சார்" என்று பதில் பிறந்தது சோவிடமிருந்து.

அடுத்து "துக்ளக்கைவிட கலைமகள் விற்பனை குறைவுதான் இல்லையா?" என்று நீலகண்டன் கேட்ட போது அவரது கேள்வியின் நோக்கம் சோ-விற்குப் புரிந்து விட்டது. அடுத்து சோ எதிர்பார்த்த மாதிரியே ஒரு கேள்வியினை எழுப்பினார் நீலகண்டன்.

"கலைமகள் எப்படிப்பட்ட பத்திரிகை?" என்று அவர் கேட்ட கேள்விக்கு "ரொம்பவும் தரமான ஒரு பத்திரிகை சார்" என்று பதிலளித்தார் சோ. அடுத்து 'துக்ளக்' பத்திரிகை 'கலைமகள்' அளவிற்கு தரமான பத்திரிகையா?" என்று அவர் கேட்க "நிச்சயமாக இல்லை" என்று சோவிடமிருந்து பதில் வந்தது.

'துக்ளக்'கின் விற்பனை 'கலைமகளு'க்கு இல்லை என்பது எதைக் காட்டுகிறது? தமிழ் நாட்டில் தரமுள்ள சரக்கு விற்பதில்லை. தரமில்லாத சரக்கு நன்கு விற்பனையாகிறது என்பதைத்தானே" என்று எம்ஜிஆரைப் பார்த்துச் சிரித்தபடியே சொன்ன ப. நீலகண்டன் அடுத்து அப்படியொரு பதிலை சோ சொல்வார் என்று எதிர்பார்க்கவில்லை.

"தமிழ் நாட்டில் எப்போதும் அப்படித்தான் சார். தரமான பல படங்கள் இங்கே ஓடுவதில்லை. தரமில்லாத படங்கள்தான் நன்றாக ஓடுகின்றன. பல நல்ல படங்கள் தோல்வியடைந்துள்ளன. அதே சமயம் நீங்க டைரக்ட் செய்த 'என் அண்ணன்' நன்றாக ஓடுகிறது" என்று சிரித்தபடியே அவருக்கு பதில் சொன்னார் சோ.

ப.நீலகண்டன் இயக்கத்தில் எம்ஜிஆர் நடித்த படம் 'என் அண்ணன்'. சோ அப்படிச் சொன்னவுடன் ப.நீலகண்டனால் எதுவும் பேச

முடியவில்லை. அப்போது ப.நீலகண்டனின் பக்கத்திலிருந்த எம்ஜிஆர் "அவரிடம் ஏன் வம்புக்குப் போனீங்க?அவர்கிட்ட வம்பு பண்ணா அவர் இப்படித்தான் பதில் சொல்வாருன்னு தெரியுமில்லே" என்று சொன்னாரே தவிர, சோ மீது கோபம் கொள்ளவில்லை.

தமிழக அரசியலிலும் சரி தேசிய அரசியலிலும் சரி சோ-வை அறியாத தலைவர்களே இல்லை என்ற நிலைமைக்கு ஒரு கட்டத்தில் உயர்ந்த சோ தமிழகத்திலே பெருந்தலைவர் காமராஜ், கலைஞர் கருணாநிதி, எம்ஜிஆர் ஜெயலலிதா, ஜி.கே. மூப்பனார் ஆகியோருடனும் தலைநகரிலே வி.பி. சிங், சந்திர சேகர், வாஜ்பாய், அத்வானி, நரேந்திர மோடி போன்ற பல தலைவர்களுடனும் மிகவும் நெருக்கமாகப் பழகியவர் என்ற போதிலும் அவர்களை விமர்சிக்க சோ என்றுமே தயங்கியதில்லை. அந்த விமர்சனங்களை மீறி பல அரசியல் தலைவர்கள் அவரோடு நெருக்கமான உறவை வைத்துக் கொண்டிருந்தனர்.

அதனால்தான் சோ உடல்நலமின்றி சிகிச்சை பெற்றுக் கொண்டிருந்தபோது அவரது நலம் விசாரிக்க தமிழக முதல்வர் ஜெயலலிதா அவர்களும் பாரதப் பிரதமர் நரேந்திர மோடி அவர்களும் அவரைத் தேடிச் சென்றனர்.

நாடக உலகிலும் பத்திரிகை உலகிலும் சோ நிகழ்த்திய சாதனைகளை அவருடைய அளவிற்குத் துணிச்சலோடு இனி எவராலும் நடத்த முடியாது என்பதும் அதற்கான அரசியல் சூழல் இப்போது இல்லை என்பதும் நிதர்சனமான உண்மைகள்.

84

காற்றோடு கலந்துவிட்ட கனவுக்கன்னி ஸ்ரீதேவி

முப்பது ஆண்டுகளுக்கும் மேலாக தமிழ், தெலுங்கு, கன்னடம், மலையாளம், இந்தி ஆகிய ஐந்து மொழிப் படங்களிலும் முடிசூடா ராணியாகத் திகழ்ந்த ஸ்ரீதேவி, சினிமா பார்ப்பதையே அதிகம் விரும்பாத பெருந்தலைவர் காமராஜர் அவர்களால் திரை உலகிற்கு அடையாளம் காட்டப்பட்டவர்.

ஐம்பது ஆண்டுகளில் முன்னூறு திரைப்படங்களில் நடித்துள்ள ஸ்ரீதேவியின் தந்தை ஐயப்பன். தாய் ராஜேஸ்வரி. காங்கிரஸ் இயக்கத்தின் மீது மிகுந்த ஈடுபாடு கொண்ட ஐயப்பன், பெருந்தலைவர் காமராஜரைச் சந்திக்க அடிக்கடி அவரது இல்லத்துக்குச் செல்வார். ஒருமுறை அவர் காமராஜரைச் சந்திக்கச் சென்றபோது தனது நான்கு வயது மகளான ஸ்ரீதேவியையும் தன்னுடன் அழைத்துச் சென்றிருந்தார். அப்போது கவிஞர் கண்ணதாசனும் காமராஜர் வீட்டுக்கு வந்திருந்தார். சிறுமி ஸ்ரீதேவியின் சுறுசுறுப்பைப் பார்த்த பெருந்தலைவர் "இந்தச் சிறுமியை நீ சினிமாவில் அறிமுகப்படுத்தலாமே" என்று கண்ணதாசனிடம் கூறினார்.

அந்த நேரத்தில் 'துணைவன்' என்ற பக்தி படத்தை ஆரம்பித்திருந்த சின்னப்பா தேவர் அந்தப் படத்தில் முருகனாக நடிக்க அழகான

நெஞ்சம் மறப்பதில்லை – இரண்டாம் பாகம்

தோற்றமுள்ள ஒரு சிறுவனைத் தேடிக் கொண்டிருந்தார். அவரிடம் ஸ்ரீதேவியைப் பற்றி கண்ணதாசன் சொல்ல 'துணைவன்' படத்திலே பால முருகனாக அறிமுகமானார் ஸ்ரீதேவி.

அதற்குப் பிறகு எல்லா தென்னிந்திய மொழிப் படங்களிலும் குழந்தை நட்சத்திரமாக நடித்த ஸ்ரீதேவி 'ராணி மேரா நாம்' என்ற படத்தின் மூலம் இந்திப் படவுலகில் குழந்தை நட்சத்திரமாகக் கால் பதித்தார்.

ஸ்ரீதேவிக்குப் பதின்மூன்று வயதானபோது அவரைக் கதாநாயகியாக அறிமுகப்படுத்திய கே.பாலச்சந்தர் அந்தப் படத்திலே ரஜினிகாந்துக்கு தாயாராக அவரை நடிக்க வைத்தார்.'மூன்று முடிச்சு' என்ற பெயரிலே தயாரான அந்தப் படம் கமல்ஹாசன், ரஜினிகாந்த், ஸ்ரீதேவிஆகிய மூன்று உச்ச நட்சத்திரங்கள் இணைந்து நடித்த முதல் படமாக அமைந்தது.

அந்தப் படத்தைத் தொடர்ந்து பாரதிராஜாவின் இயக்கத்திலே அவர் நடித்த '16 வயதினிலே' படமும் பாலு மகேந்திரா இயக்கத்தில் அவர் நடித்த 'மூன்றாம் பிறை' படமும் மகேந்திரனின் இயக்கத்தில் அவர் நடித்த 'ஜானி' திரைப்படமும் அவரது வாழ்க்கையில் திருப்புமுனைப் படங்களாக அமைந்தன.

'மூன்று முடிச்சு' படத்திலே நடிக்க கமல்ஹாசனுக்குத் தரப்பட்ட சம்பளம் முப்பதாயிரம் ரூபாய். எனக்குச் சம்பளம் ஐயாயிரம் ரூபாய். ரஜினிகாந்துக்கு இரண்டாயிரம் ரூபாய். அந்தப்படத்தின் படப்பிடிப்பின்போது என்னுடைய தாயாரிடம் மிகவும் நெருக்கமாக ரஜினி பழகுவார். என்னுடைய தாயாரும் தன்னுடைய மகன் போல அவர் மீது பாசத்தைப் பொழிந்தார்.அந்தப் படத்தின் படப்பிடிப்பின் போதெல்லாம் ரஜினியின் ஒரே லட்சியம் நாம் எப்போது கமல்ஹாசன் போல பெரிய நடிகராக வந்து முப்பதாயிரம் ரூபாய் சம்பளம் வாங்குவது என்பதுதான்.

"நீ நிச்சயமாகப் பெரிய நடிகனாக வருவாய். முப்பதாயிரம் என்ன அதற்கும் மேலாக சம்பளம் வாங்குவாய்' என்று என்னுடைய அம்மா அவருக்கு ஆறுதல் கூறுவார்" என்று 'மூன்று முடிச்சு' பட அனுபவங்களைப் பகிர்ந்துகொண்டுள்ளார் ஸ்ரீதேவி.

தமிழ்த் திரையுலகில் குழந்தை நட்சத்திரமாக நடிக்கத் தொடங்கி

அதற்குப் பின்னாலே முன்னணி நட்சத்திரமாக ஜொலித்தவர்கள் கமல்ஹாசனும் ஸ்ரீதேவியும் மட்டுமே. அது தவிர வேறு சில ஒற்றுமைகளும் அவர்களுக்கு உண்டு. இருவருமே திரையுலகில் ஐம்பது ஆண்டுகளை நிறைவு செய்த சாதனையாளர்கள்.

ஸ்ரீதேவி கதாநாயகியாக திரையுலகில் அடி எடுத்து வைத்தபோது ஜமுனா, காஞ்சனா, மஞ்சுளா, லதா, சந்திரகலா, ஜெயப்பிரதா, மாதவி, ஜெயசுதா, ஜெயச்சித்ரா என்று எண்ணற்ற நடிகைகள் கதாநாயகிகளாக இருந்தனர். அவர்களோடு போட்டி போட்டு வென்று அவர்களை அடுத்து திரையுலகில் அடி எடுத்து வைத்த அம்பிகா, ராதா, சுகாசினி, ராதிகா, ரதி அக்னிஹோத்ரி, விஜயசாந்தி ஆகியோருடனும் போட்டி போட்டு ஜெயித்தவர் ஸ்ரீதேவி.

ஏ. நாகேஸ்வரராவோடு இணைந்து நடித்துவிட்டு அவரது மகன் நாகார்ஜுனாவிற்கு ஜோடியாக நடித்த பெருமையும் அவருக்கு உண்டு.

குழந்தை நட்சத்திரமாக சிவாஜியுடன் பல படங்களில் நடித்த ஸ்ரீதேவி 'கவரிமான்' படத்திலே அவரது மகளாக நடித்தார். பின்னர் 'சந்திப்பு' படத்திலே அவருக்கு ஜோடியானார்.

தமிழ், தெலுங்கு, கன்னடம், இந்தி ஆகிய மூன்று மொழிகளிலும் எல்லா முன்னணி கதாநாயகர்களுடனும் ஜோடியாக நடித்துள்ள ஸ்ரீதேவி, மலையாளத்தில் மட்டுமே குறைவான படங்களில் நடித்துள்ளார்.

அறுபதுகளில் எம்ஜிஆர், சிவாஜி ஆகிய இருவருக்கும் ஜோடியாக எண்ணற்ற படங்களில் நடித்த சரோஜாதேவியைப் போல ரஜினி, கமல் ஆகிய இருவரின் படங்களிலும் மாறி மாறி நடித்தவர் ஸ்ரீதேவி.

தமிழ்ப்பட உலகில் மிகப்பெரிய சாதனைகளைப் புரிந்துவிட்டு இந்திப் பட உலகில் அவர் அடி எடுத்து வைத்தார்.

ஸ்ரீதேவியைப்போல தமிழ்ப்பட உலகிலிருந்து இந்திப்பட உலகிற்கு எண்ணற்ற நடிகைகள் சென்றிருக்கிறார்கள் என்றாலும் இந்தித் திரை ரசிகர்களின் பாராட்டுக்களைப் பெற்று அங்கு நிலைத்து

நின்றவர்களை விரல் விட்டு எண்ணி விடலாம். தென்னகத்திலிருந்து இந்திக்குச் சென்று சாதனை படைத்த வைஜயந்திமாலா, பத்மினி, ரேகா, ஹேமமாலினி ஆகியோரைத் தொடர்ந்து 1983ஆம் ஆண்டில் பிரபல தெலுங்குப் பட இயக்குனரான ராகவேந்திர ராவ் இயக்கிய 'ஹிம்மத்வாலா' என்ற படத்தின் மூலம் இந்தித் திரைப்பட ரசிகர்களின் நெஞ்சங்களில் தனக்கென ஒரு நிரந்தர இடத்தைப் பிடித்தவர் ஸ்ரீதேவி.

அவர் இந்தியில் நடித்த முதல் படமான 'சோல்வா சாவன்' மிகப்பெரிய தோல்விப்படமாக அமைந்தது. '16 வயதினிலே' படத்தின் இந்திப் பதிப்பான அந்தப் படம்தான் பாரதிராஜா, ஸ்ரீதேவி ஆகிய இருவருக்குமே முதல் இந்திப்படம். 1979ல் இந்தித் திரையுலகில் தோல்வி கண்ட ஸ்ரீதேவி சரியாக நான்கே ஆண்டுகளில் 'ஹிம்மத்வாலா' படத்தின் மூலம் இந்திப் பட உலகின் கனவுக் கன்னியானார். இந்தியில் அவர் நடித்த முதல் வெற்றிப்படமான 'ஹிம்மத்வாலா'வில் அவருடன் ஜோடியாக நடித்த ஜித்தேந்திராவுடன் 16 திரைப்படங்களில் ஜோடியாக நடித்துள்ள ஸ்ரீதேவி இந்திப்பட உலகின் சூப்பர் ஸ்டாரான அமிதாப்பச்சன் தொடங்கி எல்லா இந்திப் பட கதாநாயகர்களுடனும் ஜோடியாக நடித்தவர்.

சிறு வயது முதலே சினிமாவில் இருந்தாலும் ஸ்ரீதேவியைப் பற்றிக் கிசுகிசுக்களே வந்ததில்லை. அந்த அளவு கட்டுப்பாடாக தன்னுடைய தாயார் ராஜேஸ்வரியின் கண்ணசைவிற்கு ஏற்ப வாழ்ந்தவர் ஸ்ரீதேவி. விழாக்களில் அவரைச் சந்திக்கும் மற்ற நடிகைகள் "இன்னிக்கு இந்த டிரஸ்ஸைத்தான் போடணும்னு உங்க அம்மா சொன்னாங்களா" என்றெல்லாம்கூட அவர் அணிந்துவரும் உடையைப் பற்றிக் கிண்டல் செய்ததுண்டு. "ஆமாம் இது அம்மா எடுத்துக் கொடுத்த உடைதான்" என்று அவர்களுக்கு பளிச் என்று பதில் சொல்வார் ஸ்ரீதேவி. தாயாரின் கட்டுப்பாட்டில்தான் நானிருக்கிறேன் என்று சொல்லிக்கொள்ள ஸ்ரீதேவி எப்போதுமே தயங்கியதில்லை.

இரும்பு மலராக இருந்த ஸ்ரீதேவியின் வாழ்வில் இரு முறை காதல் வந்தது. அவரது முதல் காதல் 'ஜானி' படத்தில் அவர் நடிக்கும்போது வந்தது. அவருக்கு யாருடன் காதல் பிறந்தது என்பதைப் பற்றி ஸ்ரீதேவியின் பெயரைச் சொல்லாமல் தினத்தந்தி

பத்திரிகையில் வெளிவந்த ஒரு பேட்டியில் இயக்குனர் மகேந்திரன் பகிர்ந்து கொண்டிருக்கிறார்.

"ரஜினி உச்ச கட்டப் புகழை அடைந்தபோது அவரைத் திருமணம் செய்ய பல நடிகைகள் தயாராக இருந்தார்கள். ரஜினி ஒரு நடிகையை விரும்பினார். அந்த நடிகைக்கும் ரஜினி மேல் விருப்பம். ஒரு நாள் படப்பிடிப்பு நேரத்தில் "அந்த நடிகையைத் திருமணம் செய்து கொள்ள விருப்பப்படுகிறேன். உங்கள் கருத்து என்ன?" என்று என்னிடம் கேட்டார்.

"அந்தப் பொண்ணு உங்க மனைவியாக அமைந்தால் நீங்க ரெண்டு பேருமே நல்லா இருப்பீங்க" என்று சொன்னேன். அன்று அந்த நடிகையின் வீட்டு கிரகப் பிரவேசம். ரஜினியையும், என்னையும் இரவு எட்டு மணிக்கு வரச் சொல்லியிருந்தார். நாங்கள் இருவரும் போயிருந்தோம். வாசலுக்கு வந்து எங்களை வரவேற்ற அவர் தன்னுடைய அம்மாவை அழைக்க வீட்டுக்கு உள்ளே போனார். நடிகையின் அம்மா வந்தவுடன் "கல்யாணப் பேச்சை ஆரம்பிக்கலாமா?" என்று என்னிடம் ரஜினி கேட்டார்.

"அப்போது திடீரென்று மின்சாரம் 'கட்' ஆனது. நீண்ட நேரம் மின்சாரம் வரவில்லை. மீண்டும் வெளிச்சம் வந்த நேரத்தில் ரஜினியின் மனம் மாறி இருந்தது. மின்சாரம் போனதை சகுனத் தடையாக அவர் நினைத்துவிட்டதால் அந்தத் திருமணம் நடைபெறவில்லை" என்று குறிப்பிட்டிருக்கிறார் மகேந்திரன்.

அந்தக் காதல் தோல்வியைத் தொடர்ந்து நீண்ட இடைவெளிக்குப் பின்னால் இந்தி நடிகர் மிதுன் சக்ரவர்த்தி மீது ஸ்ரீதேவிக்குக் காதல் பிறந்தது. மூன்று ஆண்டுகள் அவரோடு இணைந்து வாழ்ந்த ஸ்ரீதேவி தனது முதல் மனைவியான யோகிதா பாலியை மிதுன் விவாகரத்து செய்யத் தயாராக இல்லை என்பது தெரிந்ததும் மிகுந்த அதிர்ச்சியோடு அவரை விட்டு விலகினார்.

பின்னர் 1996-ல் போனிகபூரைத் திருமணம் செய்துகொண்ட ஸ்ரீதேவி அதன்பிறகு திரையுலகை விட்டு விலகினார். இவருக்கு ஜான்வி மற்றும் குஷி என இரண்டு மகள்கள் இருக்கிறார்கள்.

நீண்ட இடைவெளிக்குப் பிறகு ஸ்ரீதேவி நடித்த தமிழ்ப்படமாக விஜய் கதாநாயகனாக நடித்த புலி படம் அமைந்தது.

தனது சொந்த நிறுவனத்தின் தயாரிப்பில் ஸ்ரீதேவி நடித்த ‘மாம்’ திரைப்படம் அவர் நடித்து வெளிவந்த 300-வது திரைப்படமாகும். அவர் அறிமுகமான ‘துணைவன்’ திரைப்படம் ஜுலை முதல் வாரத்தில் வெளியானது. அதுபோலவே அவர் நடித்த கடைசிப் படமான ‘மாம்’ திரைப்படமும் அதே ஜுலை முதல் வாரத்தில்தான் வெளியானது. இது ஒரு விசேஷ ஒற்றுமை என்றுதான் சொல்ல வேண்டும்.

இயற்கையை வெல்ல முடியாமல் அவர் இறந்துவிட்டார் என்றாலும் திரைப்பட ரசிகர்கள் மனதில் அவர் என்றும் வாழ்வார் என்பதில் சந்தேகமில்லை.

85

பி.எஸ்.வீரப்பாவின் வாழ்க்கையைப் புரட்டிப்போட்ட இரண்டு படங்கள்

'பன்ச்' வசனங்களுக்கு பெயர் பெற்ற நடிகராக இன்று 'சூப்பர் ஸ்டார்' ரஜினிகாந்த் விளங்குகிறார். ஆனால் அறுபது வருடங்களுக்கு முன்னாலே இந்த 'பன்ச்' வசனங்களுக்கு முழுச் சொந்தக்காரராக இருந்தவர் வில்லன் நடிகரான பி.எஸ்.வீரப்பா. அவரது வசனங்கள் மட்டுமின்றி "ஹாஹ்ஹா" என்ற வெடிச்சிரிப்பும் ரசிகர்கள் மத்தியில் மிகவும் பிரபலமான ஒன்று. அவரது வசனம் பேசும் விதத்திற்கும், அவரது சிரிப்பிற்கும் தீவிர ரசிகராக இருந்தவர்களில் சிவாஜி கணேசனும் ஒருவர்.

பிரபலப் பாடகியான கே.பி.சுந்தராம்பாள் திரையுலகில் புகழ் பெற்று விளங்கியபோது சினிமாவில் சேரவேண்டும் என்ற ஆசையோடு பி.எஸ்.வீரப்பா அவரைச் சந்தித்தார். அவருக்கு உதவும்படி அப்போது பிரபல இயக்குனராக இருந்த எல்லிஸ் ஆர். டங்கனுக்கு கே.பி.சுந்தராம்பாள் ஒரு சிபாரிசுக் கடிதம் கொடுக்க அப்போது தான் இயக்கிக்கொண்டிருந்த 'மணிமேகலை' என்ற படத்தில் பி.எஸ்.வீரப்பாவிற்கு வாய்ப்புத் தந்தார் எல்லிஸ் ஆர். டங்கன்.

அதற்குப் பிறகு பல படங்களில் நடித்த பி.எஸ்.வீரப்பா 'ஸ்ரீ முருகன்' படத்திலே நடிக்கும்போதுதான் முதன் முதலாக எம்ஜிஆரைச் சந்தித்தார். முதல் சந்திப்பிலேயே இருவரும் நண்பர்கள் ஆனதைத் தொடர்ந்து எம்ஜிஆர் நடித்த பல படங்களில் வில்லனாக நடிக்கக் கூடிய வாய்ப்பு பி.எஸ். வீரப்பாவிற்குக் கிடைத்தது. எம்.ஜி.ஆருடன் பி.எஸ்.வீரப்பா நடித்த 'சக்ரவர்த்தி திருமகள்' படத்திலேதான் அவரது "ஹாஹ்ஹா" என்ற வெடிச்சிரிப்பு முதல் முதலாக அறிமுகமானது. ரசிகர்கள் மத்தியில் அந்தச் சிரிப்பிற்கு மிகப்பெரிய வரவேற்பு கிடைக்கவே தொடர்ந்து அவருடைய எல்லா படங்களிலும் அந்தச் சிரிப்பு இடம்பெறத் தொடங்கியது.

பி.எஸ்.வீரப்பா பேசிய 'பன்ச்' வசனங்களில் 'மகாதேவி' படத்தில் இடம்பெற்ற "அடைந்தால் மகாதேவி இல்லையேல் மரணதேவி" என்ற வசனமும், 'வஞ்சிக்கோட்டை வாலிபன்' படத்தில் இடம்பெற்ற "சபாஷ் சரியான போட்டி" என்ற வசனமும் இன்றுவரை திரை ரசிகர்கள் நினைவில் வைத்திருக்கும் வசனங்கள்.

அறிஞர் அண்ணா, கலைஞர் மு.கருணாநிதி, எம்ஜிஆர், என்.டி.ராமாராவ், வி.என்.ஜானகி, ஜெயலலிதா ஆகிய ஆறு முதல்வர்களோடு திரைப்படங்களில் பணியாற்றும் வாய்ப்பினைப் பெற்ற பி.எஸ்.வீரப்பா, ஒரு கால கட்டத்தில் தயாரிப்பாளராகி எம்.ஜி.ஆர், சிவாஜி, ஜெமினி கணேசன், ஜெய்சங்கர் ஆகியோரை வைத்து பல படங்களைத் தயாரித்தார். சிவாஜியை வைத்து பி.எஸ்.வீரப்பா தயாரித்த படங்களில் மிகப்பெரிய வெற்றியைப் பெற்ற படமாக 'ஆலயமணி' படம் அமைந்தது.

வசூலை வாரிக் குவித்த 'ஆலயமணி' படத்தை இந்தியிலே தயாரிக்க ஆசைப்பட்ட ஒரு இந்திப் படத் தயாரிப்பாளர், அந்தப் படத்தை இந்தியிலே தயாரிக்கும் உரிமைக்காக ஐந்து லட்சம் ரூபாய் தர முன்வந்தார். அன்றைய ஐந்து லட்சம் என்பது இன்றைய ஐந்து கோடிக்குச் சமம் என்பதால் அவர் சொன்ன தொகையைக் கேட்டவுடன் ஆனந்த அதிர்ச்சியில் உறைந்துபோனார் பி.எஸ். வீரப்பா.

பின்னர் அந்த மகிழ்ச்சியான செய்தியைத் தனது நண்பர்களிடம் அவர் பகிர்ந்து கொண்டபோது அவரது நண்பர்களில் ஒருவர் 'ஆலயமணி' படத்தை இந்தியில் தயாரிக்கலாம் என்று உங்க

கம்பெனி லெட்டர் ஹெட்டில் நீங்கள் எழுதித் தருகின்ற ஒரு காகிதத்துக்காக ஒரு இந்திப்படத் தயாரிப்பாளர் ஐந்து லட்சம் தருகிறார் என்றால் அவர் என்ன மடையனா?" என்று பி.எஸ்.வீரப்பாவைப் பார்த்து ஒரு கேள்வியைக் கேட்டார். அவர் என்ன சொல்ல வருகிறார் என்பது புரியாமல் வீரப்பா குழம்ப "இந்தக் கதை இந்தியில் எத்தனை கோடிகளை சம்பாதித்துக் கொடுக்கப் போகிறது என்பதை கணக்குப் போட்டுப் பார்க்காமலா அவர் ஐந்து லட்சம் ரூபாயைக் கொடுக்க முன்வருவார்? ஆகவே அவசரப்பட்டு 'ஆலயமணி' படத்தை இந்தியில் தயாரிக்கும் உரிமையை யாருக்கும் கொடுத்து விடாதீர்கள்" என்றார் அவர்.

அவர் சொன்னது எல்லாம் நியாயமாக இருப்பதாக பி.எஸ்.வீரப்பாவிற்குத் தோன்றவே 'ஆலயமணி' உரிமைகளைத் தருவது பற்றி நான் இன்னும் எந்த முடிவும் எடுக்கவில்லை" என்று அந்த இந்திப்பட அதிபரிடம் நாகரிகமாகச் சொல்லி அவரைத் திருப்பி அனுப்பி விட்டார் வீரப்பா.

இந்தச் சம்பவம் நடந்து சில மாதங்களுக்குப் மீண்டும் பி.எஸ்.வீரப்பாவைச் சந்திக்க வந்த அந்த இந்திப்பட அதிபர் இந்த முறை சற்று வித்தியாசமான யோசனையை வீரப்பாவிற்குச் சொன்னார். "நீங்கள் உரிமைகளை எனக்குக் கொடுக்க வேண்டாம். நான் முழுவதுமாக பணத்தைப் போட்டு இந்தியில் இந்தப் படத்தை எடுக்கிறேன். படம் வெளியான பிறகு வருகின்ற லாபத்தை நீங்களும் நானும் சமமாகப் பங்கிட்டுக் கொள்ளலாம்" என்பதுதான் அவர் சொன்ன யோசனை.

அவர் சொன்ன அந்த யோசனை வீரப்பாவிற்குப் பிடித்திருந்தது. ஆகவே அவருக்கு தன்னுடைய ஒப்புதலைத் தெரிவிக்க அவர் முடிவு செய்தார். அந்த நேரம் பார்த்து "இந்திப்பட உரிமைகளை அவசரப்பட்டு விற்க வேண்டாம்" என்று வீரப்பாவை முதலிலே எச்சரித்த நண்பர் அவரது அலுவலகத்துக்கு வந்தார். அவரிடம் இந்திப்படத் தயாரிப்பாளர் சொன்ன புதிய யோசனையை பகிர்ந்து கொண்ட வீரப்பா, அந்தத் தயாரிப்பாளர் சொன்ன யோசனையை ஏற்றுக்கொள்ளத் தான் முடிவெடுத்திருப்பதாகச் சொன்னபோது அந்த நண்பரின் முகம் மாறியது.

"திரும்பவும் தப்பு பண்றீங்களே. நீங்கள் அந்த உரிமையைக் கொடுக்க மாட்டேன் என்று சொன்ன பிறகும் திரும்பத் திரும்ப

அந்த உரிமையை வாங்க அவர் ஏன் போராடுகிறார் என்பதைப் பற்றிக் கொஞ்சமாவது நீங்க யோசிச்சிப் பார்த்தீங்களா? ‘ஆலயமணி’ படம் ‘கோல்ட்’. அதை இந்தியிலே எடுக்கிற உரிமையை அவருகிட்ட கொடுத்துவிட்டு நீங்க எதுக்கு அவருகிட்ட பாதி லாபத்துக்குக் கையேந்தி நிற்கணும்? நீங்களே இந்தியிலே எடுத்து முழு லாபத்தையும் அனுபவியுங்கள்” என்றார் அந்த நண்பர். விதி தன்னுடைய வாழ்க்கையில் அந்த நண்பர் மூலமாக விளையாடத் தொடங்கிவிட்டதைப் புரிந்துகொள்ளாமல் அந்த நண்பர் சொன்ன யோசனையைக் கேட்டு இந்த முறையும் அந்த இந்திப்படத் தயாரிப்பாளரைத் திருப்பி அனுப்பிவிட்டு “ஆலயமணி” படத்தை இந்தியில் எடுக்கின்ற முயற்சியில் தீவிரமாக இறங்கினார் பி.எஸ்.வீரப்பா.

‘ஆலயமணி’ மிகப்பெரிய வெற்றியைப் பெற்ற படம் என்பதால் அந்தப் படத்திலே நடிக்க இந்தி நடிகர்களை ஒப்பந்தம் செய்வதில் பிஸ்.வீரப்பாவிற்கு எந்தப் பிரச்னையும் ஏற்படவில்லை. சிவாஜி நடித்த வேடத்திலே நடிக்க திலீப்குமாரையும், சரோஜாதேவி நடித்த வேடத்திலே நடிக்க வகீதா ரகுமானையும் அவர் ஒப்பந்தம் செய்தபோது இந்திப் படஉலகிலிருந்த பலர் வீரப்பாவிற்கு தங்களது வாழ்த்துக்களைத் தெரிவித்தனர். நண்பர் சொன்னது போலவே மிகப்பெரிய வெற்றியை இந்திப்படம் அடையும் என்ற நம்பிக்கை வீரப்பாவிற்குப் பிறந்தது. தமிழிலே கே.சங்கர் இயக்கிய அந்தப் படத்தை இந்தியிலே இயக்க ஏ. பீம்சிங்கை ஒப்பந்தம் செய்தார் வீரப்பா. ‘ஆத்மி’ என்ற பெயரில் உருவான அந்தப் படம் எல்லோருடைய எதிர்பார்ப்பிற்கும் மாறாக மிகப்பெரிய தோல்வியைத் தழுவியது. மிகுந்த பொருட்செலவிலே அந்தப் படத்தை உருவாக்கியிருந்த வீரப்பா தாங்க முடியாத நஷ்டத்துக்கு ஆளானார்.

தன்னைக் கதாநாயகனாக வைத்து ஒரு படத்தைத் தயாரித்து வீரப்பா நட்டத்தைச் சந்தித்தது ‘ஆத்மி’ படத்திலே கதாநாயகனாக நடித்த திலீப்குமாரின் மனதை உறுத்தியது. ஆகவே அவருக்கு தன்னால் முடிந்த உதவியைச் செய்யவேண்டும் என்று அவர் முடிவெடுத்தார்.

‘ஆத்மி’ பட வெளியீட்டுக்கு பத்து வருடங்களுக்கு முன்னர் வெளியாகிய இந்திப் படம் ‘கங்கா ஜம்னா’. 1961ஆம் ஆண்டின்

ஈடு இணையற்ற வெற்றிப்படமாக அமைந்த அந்தப் படத்தின் கதையை எழுதி அந்தப் படத்தைத் தயாரித்தவர் திலீப்குமார். அந்தப் படத்தைத் தமிழில் தயாரிக்க பலர் போட்டி போட்டபோது யாருக்கும் அந்த உரிமைகளைக் கொடுக்காமல் வைத்திருந்த திலீப்குமார் 'கங்கா ஜம்னா'வை தமிழிலே தயாரிக்கின்ற உரிமையை பி.எஸ்.வீரப்பாவிற்கு இலவசமாகத் தர முன்வந்தார். கஷ்ட நேரத்தில் தனக்கு உதவ முன்வந்த திலீப்குமாருக்கு தன்னுடைய நன்றியினை மனமாரத் தெரிவித்துவிட்டு அந்தப் படத்தை தமிழிலே தயாரிக்கின்ற பணியில் இறங்கினர் வீரப்பா.

இந்தியிலே திலீப்குமார் நடித்த வேடத்திலே சிவாஜியும் வைஜயந்தி மாலா நடித்த வேடத்திலே பத்மினியும் நடித்த அந்தப் படம் எஸ்.ராமனாதனின் இயக்கத்திலே 'இரு துருவம்' என்ற பெயரிலே தமிழில் தயாரானது.

தமிழில் மிகப்பெரிய வெற்றிப்படமாக அமைந்த 'ஆலயமணி' இந்தியிலே தோல்விப்படமாக அமைந்ததைப்போல, இந்தியிலே வெற்றியைக் குவித்த 'கங்கா ஜம்னா' படம் தமிழிலே மிகப்பெரிய தோல்வியைத் தழுவியது.

அந்த இரு படங்களின் தோல்வியால் ஏற்பட்ட பாதிப்பிலிருந்து தன் வாழ்நாளின் இறுதி நாட்கள் வரை வீரப்பாவால் மீள முடியவில்லை. தவறான முடிவுகள் ஒரு மனிதனின் வாழ்க்கையை எப்படிப் புரட்டிப்போட்டுவிடும் என்பதற்கு இன்னொரு உதாரணமாக பி.எஸ்.வீரப்பாவின் வாழ்க்கை அமைந்தது.

86

கதாநாயகனாக இரண்டு முறை முயன்று தோற்ற எம்.என்.நம்பியார்

தமிழ்த் திரையுலகில் மிக நீண்ட காலம் பயணித்த ஒரே வில்லன் நடிகரான எம்.என்.நம்பியாருடன் பிறந்தவர்கள் ஒரு சகோதரனும், ஒரு சகோதரியும். நம்பியாருக்கு எட்டு வயதாகும்போதே அவருடைய தந்தை இறந்து விட்டதால் பிறந்த மாநிலமான கேரளாவிலிருந்து ஊட்டிக்கு இடம் பெயர்ந்தார் அவர். அங்கு அவரது சகோதரியின் கணவர் டீக்கடை வைத்திருந்தார். அங்குள்ள ஒரு பள்ளியில் சேர்ந்து அவர் ஐந்தாவது படித்துக் கொண்டிருக்கும்போது அவரது சகோதரியின் கணவர் நடத்தி வந்த டீக்கடையில் வியாபாரம் படுத்துவிடவே அதற்கு மேலும் அவர்களுக்குப் பாரமாக இருக்க விரும்பாமல் ஊட்டியை விட்டுக் கிளம்பிய அவர் நவாப் ராஜமாணிக்கம் நடத்திக்கொண்டிருந்த நாடகக் குழுவில் வேலைக்குச் சேர்ந்தார்.

அப்போது நடிப்பைப் பற்றி நம்பியாருக்கு எதுவுமே தெரியாது. அது மட்டுமின்றி நடிகராக வேண்டும் என்ற ஆசையும் அப்போது அவருக்கு இல்லை. அவருடைய பிரதான தேவையாக அப்போது இருந்தது உண்ண உணவும் படுக்க ஒரு இடமும்தான். ஆகவே அந்த நாடகக் குழுவில் இருந்த சமையல்காரருக்கு உதவியாளராக

வேலைக்குச் சேர்ந்தார். சமையல் அறையில் வேலை செய்பவர்கள் அங்கே இலவசமாகத் தங்கி சாப்பிட்டுக் கொள்ளலாம். அவ்வளவுதானே தவிர சம்பளம் என்று எதுவும் அவர்களுக்குத் தரமாட்டார்கள். நாடகத்தில் நடித்தால் மட்டுமே சம்பளம். நம்பியாருக்கு நடிப்பின் மீது ஆர்வம் வரக் காரணமாக இருந்தது அந்தச் சம்பளம்தான். அதற்காகத்தான் முதலில் நாடகங்களில் நடிக்கத் தொடங்கினார் அவர்.

அப்போது நவாப் ராஜமாணிக்கத்தின் நாடகக் குழுவில் மிகவும் பிரபலமாக இருந்த நாடகம் 'பக்த ராமதாஸ்' என்னும் நாடகம். அந்த நாடகத்தில் நவாப் வேடத்தில் கொடிகட்டிப் பறந்தார் ராஜமாணிக்கம் பிள்ளை. அவருக்கு முன்னாலே 'பக்த ராமதாஸ்' நாடகத்தைப் பல நாடகக் குழுவினர் நடத்தி இருக்கிறார்கள் என்றாலும் அந்த நவாப் வேடம் ராஜமாணிக்கத்துக்குப் பொருந்தியது போல வேறு எவருக்கும் பொருந்தியதில்லை. அதனால்தான் 'சிவாஜி கண்ட இந்து சாம்ராஜ்ஜியம்' என்ற நாடகத்துக்குப் பிறகு கணேசனின் பெயரோடு 'சிவாஜி' என்ற பட்டப் பெயர் இணைந்து கொண்டதைப்போல ராஜமாணிக்கம் என்ற பெயருடன் 'நவாப்' என்ற பட்டப் பெயர் இணைந்து கொண்டது.

'பக்த ராமதாஸ்' நாடகம் மிகப்பெரிய வெற்றியைப் பெற்றதால் அந்த நாடகத்தைத் திரைப்படமாக எடுக்க பரமேஸ்வர் சவுண்ட் சர்வீஸ் என்ற பட நிறுவனத்தினர் முன்வந்தனர். நாடகத்தைப் படமாக்க அவர்களுக்கு சில நிபந்தனைகளை விதித்தார் நவாப் ராஜமாணிக்கம் பிள்ளை. நாடகத்தில் நடித்த கலைஞர்கள்தான் சினிமாவிலும் நடிப்பார்கள் என்பது அவர் விதித்த நிபந்தனைகளில் முக்கியமானது. அவர் விதித்த எல்லா நிபந்தனைகளையும் ஒப்புக் கொண்டு அந்த நாடகத்தை பரமேஸ்வரி சவுண்ட் சர்வீஸ் நிறுவனத்தினர் படமாக எடுத்தனர்.

நவாப் ராஜமாணிக்கத்தின் நாடகக் குழுவில் பெண்களை சேர்த்துக் கொள்வது வழக்கமில்லை என்பதால், அந்த நாடகம் படமாக்கப்பட்டபோது அதில் பெண்கள் யாரும் இடம்பெறவில்லை. பெண்கள் இல்லாமல், ஆண்கள் மட்டுமே நடித்து மிகப்பெரிய வெற்றியைப் பெற்ற திரைப்படமாக 'பக்த ராமதாஸ்' படம் அமைந்தது. அப்போது நவாப்பின்

நாடகக் குழுவில் சின்னச் சின்ன பாத்திரங்களில் நம்பியார் நடித்துக்கொண்டிருந்ததால் 'பக்த ராமதாஸ்' படத்தில் நடிக்கக் கூடிய வாய்ப்பு அவருக்கும் கிடைத்தது. அந்தப் படத்தில் நடிக்க நாற்பது ரூபாயை ஊதியமாகப் பெற்றார் நம்பியார்.

அந்தக் கால கட்டத்தில் நவாப்பின் நாடகக் குழுவிலிருந்து பிரிந்து 'சக்தி நாடகக் குழு' என்ற பெயரில் ஒரு புது நாடகக் குழுவை ஆரம்பித்தார் சக்தி கிருஷ்ணசாமி. பின்னாளில் 'வீர பாண்டிய கட்டபொம்மன்' என்ற திரைக்காவியத்தை உணர்ச்சி பொங்கும் வசனங்களோடு படைத்தவர் அவர்தான். தன்னுடைய நாடகக் குழுவில் இணைந்து கொள்ளும்படி நம்பியாரை அவர் அழைத்ததைத் தொடர்ந்து 1944ஆம் ஆண்டு அவரது நாடகக் குழுவில் நம்பியார் சேர்ந்தார்.

சக்தி கிருஷ்ணசாமி நடத்திய 'கவியின் கனவு' என்ற நாடகத்தில் ராஜகுருவாக நடித்தார் நம்பியார். அந்த நாடகத்திலே அந்தப் பாத்திரம் மிகச் சிறந்த வரவேற்பைப் பெற அவரது நடிப்பு ஒரு முக்கிய காரணமாக அமைந்தது. எம்.என்.நம்பியார் திரையுலகில் மீண்டும் வாய்ப்பு பெறவும் தொடர்ந்து வெற்றி பெறவும் வழி வகுத்தது அந்த நாடகம்தான்.

நாகப்பட்டினத்தில் 'கவியின் கனவு' நாடகம் நடைபெற்றபோது அந்த நாடகத்தைப் பார்க்க வந்த ஜுபிடர் பிக்சர்ஸ் சோமுவிற்கு அந்த நாடகத்தில் கவியாக நடித்த எஸ்.வி.சுப்பையாவின் நடிப்பும் ராஜகுருவாக நடித்த எம்.என்.நம்பியாரின் நடிப்பும் மிகவும் பிடித்திருந்ததால் ஜுபிடர் பிக்சர்ஸின் நிரந்தர நடிகர்களாக அவர்களை ஒப்பந்தம் செய்தார்.

வடுவூர் கே.துரைசாமி அய்யங்கார் எழுதிய ஒரு நாவலை அடிப்படையாகக் கொண்டு ஏ.டி .கிருஷ்ணசாமியின் இயக்கத்தில் ஜுபிடர் பிக்சர்ஸர் உருவாக்கிய 'வித்யாவதி' என்ற படத்தில் எம்.எஸ்.எஸ்.பாக்கியம் என்ற நாடக நடிகையோடு ஜோடியாக நடித்தார் நம்பியார். அந்தப் படத்தின் மூலம் பன்னிரண்டு ஆண்டுகளுக்குப் பிறகு கேமராவை மீண்டும் பார்க்கின்ற வாய்ப்பு அவருக்குக் கிடைத்தது.

அந்தக் காலத்தில் புகழ்பெற்று விளங்கிய என்.எஸ்.கிருஷ்ணன்-டி.ஏ.மதுரம், காளி.என்.ரத்தினம்-சி.டி.ராஜகாந்தம் நகைச்சுவை ஜோடிகளைப் போல நம்பியார்-எம்.எஸ்.எஸ்.பாக்கியம்

ஜோடியையும் நகைச்சுவை ஜோடியாக உருவாக்கும் எண்ணத்தில் பல படங்களில் அவர்களை நகைச்சுவை வேடத்தில் நடிக்க வைத்தார் ஜுபிடர் பிக்சர்ஸ் சோமு.

கோபம் கொப்பளிக்கும் தனது கொடூர விழிகளால் தமிழ் சினிமா ரசிகர்கள் எல்லோரையும் அவர்களது தூக்கத்திலும் மிரட்டக்கூடிய வில்லனாக பல நூறு படங்களில் நடிக்க வேண்டும் என்பது நம்பியாரின் வாழ்க்கையில் ஏற்கனவே எழுதப்பட்டுவிட்ட ஒன்று என்பதை அறியாமல் சோமு செய்த அந்த முயற்சி வெற்றி பெறவில்லை.

1947ஆம் ஆண்டில் 'கஞ்சன்' என்ற படத்தில் கதாநாயகனாக நடிக்கக் கூடிய வாய்ப்பு நம்பியாருக்குக் கிடைத்தது. அந்தப் படத்தில் நம்பியாரின் தந்தையாக கஞ்சனின் பாத்திரத்தை ஏற்றவர் எஸ்.வி.சுப்பையா. அந்தப் படம் வெற்றிகரமாக அமைந்திருந்தால் நம்பியார் கதானாயகனாகி தனக்கேற்ற ஒரு வில்லனைத் தேடி அலைந்திருப்பார். அந்த கஷ்டத்தை அவருக்குத் தரக்கூடாது என்று காலம் கருதியதாலோ என்னவோ அந்தப் படம் வெற்றி பெறவில்லை.

எம்ஜிஆர் பட உலகிலிருந்து விலகுகின்ற வரையில் அவருக்கு வில்லனாக நடித்த நம்பியார் அவருடன் நடித்த முதல் படம் 'ராஜகுமாரி' என்ற போதிலும் எம்ஜிஆர் படங்களில் அவர் தொடர்ந்து இடம்பெறக் காரணமாக அமைந்தது 'மந்திரி குமாரி' படத்திலே அவர் ஏற்ற ராஜகுரு வேடம்தான்.

'மந்திரி குமாரி' படத்தில் நடிப்பதற்காக மாடர்ன் தியேட்டர்சிலிருந்து வந்த அழைப்பைத் தொடர்ந்து அந்த நிறுவனத்தின் முதலாளியான டி.ஆர்.சுந்தரத்தை சந்திப்பதற்காக அவரது அறையின் வாயிலில் நம்பியார் காத்துக் கொண்டிருந்தபோது அறைக்குள்ளே ஒருவர் பலமாக அடி வாங்கும் சத்தமும், "அய்யோ, அம்மா" என்று அலறும் சத்தமும் கேட்டது. "உள்ளே என்ன நடக்கிறது?" என்று அங்கே இருந்த ஒருவரை நம்பியார் கேட்டபோது "அது ஒண்ணும் இல்லீங்க. யாரும் தப்பு பண்ணா அய்யாவுக்குப் பிடிக்காது. அடி, உதைன்னு புரட்டி எடுத்துவிடுவார். அதுதான் இப்போ உள்ளேயும் நடக்குது" என்று சர்வசாதாரணமாகப் பதில் சொன்னார் அவர்.

"இந்த அடி உதையெல்லாம் இங்கே வேலை செய்கிறவர்களுக்கு மட்டும்தானா, இல்லை நடிக்கிறவர்களையும் இப்படித்தான் அவர்

அடிப்பாரா" என்று நம்பியார் மனதுக்குள் யோசனை செய்து கொண்டு இருந்த போதே "எவ்வளவு பெரிய நடிகர்கள் எல்லாம் அய்யாகிட்ட இப்படி உதை வாங்கியிருக்காங்க தெரியுமா" என்றார் அங்கிருந்தவர்.

அவர் அப்படி சொன்னவுடன் அந்த இடத்தைவிட்டு உடனே காலி பண்ண முடிவு எடுத்த நம்பியார் மெள்ள எழுந்தபோது அவரை உள்ளே வரும்படி அழைத்தார் டி.ஆர்.சுந்தரம்.

மாடர்ன் தியேட்டர்ஸ் நிறுவனத்தின் கம்பெனி நடிகராக நம்பியாரை ஒப்பந்தம் செய்த டி.ஆர்.சுந்தரம் நம்பியார் கனவிலும் எதிர்பார்க்காத சம்பளத்தை அவருக்குக் கொடுத்தார். அடி உதையைப் பற்றியெல்லாம் பொருட்படுத்தாமல் அந்த கம்பெனியில் தன்னை நம்பியார் இணைத்துக் கொண்டதில் அந்தத் தொகைக்கு முக்கிய பங்கு உண்டு.

மாடர்ன் தியேட்டர்சில் நம்பியார் நடித்த முதல் படமாக 'மந்திரி குமாரி' படம் அமைந்தது. அந்தப் படத்தில் தான் ஏற்றிருந்த ராஜகுரு வேடத்தை தன்னுடைய நடிப்பாற்றலால் நம்பியார் மெருகேற்றினார் என்றால் அன்றைய கால கட்டத்து அரசியலை அடிப்படையாகக் கொண்டு கலைஞர் மு.கருணாநிதி அந்தப் பாத்திரத்துக்காக எழுதியிருந்த வசனங்கள் அந்த ராஜகுரு பாத்திரத்தை ஒரு மறக்க முடியாத பாத்திரமாக மாற்றியது. நம்பியாரின் திரையுலக வாழ்க்கையில் திருப்பு முனையை ஏற்படுத்திய திரைப்படமாக 'மந்திரி குமாரி' படம் அமைந்தது.

மந்திரிகுமாரி படத்தைத் தொடர்ந்து மாடர்ன் தியேட்டர்சின் 'சர்வாதிகாரி' படத்தில் வில்லனாக நடித்தார் நம்பியார். அவர் நடிக்கும் படங்களில் எல்லாம் அவரது நடிப்புக்கு மிகப்பெரிய வரவேற்பு இருப்பதைப் பார்த்த டி.ஆர்.சுந்தரத்திற்கு அவரை கதானாயகனாக்கிப் பார்த்தால் என்ன என்ற ஆசை தோன்றியது.

'கல்யாணி' என்ற படத்திலே நம்பியாரை மீண்டும் கதாநாயகனாக்கினார் சுந்தரம். எம்ஜிஆருடன் பல திரைப் படங்களில் ஜோடியாக நடித்த பி.எஸ்.சரோஜா கதாநாயகியாக நடித்த அந்தப்படம் வெற்றி பெற்றிருந்தால் ஒரு நல்ல வில்லன் நடிகரை தமிழ்த் திரையுலகம் இழந்திருக்கும்.அந்த விபத்து நேராமல் தமிழ்ப்பட உலகைக் காப்பாற்றியதில் ரசிகர்களுக்கு மிகப்பெரிய பங்கு உண்டு.

87

எம்.எஸ்.விஸ்வநாதனுக்காக எம்.ஜி.ஆரை மாற்றத் துணிந்த தயாரிப்பாளர்

தமிழ்த் திரையுலகம் இதுவரை எத்தனையோ இசையமைப்பாளர்களைச் சந்தித்திருக்கிறது. அந்த நீண்ட பட்டியலில் தனக்கென ஒரு தனி இடத்தைப் பிடித்த இசையமைப்பாளர்கள் மிகச் சிலரே. அந்த மிகச் சிலரில் மிக முக்கியமானவர் எம். எஸ். விஸ்வநாதன்.

டி.கே. ராமமூர்த்தியுடன் இணைந்து தனது திரை இசைப் பயணத்தைத் துவங்கிய விஸ்வநாதன் ஒரு கால கட்டத்தில் அவரை விட்டு ராமமூர்த்தி பிரிந்த பிறகு தனக்கென ஒரு இசை ராஜ்ஜியத்தை அமைத்துக் கொண்டார்.

'மெல்லிசை மன்னர்கள்' என்று இந்த இரட்டையர்களுக்கு ஒரு விழாவில் பெயர் சூட்டிய கவிஞர் கண்ணதாசனை எவ்வளவு பாராட்டினாலும் தகும். அந்தப் பெயருக்கு ஏற்ப திரைப்பட இசையுலகில் மிக நீண்ட காலம் ஆட்சி செய்த பெருமை படைத்தவர்கள் இந்த இரட்டையர்கள்.

இவரது ஆரம்ப கால வாழக்கையைப் பார்க்கும்போது இவரது வெற்றிக்குப் பின்னால் எப்படிப்பட்ட கடின உழைப்பு, எவ்வளவு

சகிப்புத்தன்மை, எந்த அளவு போராட்டங்கள் இருந்தன என்பதைப் புரிந்துகொள்ளமுடிகிறது.

எம்ஜிஆர் - சிவாஜி என்று இரண்டு அணியாக தமிழ்த் திரையுலகம் செயல்பட்டுக் கொண்டிருந்த கால கட்டத்தில் இருவரது படங்களுக்கும் மாறி மாறிப் பணியாற்றிய எம்.எஸ்.வி அவர்களின் இசை, காலத்தைக் கடந்த ஒன்று. அதனால்தான் எம்ஜிஆர், சிவாஜி, ஜெமினி ஆகியோர் காலத்தைக் கடந்து ஜெய்சங்கர், ரவிச்சந்திரன், முத்துராமன், கமல்ஹாசன், ரஜினிகாந்த் என்று எல்லா நட்சத்திரங்களின் படங்களுக்கும் அவரால் பணியாற்ற முடிந்தது.

சி.ஆர்.சுப்புராமன், எம்.எஸ்.சுப்பையா நாயுடு ஆகியோரிடம் இசை உதவியாளராகப் பணியாற்றியபோது தன்னுடைய அடையாளம் இன்றி பல பாடல்களுக்கு இசையமைத்த எம்.எஸ்.விஸ்வநாதனை இசையமைப்பாளராக ஆக்கிய பெருமை ஈப்பச்சன் என்ற தயாரிப்பாளரையே சேரும்.

அப்போது மேத்யு என்பவருடன் இணைந்து நாகூர் இயக்கத்தில் எம்ஜிஆர் கதாநாயகனாக நடிக்க 'ஜெனோவா' என்ற படத்தை ஈப்பச்சன் எடுத்துக் கொண்டிருந்தார். அந்தப் படத்திலே ஒரு புது இசையமைப்பாளரை அறிமுகப்படுத்த வேண்டும் என்று ஆசைப்பட்ட அவரிடம் ராஜா என்ற நண்பர் எம்.எஸ்.விஸ்வநாதனை அறிமுகப்படுத்தி வைத்தார்.

எம்.எஸ்.விஸ்வநாதனைப் பார்த்த மாத்திரத்திலேயே ஈப்பச்சனுக்குப் பிடித்துவிட்டது. அதனால் ஜெனோவா படத்துக்கு இசையமைக்கும் வாய்ப்பை அவருக்குத் தந்தார். முதல் படத்திலேயே தனது முழு திறமையையும் காட்டி ஜெயித்து விட வேண்டும் என்பதில் உறுதியாக இருந்த விஸ்வநாதன் பகல் முழுவதும் சுப்புராமனின் இசைப் பணிகளுக்கு உதவி செய்து விட்டு இரவெல்லாம் 'ஜெனோவா' படத்திற்கு இசையமைக்கும் முயற்சியில் ஈடுபட்டார்.

ஒரே வாரத்தில் நான்கு பாடல்களுக்கு இசையமைத்து முடித்துவிட்ட அவர் அந்த டியூன்களை எல்லாம் இயக்குனர் நாகூர், தயாரிப்பாளர் ஈச்சப்பன் ஆகியோருக்கு வாசித்துக் காட்டினார். அவர்கள் அனைவருக்குமே அவர் இசையமைத்திருந்த பாணி மிகவும் பிடித்துப் போனதால் ஈப்பச்சன் பாடல் பதிவுக்கு ஏற்பாடு செய்தார்.

பாடல் ஒலிப்பதிவுக்கு முன் தனது குருவான சுப்புராமனிடம் ஆசி பெற்றுக் கொண்டு ஒலிப்பதிவுக் கூடத்துக்கு வந்தார் விஸ்வநாதன். நான்கு பாடல்கள் அவருடைய இசையில் ஒளிப்பதிவாகின. பாடல்களைக் கேட்ட அனைவரும் விஸ்வநாதனை மனமாரப் பாராட்டினார்கள்.

ஆனால் ஒருவருக்கு மட்டும் அந்தப் பாடல்கள் பிடிக்கவில்லை.

அந்தப் பாடல்களை மட்டுமின்றி எம்.எஸ்.விஸ்வநாதனை இசையமைப்பாளராகப் போட்டதும் அவருக்குப் பிடிக்கவில்லை

அவர் 'ஜெனோவா' படத்தின் கதாநாயகனான எம்ஜிஆர்.

"இசையைப் பற்றி விஸ்வநாதனுக்கு என்ன தெரியும்? ஜூபிடர் பிக்சர்ஸில் ஆபீஸ் பாயாக எடுபிடி வேலை பார்த்துக் கொண்டிருந்தவன் அவன். அவனைப் போய் மியுசிக் டைரக்டராக போட்டிருக்கிறீர்களே. உடனடியாக அவனை மாற்றுங்கள் என்றார்" எம்ஜிஆர்.

விஸ்வநாதனை இசையமைப்பாளராக ஆக்குவதற்கு முதலிலிருந்தே அவர் எதிர்ப்புத் தெரிவித்த போதிலும் விஸ்வநாதன் இசையமைத்த பாடல்களை ஒரு தரம் கேட்டால் நிச்சயம் அவர் தனது மனதை மாற்றிக் கொள்வார் என்று தயாரிப்பாளர் ஈச்சப்பன் திடமாக நம்பினார். அதனால்தான் விஸ்வநாதன் இசையமைப்பில் நான்கு பாடல்களைப் பதிவு செய்தார்.

பாடல்களைக் கேட்ட எல்லோருக்குமே அந்தப் பாடல் பிடித்துப்போனதால் நிச்சயம் எம்ஜிஆருக்கும் அந்தப் பாடல்கள் பிடிக்கும் என்றெண்ணிய ஈப்பச்சன் பாடல்களைக் கேட்க எம்ஜிஆரை வரச் சொன்னார்.

ஆனால் எம்ஜிஆரோ ஒரு முறை கூட பாடல்களைக் கேட்கத் தயாராக இல்லை.

"முதலில் இசையமைப்பாளரை மாற்றிவிட்டு பிறகு என்னிடம் வந்து பேசுங்கள்" என்று அந்தத் தயாரிப்பாளரிடம் கூறினார்.

அவர் அப்படிச் சொன்னவுடன், அந்தப் பட நிறுவனத்தில் இருந்த எல்லோரும் மிகப்பெரிய குழப்பத்தில் ஆழ்ந்தனர்.ஆனால் அந்தப் படத்தின் தயாரிப்பாளரான ஈச்சப்பன் மட்டும் தெளிவாகவும் திடமாகவும் இருந்தார். அன்று அவர் மட்டும் அப்படி திடமாக

இல்லாமல் இருந்திருந்தால் விஸ்வநாதன் என்ற திறமைசாலியை இந்தத் திரையுலகம் எத்தனை வருடங்களுக்குப் பிறகு அடையாளம் கண்டிருக்கும் என்பது எவருக்கும் தெரியாது.

விஸ்வநாதனை மாற்றியே ஆகவேண்டும் என்பதில் எம்ஜிஆர் உறுதியாக இருப்பது தெரிந்ததும் அவரைத் தொடர்பு கொண்ட ஈச்சப்பன் ஒரு விஷயத்தை அவரிடம் தெளிவாகச் சொன்னார்.

"'ஜெனோவா' படத்திற்கு எம்.எஸ். விஸ்வநாதன்தான் இசையமைப்பாளர். அதில் எந்த மாற்றமும் இல்லை" என்று எம்ஜிஆரிடம் சொன்ன அவர் அடுத்து சொன்ன வார்த்தைகள்தான் விஸ்வநாதனின் தலைவிதியை மாற்றி எழுதின.

"எம்.எஸ்.விஸ்வநாதனின் இசையமைப்பில் ஹீரோவாக நடிக்க உங்களுக்கு சம்மதம் இல்லை என்றால் நான் வேறு ஹீரோவைப் போட்டு இந்தப் படத்தை எடுத்துக் கொள்கிறேன். ஆனால் விஸ்வநாதனை மட்டும் எக்காரணம் கொண்டும் மாற்ற மாட்டேன்" என்றார் அவர்.

அதைக் கேட்ட எம்ஜிஆர் மிகப்பெரிய அதிர்ச்சிக்கு ஆளானார்.

'மருத நாட்டு இளவரசி', 'மர்ம யோகி', 'சர்வாதிகாரி' என்று தொடர்ந்து பல வெற்றிப் படங்களைக் கொடுத்து எம்ஜிஆர் மளமளவென்று புகழேணியில் ஏறிக் கொண்டிருந்த கால கட்டம் அது.

அப்படிப்பட்ட நிலையில் இருந்த எம்ஜிஆரைப் பார்த்து "உங்களுக்கு விருப்பமிருந்தால் நீங்கள் தொடர்ந்து 'ஜெனோவா' படத்தில் நடியுங்கள். இல்லையென்றால் விலகிக் கொள்ளுங்கள்" என்று சொல்வதற்கு உண்மையிலேயே தைரியம் வேண்டும் அந்தத் தைரியம் தயாரிப்பாளர் ஈப்பச்சனிடம் அளவுக்கு அதிகமாகவே இருந்தது.

அவருடைய அந்தப் பேச்சு எம்ஜிஆரிடம் ஆத்திரத்தை ஏற்படுத்தவில்லை அதற்குப் பதிலாகக் கொஞ்சம் வித்தியாசமாக அவரை யோசிக்க வைத்தது. ஈப்பச்சன் அவ்வளவு உறுதியாக இருக்கிறார் என்றால் விஸ்வநாதன் அந்த அளவிற்கு மிகச் சிறப்பாக இசையமைத்திருப்பாரோ என்று எம்ஜிஆர் எண்ணத் தொடங்கிய வேளையில் அவர் அருகிலிருந்த நண்பர்களும் "ஒரு முறை அந்தப் பாட்டை கேட்டுப் பாருங்களேன் பாடல்களைக்

கேட்காமலே அவரை ஏன் நிராகரிக்க வேண்டும்?” என்றனர்.

எல்லோரும் விஸ்வநாதனுக்கு ஆதரவாகப் பேசவே அவர் இசையமைத்திருந்த பாடல்களைக் கேட்கத் தொடங்கினார் எம்ஜிஆர். பாடல்களைக் கேட்கக் கேட்க விஸ்வநாதன் மெட்டமைத்திருந்த பாணி எம்ஜிஆரை ஈர்த்தது. இவ்வளவு சிறப்பாக இசையமைத்திருக்கும் இவரையா நாம் வேண்டாம் என்றோம் என்று மனதிற்குள் வருந்திய அவர் அடுத்து விஸ்வநாதன் அந்தப் படக் கம்பெனியில் இருக்கிறாரா என்று விசாரித்தார் அவர் வீட்டுக்குப் போய்விட்டார் என்பதைக் கேள்விப்பட்டவுடன் எந்தத் தயக்கமும் இன்றி மந்தைவெளியில் விஸ்வநாதன் குடியிருந்த வீட்டுக்குச் சென்று விஸ்வநாதனை மனமாரப் பாராட்டியது மட்டுமின்றி “உங்களது திறமை தெரியாமல் உங்களை நிராகரித்துவிட்டேன்” என்று தனது செயலுக்கு அவரிடம் வருத்தமும் தெரிவித்தார்.

ஒரு இசை அமைப்பாளருக்காக தான் ஒப்பந்தம் செய்திருந்த பிரபல கதாநாயகனையே வேண்டாம் என்று துணிந்து சொல்லக்கூடிய ஒரு தயாரிப்பாளர், தான் வேண்டாமென்று நிராகரித்த இசையமைப்பாளரின் திறமையைப் பற்றித் தெரிந்து கொண்டவுடன் அவரது வீடு தேடிச் சென்று பாராட்டக் கூடிய பெருந்தன்மையான மனது படைத்த கதாநாயகன் என்று இப்படி அரிய குணங்களைக் கொண்டிருந்த இந்த இருவரையும் போல இன்னொருவரை இன்றுவரை இந்தத் திரையுலகம் சந்திக்கவில்லை என்பது உண்மை.

88

'நாளை நமதே' படத்துக்கு இசையமைக்க மறுத்த எம்.எஸ். விஸ்வநாதன்

இசையமைப்பாளராகத் தான் அறிமுகமான முதல் படத்தின் நாயகனான எம்ஜிஆர் மீது எம்.எஸ்.விஸ்வநாதன் அளவு கடந்த அன்பும் மரியாதையும் வைத்திருந்தார் என்ற போதிலும் அவருக்காகத் தன்னுடைய தொழிலில் எப்போதும் அவர் சமரசம் செய்து கொண்டதே இல்லை. பாடல்களுக்கு இசையமைக்கும்போது பல முறை அவர்கள் இருவருக்குமிடையே மோதல்கள் ஏற்பட்டிருக்கின்றன. தமிழ்த் திரையுலகின் முடிசூடா மன்னனாக எம்ஜிஆர் இருந்த அந்தக் கால கட்டத்தில் எம்ஜிஆரை எதிர்த்து பலமுறை தன்னுடைய கருத்துக்களை எந்தத் தயக்கமும் இன்றி துணிச்சலோடு எம்.எஸ்.விஸ்வநாதன் தெரிவித்து இருக்கிறார்.

எம்ஜிஆர் தனது படங்களின் பாடல்களில் எப்போதும் மிகவும் கவனம் செலுத்தக்கூடியவர் என்பதால்தான் "இனிமேல் நீ பாடலுக்கு மெட்டமைத்தவுடன் முதலில் எனக்குப் பாடிக் காட்ட வேண்டும். நான் பாடல் வரிகளையும் மெட்டையும் ஓ.கே செய்த பிறகுதான் அந்தப் பாடல்களைப் பதிவு செய்யணும்" என்று அவர் சொன்னபோது மறுக்காமல் அதை ஒப்புக் கொண்டார் விஸ்வநாதன்.

1949ஆம் ஆண்டில் ஜெமினி பட நிறுவனம் தயாரித்த 'அபூர்வ சகோதரர்கள்' படத்தைத் தழுவி 1971ஆம் ஆண்டில் எடுக்கப்பட்ட படம்தான் எம். ஜி. ஆர் கதாநாயகனாக நடித்த 'நீரும் நெருப்பும்'. அந்தப் படத்துக்கு எம்.எஸ். விஸ்வநாதன்தான் இசையமைப்பாளர்.

எஸ்.ராஜேஸ்வரராவ் இசையமைத்திருந்த 'அபூர்வ சகோதரர்கள்' படத்திலே எல்லா பாடல்களும் ஹிட் பாடல்களாக அமைந்தன. ஆனால் எம்.எஸ்.விஸ்வநாதன் இசையமைத்த 'நீரும் நெருப்பும்' படத்தில் எந்த பாடலுமே அந்த அளவிற்கு ஹிட் ஆகவில்லை. அப்படி அந்தப் படத்தின் பாடல்கள் ஹிட் ஆகாமல் போனதற்கு அந்தப் பாடல்களின் உருவாக்கத்தின்போது எம்ஜிஆரின் குறுக்கீடு அதீத அளவிலே இருந்ததுதான் காரணம் என்ற எண்ணம் விஸ்வநாதன் மனதில் அழுத்தமாகப் பதிந்துவிட்டது.

அப்படிப்பட்ட சூழ்நிலையில்தான் "யாதோன் கி பாரத்" என்ற பெயரிலே இந்தியில் ஒரு படம் வெளிவந்து மாபெரும் வெற்றியைப் பெற்றது. அந்தப் படத்தின் வெற்றிக்கு அந்தப் படத்தின் பாடல்கள்தான் முக்கிய காரணம் என்று சொல்கின்ற அளவிற்கு அந்தப் படத்தின் எல்லாப் பாடல்களுமே ஹிட் பாடல்களாக அமைந்தன.

அந்த இந்திப் படத்தின் கதையைத் தமிழில் படமாக்குகின்ற உரிமையைப் பிரபல மலையாளப் பட இயக்குனரான கே.எஸ்.சேதுமாதவன் வாங்கினார். அதில் எம்ஜிஆரைக் கதாநாயகனாக நடிக்க வைக்க ஆசைப்பட்ட அவர் தனது சகோதரர் மூர்த்தியுடன் எம்ஜிஆரைச் சந்தித்தபோது "அது ஒரு மியூசிகல் படம். அதில் எனக்கென்ன வேலை இருக்கிறது?" என்று கேட்ட எம்ஜிஆர் அந்தப் படத்தில் நடிக்க மறுத்துவிட்டார்.

மாடர்ன் தியேட்டர்ஸில் உதவி இயக்குனராக இருந்த காலத்திலிருந்தே கே.எஸ்.சேதுமாதவன் எம்ஜிஆரை நன்கு அறிவார் என்பதால் அந்த உரிமையில் அந்தப் படத்திலே நடிக்கும்படி அவர் எம்ஜிஆரைத் தொடர்ந்து வற்புறுத்தினார். அதைத் தொடர்ந்து அந்தப் படத்திலே நடிக்க ஒப்புக்கொண்ட எம்.ஜி.ஆர் 'யாதோன் கி பாரத்' பாடல்களுக்காகவே ஓடிய படம் என்பதால் அந்தப் படத்துக்கு இசையமைக்க எம்.எஸ். விஸ்வநாதனை ஒப்பந்தம் செய்யும்படி அவர்களிடம் கூறினார். அதை அவர் ஒரு நிபந்தனையாகத் தெரிவிக்கவில்லை என்றாலும்

எம்.எஸ்.விஸ்வநாதன் இசையமைக்கவில்லை என்றால் அந்தப் படத்தில் எம்ஜிஆர் நடிக்க மாட்டார் என்பதை அவரது பேச்சிலிருந்து புரிந்துகொண்டார் கே.எஸ்.சேதுமாதவன்.

அவருக்கும், அவரது சகோதரர் மூர்த்திக்கும் எம்.எஸ்.விஸ்வநாதனோடு நெருக்கமான பழக்கம் உண்டு என்பதால் எம்.எஸ்.விஸ்வநாதனை ஒப்பந்தம் செய்ய மிகுந்த உற்சாகத்தோடு சென்ற அவர்கள் இருவரும் தாங்கள் 'யாதோன் கி பாரத்' படத்தைத் தமிழில் தயாரிக்க இருப்பதாகவும், எம். ஜி. ஆர் கதாநாயகனாக நடிக்கப் போகும் அந்தப் படத்திற்கு விஸ்வநாதன்தான் இசையமைக்க வேண்டும் என்றும் அவரிடம் கூறியபோது "என்னை மன்னித்துக் கொள்ளுங்கள். அந்தப் படத்திற்கு என்னால் இசையமைக்க முடியாது" என்றார் விஸ்வநாதன்.

அப்படி ஒரு பதிலை விஸ்வநாதன் சொல்வார் என்று அந்தச் சகோதரர்கள் கனவிலும் எதிர்பார்க்கவில்லை.

'யாதோன் கி பாரத்' படத்தை நான் இரண்டு காரணங்களுக்காக ஒப்புக்கொள்ள மறுத்தேன். முதல் காரணம் அந்தப் படம் பாடல்களுக்காகவே வெற்றி பெற்ற படம். ஆகவே நான் இரவு பகலாக கஷ்டப்பட்டு எவ்வளவு இனிமையான பாடல்களைப் போட்டாலும் படத்தைப் பார்க்கின்ற ரசிகர்கள் 'என்ன இருந்தாலும் பாட்டெல்லாம் இந்திப் படம் மாதிரி இல்லை' என்று மிகவும் சுலபமாகச் சொல்லிவிட்டுப் போய்விடுவார்கள் என்று நான் திடமாக நம்பினேன்.

இரண்டாவது காரணம் அந்தப் படத்தின் பாடல்களிலும் எம்ஜிஆர் தலையிடுவாரோ என்று என்னுடைய மனதிற்குள் ஒரு அச்சம் இருந்தது.

"அவர் தலையீட்டை நான் வெறுத்ததில்லை என்றாலும் எந்தக் குறுக்கீடும் இல்லாமல் என்னைத் தனியாக விட்டால் இன்னும் நல்ல பாட்டுக்களைத் தரமுடியும் என்ற எண்ணம் என் மனதுக்குள் அப்போது அழுத்தமாக இருந்தது. அந்தக் காரணங்களால்தான் அந்தப் படத்திற்கு இசை அமைக்க நான் மறுத்தேன்" என்று ஒரு கட்டுரையில் குறிப்பிட்டிருக்கிறார் எம்.எஸ்.விஸ்வநாதன் .

'நாளை நமதே' என்று பெயரிடப்பட்டிருந்த 'யாதோன் கி பாரத்' படத்தின் தமிழ்ப் பதிப்பிற்கு இசையமைக்க விஸ்வநாதன் மறுத்த

செய்தி எம்ஜிஆரை எட்டிய அடுத்த நிமிடம் "விஸ்வநாதன் அவ்வளவு திமிராகப் பேசுகிறாரா? அப்படி என்றால் நீங்கள் வேறு இசையமைப்பாளரை ஒப்பந்தம் செய்து விடுங்கள்" என்றெல்லாம் எம்ஜிஆர் வீம்பாகப் பேசவில்லை. உடனே போனை எடுத்து எம்.எஸ்.விஸ்வநாதனின் எண்ணைச் சுற்றினார். "ஏன் தேவையில்லாமல் இப்படி எல்லாம் அடம் பிடிக்கிறே? என்ன பிரச்னை உனக்கு? பணம் போதலைன்னா என்கிட்டே சொல்லு. நான் அவங்ககிட்ட பேசி கூட வாங்கித் தருகிறேன்" என்றார்.

அவர் அப்படிச் சொன்னவுடன் முதலில் அவருக்குப் பதில் சொல்லத் தயங்கிய விஸ்வநாதன் பிறகு ஒரு வழியாக தைரியத்தை வரவழைத்துக் கொண்டு, "பணம் எல்லாம் பிரச்னை இல்லை. 'நீரும் நெருப்பும்' படம் போல நீங்க இந்தப் படத்தோட பாடல்களிலும் குடைச்சல் கொடுத்தா என்ன பண்றதுன்னு என் மனசுக்குள்ள ஒரு பயம். அதனால்தான் வேண்டாம் என்று சொன்னேன்" என்றார்.

அவர் அப்படிச் சொன்னவுடன் எம்ஜிஆர் அப்படியே விட்டு விடவில்லை "உன்னுடைய பாட்டுக்களில் நான் தலையிட்டு நல்ல பாட்டே வாங்கினது இல்லையா? 'ரிக்ஷாக்காரன்' படத்திலே 'அழகிய தமிழ் மகள் இவள்' பாட்டு எப்படி வந்தது?" என்று எம்.எஸ். விஸ்வநாதனைத் திருப்பிக் கேட்டார்.

அவர் அப்படிச் சொன்னவுடன் விஸ்வநாதனும் சளைக்கவில்லை.

"'அழகிய தமிழ் மகள் இவள்' பாட்டை படமாக்கறதுக்கு முன்னால் நீங்க என்ன சொன்னீங்க? என்ன விசு இது? வாயில நுழையவே நுழையாத சந்தத்தில பாட்டுப் போட்டிருக்கியே, மெட்டை மாத்துன்னுதானே சொன்னீங்க? நான் மெட்டை மாத்த மாட்டேன்னு சொல்லி அப்படியே ரிக்கார்ட் பண்ணினேன். இப்ப அந்தப் பாட்டு ஜனங்க மத்தியில நல்லா பாப்புலர் ஆன பிறகு நீங்க நல்ல பாட்டுன்னு சொல்றீங்க" என்றார்.

அவர் அப்படிச் சொன்னவுடன் அதற்கு மேல் அவரோடு வாதிக்காமல், "நீ உடனே கிளம்பி இங்கே வா. எல்லா விஷயங்களையும் நேரில் பேசிக் கொள்ளலாம்" என்று சொல்லி ராமாபுரம் தோட்டத்துக்கு விஸ்வநாதனை அழைத்தார் எம்ஜிஆர். அவருடைய அழைப்பைத் தட்ட முடியாத விஸ்வநாதன் எம்ஜிஆரைப் போய்ப் பார்த்தார்.

எம். ஜி. ஆர் முகத்துக்கு நேராக "உங்களுடைய படத்துக்கு என்னால இசையமைக்க முடியாது" என்று சொல்வது அவ்வளவு சுலபமான காரியமா என்ன?

ஒரு அமாவாசை தினத்தன்று 'நாளை நமதே' படத்தின் பூஜை இயக்குனர் சேதுமாதவன் வீட்டில் நடந்தது, அப்படத்தில் பணியாற்றுவதற்கான முன் பணத் தொகையை எம்ஜிஆர் விஸ்வநாதனிடம் கொடுத்தார்.

செக்கைப் பணிவோடு வாங்கிக்கொண்ட எம்.எஸ். விஸ்வநாதன் "இந்தப் படத்தின் இசையைப் பொறுத்தவரைக்கும் நீங்க தலையிடாமல் இருக்க வேண்டும்" என்று எம்ஜிஆரிடம் நேரடியாகச் சொன்னார்.

'நாளை நமதே' படம் உருவான கால கட்டத்தில் எம்ஜிஆர் சினிமா உலகிலும் சரி அரசியல் களத்திலும் சரி மிகப் பெரிய செல்வாக்கோடு இருந்தார். அப்படிப்பட்ட நிலையிலும் அவரைப் பார்த்து நேருக்கு நேராக எம்.எஸ். விஸ்வநாதனால் அப்படிச் சொல்ல முடிந்தது என்றால் அதற்கு முக்கியமான காரணம் எம்ஜிஆரின் பெருந்தன்மை. தன்னிடம் அந்த அளவிற்கு துணிச்சலாகப் பேசக்கூடிய உரிமையை விஸ்வநாதனுக்கு வழங்கியிருந்தார் எம்ஜிஆர்.

'நாளை நமதே' படத்திற்கு இரவு பகலாக வேலை செய்த விஸ்வநாதன், சில பாடல் காட்சிகளுக்கு இருபதுக்கும் மேற்பட்ட டியூன்களைப் போட்டார். இந்தியிலே இசைச் சித்திரம் என்று பெயர் வாங்கிய படம் என்பதால் அதற்கு சற்றும் குறையாத அளவில் இனிய பாடல்களைத் தர வேண்டிய கட்டாயத்தில் அவர் இருந்தார். அவரது கடும் உழைப்பிற்கு நல்ல பலன் கிடைத்தது 'நாளை நமதே' படத்தின் எல்லா பாடல்களும் ஹிட் பாடல்களாக அமைந்தன.

எம்ஜிஆருக்கும் எம்.எஸ்.விஸ்வநாதனுக்கும் இடையே 'நாளை நமதே' படத்துடன் உரசல் தீர்ந்துவிடவில்லை. 'உலகம் சுற்றும் வாலிபன்' படத்துக்கு இசை அமைக்க எம்ஜிஆர் விஸ்வநாதனை அழைத்தபோதும் முடியாது என்றுதான் முதலில் அவர் சொன்னார். அந்தப் பிரச்னையை எம்ஜிஆர் எப்படி சமாளித்தார் என்பதை அடுத்த கட்டுரையில் பார்ப்போம்.

89

எம்.எஸ்.விஸ்வநாதன் போட்ட டியூன்களை நிராகரித்த எம்.ஜி.ஆர்

இசையமைப்பாளர் எம்.எஸ். விஸ்வநாதனை ஒரு நாள் டெலிபோனில் அழைத்த எம்ஜிஆர் “என்னோட பல படங்களுக்கு நீ இசையமைச்சி இருந்தாலும் எம்ஜிஆர் பிக்சர்சுக்கு நீ இதுவரையில் ஒரு படம் கூட பண்ணலையே. இப்போ ஒரு மியூசிக்கல் படத்தை ஜப்பான், சிங்கப்பூர் போன்ற வெளிநாடுகளில் படமாக்கலாம் என்று இருக்கிறேன். நீதான் அந்தப் படத்திற்கு இசையமைக்க வேண்டும்” என்றார். மகிழ்ச்சியோடு அந்த வாய்ப்பை ஏற்றுக் கொண்டார் விஸ்வநாதன். அப்போது அந்தப் படத்திற்கு பெயர் வைக்கப்படவில்லை.

அந்தச் சம்பவம் நடந்து சில நாட்களுக்குப் பிறகு ‘தினத்தந்தி’ பத்திரிகையில் ஒரு செய்தி வெளியானது.

எம்ஜிஆர் ‘உலகம் சுற்றும் வாலிபன்’ என்ற பெயரில் வெளிநாடுகளில் ஒரு படத்தை உருவாக்கப்போவதாகவும் அந்தப் படத்திற்காக குன்னக்குடி வைத்தியநாதன் இசையில் நான்கு பாடல்கள் ஏ.வி.எம் ஸ்டூடியோவில் ஒலிப்பதிவு செய்யப்பட்டதாகவும் அந்தச் செய்தியில் குறிப்பிடப்பட்டிருந்தது.

அந்தச் செய்தியைப் படித்தவுடன் விஸ்வநாதனுக்கு ஏற்பட்ட குழப்பத்திற்கு அளவேயில்லை.

வீட்டில் இருந்த தனக்கு போன் போட்டு “நான் வெளிநாட்டில் ஒரு படம் தயாரிக்கப் போகிறேன். அதற்கு நீதான் இசையமைக்க வேண்டும்” என்று கூறிவிட்டு இப்போது அதே படத்துக்காக குன்னக்குடி வைத்தியநாதன் இசையில் நான்கு பாடல்களை எம்ஜிஆர் பதிவு செய்திருக்கிறார் என்றால் அதற்குக் காரணம் என்னவாக இருக்கும் என்ற கேள்வி விஸ்வநாதனின் மண்டையைக் குடைந்தது.

ஆனாலும் தனக்கு வரவேண்டிய வாய்ப்பு பறிபோய்விட்டதே என்று விஸ்வநாதன் எந்தக் கலக்கமும் அடையவில்லை. அதே போன்று “என்னை ஏன் மாற்றினீர்கள்?” என்று எம்ஜிஆரைத் தொடர்பு கொண்டு கேட்கவுமில்லை. வழக்கம்போல தனது வேலைகளில் கவனம் செலுத்தத் தொடங்கி விட்டார் அவர்.

அந்தச் சம்பவம் நடந்து சில நாட்களுக்குப் பிறகு மெஜஸ்டிக் ஸ்டூடியோவில் ஒரு பாடல் ஒலிப்பதிவில் எம்.எஸ். விஸ்வநாதன் இருந்தபோது எம்ஜிஆரிடம் இருந்து அவருக்கு ஒரு போன் வந்தது.

“விசு. உன் மனசிலே என்ன நினைச்சிக்கிட்டிருக்கே? இந்தப் பக்கமே உன்னைக் காணோம்? அது மட்டுமில்லாமல் ஒரு போன்கூட உன்கிட்ட இருந்து வரலே. ‘உலகம் சுற்றும் வாலிபன்’ படத்துக்கு நீதான் மியூசிக் போடணும்னு எவ்வளவு நாளுக்கு முன்னாலே உங்கிட்ட சொன்னேன். அதை அப்படியே மறந்திட்டியா? என் கம்பெனின்னா நீ ஏன் எப்பவும் இப்படிப் பொறுப்பில்லாம இருக்கே” என்றார் எம்ஜிஆர்.

அவர் பேசப்பேச ‘தினத்தந்தி’ பத்திரிகையில் ‘உலகம் சுற்றும் வாலிபன்’ படத்தைப் பற்றிய செய்தியைப் படித்தபோது ஏற்பட்ட குழப்பத்தை விட அதிகமான குழப்பம் விஸ்வநாதனுக்கு ஏற்பட்டது. சிறிது நேரத்திற்குப் பிறகு தெளிவுக்கு வந்த விஸ்வநாதன், “அண்ணே நீங்க என்னை எப்படி நினைத்துக் கொண்டாலும் சரி, எவ்வளவு திட்டினாலும் சரி... என்னால அந்தப் படத்துக்கு இசையமைக்க முடியாது. என்னை மன்னிச்சிக்கங்க” என்றார்.

“விசு, என்ன பேசறோம்னு புரிஞ்சிதான் பேசறியா?” என்று

எம்ஜிஆர் கேட்டபோது "குன்னக்குடியை வைச்சி நீங்க படத்தை ஆரம்பிச்ச செய்தியையும், உங்க படத்துக்காக அவர் நான்கு பாடல்களைப் பதிவு செய்திருக்கிற செய்தியையும் 'தினத்தந்தி' பேப்பர்ல பார்த்தேன். அவரை வைச்சி ஆரம்பிச்ச படத்தை அவரை வச்சி முடிக்கிறதுதான் சரியாக இருக்கும். நான் இப்படிச் சொல்றதினால நீங்க கோவிச்சிக்கிட்டு எனக்கு இனிமே படமே கொடுக்கலேனா கூட பரவாயில்லை. 'உலகம் சுற்றும் வாலிபன்' படத்திற்கு மட்டும் என்னால் இசையமைக்க முடியாது" என்று திட்டவட்டமாக பதில் சொல்லிவிட்டு போனை வைத்து விட்டார் விஸ்வநாதன்.

அவர் போனை வைத்த கொஞ்ச நேரத்தில் விஸ்வநாதன் வீட்டுக்கு வந்த எம்ஜிஆரின் சத்யா ஸ்டூடியோ நிர்வாகி குஞ்சப்பன், நடிகர் நாகேஷ் ஆகிய இருவரும் "உங்களை எம்ஜிஆர் கையோடு அழைத்துக் கொண்டு வரச் சொன்னார்" என்றார்கள்.

எம்ஜிஆருடன் எவ்வளவு கருத்து வேறுபாடு இருந்தாலும் அவரைச் சந்திக்க விஸ்வநாதன் மறுத்ததே இல்லை. ஆகவே சட்டையை மாட்டிக் கொண்டு அவர்களுடன் உடனே கிளம்பினார்.

அப்போது எம்ஜிஆர் 'பட்டிக்காட்டு பொன்னையா' படத்தின் படப்பிடிப்பில் இருந்தார். அவர் அருகே சென்ற விஸ்வநாதன், எம்ஜிஆர் பேசுவதற்கு இடமே கொடுக்கவில்லை.

"நீங்க கூப்பிட்டு அனுப்பினால் என்னால் வராம இருக்க முடியுமா? அதனாலதான் வந்தேன். தயவு செய்து நான் சொல்வதை கொஞ்சம் கேளுங்கள். என்னைப் பொறுத்தவரைக்கும் நான் ரசிகர்கள் மத்தியில் ஓரளவு பிரபலமாக இருக்கிற ஒரு மியூசிக் டைரக்டர். அவ்வளவுதான். ஆனால் குன்னக்குடி வைத்தியனாதன் ஒரு சங்கீத மேதை. அவரை சினிமாவில் முன்னுக்குக் கொண்டு வர்றதுன்னா, அது உங்களாலதான் முறையும். என்கிட்டே வேலை வாங்கற மாதிரி நீங்க குன்னக்குடியிடமும் வேலை வாங்கினா நிச்சயம் அவர் பெரிய மியூசிக் டைரக்டரா வருவார் என்பதில் எந்த சந்தேகமும் இல்லை. நீங்க விருப்பப்பட்டா எனக்கு வேற படம் கொடுங்க. நான் நிச்சயமாக வேலை செய்கிறேன்.ஆனா இந்தப் படம் வேண்டாம்" என்று எம்ஜிஆரிடம் மளமளவென்று சொல்லிவிட்டு அவர் கிளம்பிவிட்டார்.

இனி விஸ்வநாதனோடு பேசிப் பயனில்லை என்பதைப்

புரிந்துகொண்ட எம்ஜிஆர், விஸ்வநாதனின் அம்மாவுக்கு போன் போட்டார். விஸ்வநாதனின் தாயிடம் அடிக்கடி போனிலே பேசக்கூடியவர் அவர்.

"உங்க பிள்ளை என்ன பண்றார் பாருங்கம்மா?" என்று எம்ஜிஆர், விஸ்வநாதனின் தாயாரிடம் கூறியபோது "விசு எங்கிட்டே எல்லாத்தையும் சொல்லிட்டான். அவன் காரணம் இல்லாமல் எதையும் செய்ய மாட்டான். அதனால இந்த ஒரு படத்தில் மட்டும் அவனை விட்டு விடுங்களேன்" என்றார் விஸ்வநாதனின் தாயார்.

ஒரு வாரம் கழிந்தது.

'உலகம் சுற்றும் வாலிபன்' படத்தின் பூஜையில் கலந்து கொள்ளும்படி எம்ஜிஆரிடமிருந்து எம்.எஸ். விஸ்வநாதனுக்கு அழைப்பு வந்தது.

அது பூஜைக்கான அழைப்பு அல்ல தனக்காக விரிக்கப்பட்ட வலை என்பது தெரியாமல் அந்த பூஜைக்குப் போனார் விஸ்வநாதன்.

தொடக்க விழாவிலே பங்கேற்க குன்னக்குடி வைத்தியநாதனும் வந்திருந்தார். அவருக்குத் தனது வாழ்த்துக்களை விஸ்வநாதன் தெரிவிக்க அவரது கையைப் பிடித்துக் கொண்ட குன்னக்குடி வைத்தியநாதன் விஸ்வநாதனின் வாழ்த்துக்களுக்கு நன்றி தெரிவிக்கவில்லை. அதற்குப் பதிலாக "அண்ணா இந்தப் படத்துக்கு நீங்களே இசையமைச்சிக் கொடுங்க அண்ணா. நம்ம ரெண்டு பேர்ல யார் வேலை செஞ்சா என்ன? அது மட்டுமில்லாமல் இந்தப் படத்துக்காக எம்ஜிஆர் எனக்கு என்ன சம்பளம் பேசினாரோ அந்தப் பணம் மொத்தத்தையும் கொடுத்துட்டார். அடுத்த படத்தில் எனக்கு சான்ஸ் தர்றதாகவும் சொல்லியிருக்கார். அதனால நீங்க இந்தப் படத்தைப் பண்றதில் எனக்கு எந்த வருத்தமும் இல்லே. இன்னும் சரியாகச் சொன்னா நீங்க பண்ணாதான் எனக்கு சந்தோஷம்" என்றார்.

எம்.எஸ்.விஸ்வநாதனுக்கும், குன்னக்குடி வைத்தியநாதனுக்கும் இடையே இந்தப் பேச்சுவார்த்தை நடந்துகொண்டிருந்தபோது அதற்கும் தனக்கும் சம்பந்தமில்லாததைப் போல ஒரு நமட்டுச் சிரிப்புடன் தூரத்தில் நின்று அதைப் பார்த்துக் கொண்டிருந்தார்

சித்ரா லட்சுமணன்

எம்ஜிஆர்.

குன்னக்குடி வைத்தியநாதனுக்கு வருத்தம் ஏதுமில்லை என்பதை ஒரு முறைக்கு நூறுமுறை உறுதி செய்து கொண்ட பிறகு 'உலகம் சுற்றும் வாலிபன்' படத்திற்கு இசையமைக்க ஒப்புக் கொண்டார் விஸ்வநாதன்.

'உலகம் சுற்றும் வாலிபன்' படத்தை எம்ஜிஆர் ஆரம்பித்தபோது முழுக் கதையும் தயாராகவில்லை. ஆகவே பாடல் இடம்பெறவிருக்கின்ற காட்சிகளையும் அந்தப் பாடல் காட்சிகளைப் படமாக்கப்போகின்ற இடங்களையும் பற்றி எம்.எஸ்.விஸ்வநாதனுக்குச் சொல்லிவிட்டு அதற்கேற்ப அவரை டியூன் போடச் சொன்னார் எம்ஜிஆர்.

எம்ஜிஆர் பிக்சர்ஸில் தான் பணியாற்றும் முதல் படம் என்பது தவிர வெளிநாடுகளில் எடுக்கப் போகும் படம் என்பதால் மிகுந்த உற்சாகத்தோடு அந்தப் படத்துக்கு வேலை செய்தார் எம்.எஸ். விஸ்வநாதன். ஆனால் என்ன காரணத்தாலோ அவர் போட்ட எந்த மெட்டும் எம்.ஜி.ஆருக்குப் பிடிக்கவில்லை.

அவருக்குப் பிடிக்கவில்லையே என்பதற்காக நாள் முழுவதும் உட்கார்ந்து வேறு டியூனை விஸ்வநாதன் போட்டுக் காட்டியபோது "இதுக்கு நேற்று போட்ட டியூனே பரவாயில்லை" என்றார் எம்ஜிஆர்.

அப்படி எம்ஜிஆர் தன்னுடைய பாடல்களைக் கடுமையாக விமர்சித்த போதிலும் அதையெல்லாம் மனதிலே வைத்துக் கொள்ளாமல் புதிதாக ஒரு டியூன் போட்ட எம்.எஸ்.விஸ்வநாதன் நூற்றுக்கும் மேற்பட்ட இசைக் கலைஞர்களைக் கொண்டு அந்தப் பாடலைப் பதிவு செய்தார்.

அந்தப் பாடலைக் கேட்ட அத்தனை பேரும் விஸ்வநாதனைப் பாராட்டினார்கள்.

அந்தப் பாடலைக் கேட்டால் எம்ஜிஆர் நிச்சயம் அசந்து போவார் என்று நினைத்த எம்.எஸ்.விஸ்வநாதன் எம்ஜிஆருக்கு அந்தப் பாடலைப் போட்டுக் காட்டிவிட்டு அவரது பாராட்டுகளுக்காக காத்துக் கொண்டிருந்தபோது, பாடலைக் கேட்ட எம்ஜிஆர் உதட்டைப் பிதுக்கிவிட்டுப் போய்விட்டார்.

தான் முதலில் இந்தப் படத்திற்கு இசையமைக்க மாட்டேன் என்று சொன்னதால் எம்ஜிஆர் தன்னை பழி வாங்குகிறாரோ என்ற எண்ணம் கூட ஒரு கட்டத்தில் விஸ்வநாதனுக்கு வந்தது.

அப்படி ஓர் எண்ணம் எழுந்ததற்குப் பிறகும் அவர் எப்படி அந்த படத்தில் தொடர்ந்து பணியாற்றினார் என்பதை அடுத்தப் பகுதியில் பார்ப்போம்.

90

எம்.ஜி.ஆர் தந்த பணத்தை வாங்க மறுத்த எம்.எஸ்.விஸ்வநாதன்

இசையமைப்பாளர் எம்.எஸ்.விஸ்வநாதன் தனது வாழ்க்கையில் அதிகமாக மனம் தளர்ந்தது 'உலகம் சுற்றும் வாலிபன்' படத்திற்கு இசையமைத்தபோதுதான். கஷ்டப்பட்டு ஒரு டியூனைப் போட்டு அதை எம்ஜிஆரிடம் அவர் வாசித்துக் காட்டினால் "இந்த டியூன் நன்றாகவே இல்லையே. இது வேண்டாம்" என்பாராம் எம்ஜிஆர். அடுத்து "கொஞ்சம் பொறுங்கள் இன்னொரு டியூன் போடுகிறேன்" என்று விஸ்வநாதன் சொன்னால் "பரவாயில்லை விடு. இந்த டியூனே இருக்கட்டும்" என்று எம்ஜிஆரிடமிருந்து பதில் வருமாம்.

பக்கத்தில் இருப்பவர்கள் "பாட்டு நல்லாத்தானே அண்ணே இருக்கு. எதனால உங்களுக்குப் பிடிக்கலே" என்று அவரிடம் கேட்டால் உடனே அவர்களோடு வாக்குவாதம் செய்யத் தொடங்கிவிடுவாராம்.

"எனக்கு என்ன செய்யறதுன்னே தெரியலை. அவரை எப்படி திருப்திப்படுத்தறது அப்படீன்னும் புரியலே. ஆனா என்னுடைய மனசாட்சிக்கு விரோதமில்லாமல் என்னால முடிஞ்ச அளவுக்கு மாத்தி மாத்தி பல டியூன்களைப் போட்டு பத்து நாட்களில் பதினைந்து பாடல்களை ரிக்கார்ட் செய்து கொடுத்தேன்.

ஆனால் அந்தப் பாடல்களில் ஒரு பாட்டைக்கூட எம்ஜிஆர் பாராட்டவில்லை" என்று ஒரு கட்டுரையில் குறிப்பிட்டிருக்கிறார் விஸ்வநாதன்.

'உலகம் சுற்றும் வாலிபன்' படத்துக்கான மொத்த பாடல்களையும் பதிவு செய்து முடித்துவிட்டு கே.பாலாஜியின் புதிய படத்துக்காக அவருடைய அலுவலகத்தில் பாடல் கம்போசிங்கில் விஸ்வநாதன் இருந்தபோது கையில் ஒரு போனுடன் அவசரம் அவசரமாக கம்போசிங் நடைபெற்றுக் கொண்டிருந்த அறைக்குள் ஓடி வந்தார் பாலாஜி.

"அண்ணே உங்களுக்குத்தான் போன். எம்ஜிஆர் பேசறார்" என்றபடி போனை விஸ்வநாதன் கையில் கொடுத்தார்அவர்.

"'உலகம் சுற்றும் வாலிபன்' பட ஷூட்டிங்கிற்காக நாளைக்கு எல்லோரும் சிங்கப்பூர் போகப் போறோம். படத்துக்கு பாட்டு எல்லாத்தையும் போட்டுக் கொடுத்துட்ட நீ அதுக்குப் பணம் வாங்கலேன்னா எப்படி? உடனே கிளம்பி வா" என்றார் எம்ஜிஆர்.

"மன்னிக்கணும் அண்ணே. எனக்குப் பணம் எதுவும் வேண்டாம். ஏன்னா நான் எவ்வளவோ கஷ்டப்பட்டு டியூன் போட்டும் அதிலே ஒரு பாட்டு கூட உங்களுக்குப் பிடிக்கலே. அதனால உங்களைப் பார்க்கவே எனக்கு வெட்கமா இருக்கு. அதனால எனக்கு பணம் எதுவும் வேணாம் அண்ணே" என்றார் விஸ்வநாதன்.

அடுத்து "மரியாதையா நீ இப்போ கிளம்பி இங்கே வர்றியா இல்லே நான் அங்கே வரட்டுமா?" என்று கேட்டார் எம்ஜிஆர்.

பாலாஜி உட்பட அந்த கம்போசிங்கில் இருந்த அனைவரும் "உடனே கிளம்பிப்போய் எம்.ஜி.ஆரைப் பார்த்துவிட்டு வாங்க இந்த கம்போசிங்கை நாளைக்குக் கூட வைத்துக் கொள்ளலாம்" என்று சொல்லவே அரைமனதோடு தியாகராயநகர் ஆற்காடு சாலையிலிருந்த எம்ஜிஆர் பிக்சர்ஸ் அலுவலகத்துக்குக் கிளம்பினார் விஸ்வநாதன்.

அவர் சென்றபோது அந்த அலுவலகம் கல்யாண வீடு மாதிரி இருந்தது. 'உலகம் சுற்றும் வாலிபன்' பட விநியோகஸ்தர்கள், நடிகர் நடிகைகள், தொழில் நுணுக்கக் கலைஞர்கள் என்று எல்லோரும் அங்கே கூடியிருந்தனர்.

அந்த அலுவலகத்துக்குள் எம்.எஸ்.விஸ்வநாதன் அடி எடுத்து

வைத்த அடுத்த நிமிடம் அந்தப் படத்தின் விநியோகஸ்தர்கள் சார்பில் ஒரு ஆளுயர மாலை அவருக்கு அணிவிக்கப்பட்டது.

அடுத்து விஸ்வநாதனுக்கு அருகில் வந்து அவரைக் கட்டி அணைத்துக் கொண்ட எம்.ஜி.ஆர் "இவங்க எல்லோரும் விசு சார் அடுத்த படத்துக்கு மியூசிக் ஏதாவது ஸ்டாக் வைத்திருக்கிறாரா இல்லே இந்தப் படத்திலேயே தன்னுடைய எல்லாத் திறமைகளையும் கொட்டித் தீர்த்துட்டாரான்னு என்கிட்டே கேட்கறாங்க விசு. எல்லா பாட்டுக்களும் அவ்வளவு நல்லா இருக்காம். இவங்க எல்லோரும் சொல்றாங்க" என்று சொல்லிவிட்டு ஒரு பை நிறைய நோட்டுக் கட்டுகளைப் போட்டு விஸ்வநாதன் கைகளில் கொடுத்த போது "என்னை மன்னிச்சிக்கங்க. இந்தப் பணம் எனக்கு வேண்டாம்" என்றார் விஸ்வநாதன்.

'ஏன்?' என்று எம்.ஜி.ஆர் தனது பார்வையாலேயே கேட்டபோது இப்போது கூட "பாட்டுக்கள் நல்லா வந்திருக்குன்னு விநியோகஸ்தர்கள் எல்லோரும் சொல்றாங்க அப்படீன்னுதானே நீங்க சொன்னீங்க. அப்படீன்னா இன்னும்கூட உங்களுக்கு நான் போட்ட பாட்டுக்கள் பிடிக்கலேன்னுதானே அர்த்தம்? அப்படியிருக்கும்போது எனக்கு இந்தப் பணம் எதற்கு?" என்றார் விஸ்வநாதன்

அவர் அப்படிச் சொன்னவுடன் வாய்விட்டு சிரித்த எம்.ஜி.ஆர் "எல்லா பாட்டுமே ரொம்பப் பிரமாதமாக வந்திருக்கு விசு. நான் வேண்டும் என்றுதான் ஒவ்வொரு பாட்டையும் நல்லா இல்லேன்னு சொன்னேன். அப்போதுதான் அடுத்த பாட்டுக்கு இன்னும் கூடுதல் கவனத்தோடு அக்கறை எடுத்துக் கொண்டு நீ இசையமைப்பாய் என்ற என்னுடைய சுயநலம்தான் அதற்குக் காரணம்" என்றார்.

"அங்கேதான் நீங்க தப்பு பண்றீங்க. ஒவ்வொரு பாட்டையும் நீங்க அப்பவே ரசித்து பாராட்டியிருந்தீங்கன்னா. நான் அடுத்தடுத்து இன்னும் நல்ல டியூனா போட்டிருப்பேன்" என்று விஸ்வநாதன் அவருக்கு பதில் சொன்னபோது "அதுதான் தம்பி நல்ல கலைஞனோட குணம்" என்று சொல்லி அவரைத் தட்டிக் கொடுத்தார் எம்ஜிஆர்.

எம்.எஸ். விஸ்வநாதன் இசையமைத்திருந்த பதினைந்து பாடல்களில் இருந்து பத்து பாடல்களைத் தேர்ந்தெடுத்த எம்ஜிஆர் அந்தப் பாடல்களைச் சுற்றி சம்பவங்களைப் பின்னித்தான் 'உலகம் சுற்றும்

வாலிபன்' படத்தின் கதையை அமைத்திருந்தார்.

அந்தப் படத்தை வெளியிட எம்ஜிஆர் திட்டமிட்டபோது எம்ஜிஆர் திமுகவிலிருந்து வெளியே வந்து விட்டிருந்ததால் பல பிரச்னைகளை அவர் சந்திக்க நேர்ந்தது. 'உலகம் சுற்றும் வாலிபன்' படத்தின் பின்னணி இசை சேர்ப்பு நடைபெற்றபோது திட்டமிட்டு பல முறை மின்சாரத்தடை ஏற்படுத்தப்பட்டது. எப்போது மின்சாரம் வரும் எப்போது போகும் என்று தெரியாது என்பதால் இருபத்தி நான்கு மணி நேரமும் ஒலிப்பதிவுக் கூடத்திலேயே செலவழித்த எம்.எஸ்.விஸ்வநாதன் எப்போதெல்லாம் கரண்ட் வருகிறதோ அப்போதெல்லாம் பின்னணி இசையைப் பதிவு செய்தார். அந்தப் படத்திற்காக விஸ்வநாதன் கடுமையாக உழைத்ததைப் பார்த்து எம்ஜிஆர் அசந்து போனார். விஸ்வநாதனுக்கும் எம்ஜிஆருக்கும் இடையே பல முறை மனவருத்தங்கள் வந்திருக்கின்றன. அப்போதெல்லாம் பல முறை எம்ஜிஆர் விஸ்வநாதனைத் திட்டியிருக்கிறார். அப்படிப் பல முறை அவர் திட்டியிருந்தாலும் விஸ்வநாதனை வேறு யாராவது திட்டினால் எம்ஜிஆர் எப்போதும் தாங்கிக்கொள்ள மாட்டார்.

1969- ஆம் ஆண்டு இறுதியில் எம்ஜிஆர். பிக்சர்ஸ் சார்பாக "இணைந்த கைகள்" கதையை பிரமாண்டமான திரைப்படமாக எடுக்க எம்ஜிஆர் திட்டமிட்டார். அந்தப் படத்திற்கு எம்.எஸ்.விஸ்வநாதன்தான் இசை. அந்தப் படத்துக்கான ஒரு பாடல் பதிவின்போது ஒலிப்பதிவுக் கூடத்துக்கு பகல் பன்னிரண்டு மணிக்கு வந்த எம்ஜிஆர் பதிவாக இருந்த பாட்டைக் கேட்டார். அந்தப் பாடல் வரிகள் எதுவுமே அவருக்குப் பிடிக்கவில்லை. ஆகவே பாடல் வரிகள் மொத்தத்தையும் மாற்றச்சொன்ன அவர் இசையிலும் சில மாற்றங்களைச் சொன்னார். அவர் அப்படிச் சொன்னதும் "கொஞ்சம் டைம் கொடுங்க அண்ணே எல்லாத்தையும் மாத்திட்டு உங்களுக்கு வாசித்துக் காட்டுகிறேன்" என்றார் விஸ்வநாதன்.

"என்ன விசு காமெடியா பேசறே, இப்போதே மணி பன்னிரண்டு ஆகிறது. இன்னும் சிறிது நேரத்தில லஞ்ச் பிரேக் விடணும். அதனால இப்பவே டியூன் எல்லாம் போட வேண்டாம். முதல்ல போய் சாப்பிடு. நேரத்துக்குச் சாப்பிட்டாதான் உடம்பு நல்லாயிருக்கும் உடம்பு நல்லாயிருந்தாதான் உழைக்க முடியும்.

லஞ்ச் பிரேக் முடிஞ்சதும் நான் சொன்னபடி ட்யூனை மாத்திப் போட்டு வை. நான் வந்து கேட்கிறேன் என்று சொல்லிவிட்டுக் கிளம்பினார் எம்ஜிஆர்.

அவர் அப்படிச் சொல்லிவிட்டுக் கிளம்பியதும் விஸ்வநாதனுக்கு என்ன செய்வது என்றே புரியவில்லை. புதிதாக ஒரு மெட்டுப் போடுவதில் அவருக்கு எந்தக் கஷ்டமும் இல்லை. பத்து நிமிஷத்தில் போட்டு விடுவார் ஆனால் அன்று அவர் தவித்த தவிப்பிற்கு வேறு காரணமிருந்தது.

'இணைந்த கைகள்' பாடலை முடித்து விட்டு மதியம் ஸ்ரீதர் இயக்கியிருந்த 'சிவந்த மண்' படத்தின் பின்னணி இசை சேர்ப்புக்கு அவர் போகவேண்டும். அந்தப் படத்தின் பின்னணி இசை மிகச் சிறப்பாக அமைய வேண்டும் என்ற அக்கறையில் அந்தப் படத்தின் கதாநாயகனான சிவாஜி தினமும் ரிக்கார்டிங்கிற்கு வரத் தொடங்கியிருந்தார்.

இங்கே உணவு இடைவேளை முடிந்து பாடலை கம்போசிங் செய்து அதற்குப் பிறகு ரிக்கார்டிங்கை முடித்துவிட்டு அங்கே செல்வது என்றால் நிச்சயமாக மாலை ஆறு மணி ஆகிவிடும். அதுவரை சிவாஜியையும் ஸ்ரீதரையும் காத்திருக்க வைத்தால் நிச்சயம் அவர்களோடு தனக்குள்ள உறவு அடியோடு முறிந்துவிடும் என்று பயம் விஸ்வநாதனுக்குள் இருந்தது.

ஆனால் அதை எம்ஜிஆரிடம் எப்படித் தெரிவிப்பது என்று அவர் தடுமாறிக்கொண்டிருந்தபோது அவரது தவிப்பைப் பார்த்த இசைக் குழுவைச் சேர்ந்த ஒருவர் காரில் ஏறப்போன எம்ஜிஆரிடம் விஸ்வநாதன் நிலையைப் பற்றி முழுவதுமாக எடுத்துச் சொன்னார். அதைக் கேட்டவுடன் காரில் ஏறப்போன எம்ஜிஆர் காரை விட்டு இறங்கி ரிக்கார்டிங் தியேட்டருக்குள் வந்தார்.

"என்ன பிரச்னை உனக்கு? 'சிவந்த மண்' படத்தோட ரீ ரிக்கார்டிங்குக்கு நேரத்துக்குப் போகலேன்னா ஸ்ரீதர் உன்னைக் கோபித்துக் கொள்வார் என்பதுதானே" என்று லேசாக சிரித்தபடியே அவரிடம் கேட்ட எம்ஜிஆர் "நீ அந்த ரிக்கார்டிங்குக்குப் போறதுக்கு முன்னாலே இந்த பாட்டில என்னென்ன மாற்றம் செய்யலாம்னு நினைக்கிறியோ அதை எல்லாம் உன்னுடைய உதவியாளரான கோவர்த்தன்கிட்ட சொல்லிட்டுப் போ. நான்

சாப்பிட்டுவிட்டு வந்து அவரை வச்சிக்கிட்டு ரிக்கார்டிங்கை பார்த்துக்கறேன். சரியா?" என்று சொல்லிவிட்டு "என்ன பண்றது விசு. நீ ரொம்ப பிசியான ஒரு மியுசிக் டைரக்டர். அதனால நீ சிவாஜி படத்துக்குப் போய் வேலையைப் பாரு. நான் இங்கே உன்னுடைய அசிஸ்டண்டா இருந்துகிட்டு மத்த வேலையைப் பார்க்கிறேன்" என்று அவரை கிண்டல் செய்தார்.

அவர் அப்படிச் சொன்னவுடன் விஸ்வநாதன் கண்கலங்கி விட்டார். உடனே அவரை அருகில் அழைத்த எம்ஜிஆர் "நாம்ப எப்படி வேண்டுமானாலும் அட்ஜஸ்ட் பண்ணிக்கலாம் விசு. உன்னை என்ன சொல்லவும் எனக்கு உரிமை உண்டு. அதனாலே நான் உன்னை எவ்வளவு வேண்டுமானாலும் திட்டுவேன். ஆனா வேறு யாரும் உன்னைத் திட்ட நான் காரணமாக இருக்க மாட்டேன். அதனால சாப்பிட்டு முடித்துவிட்டு நீ அந்த ரிக்கார்டிங்குக்குப் போய்விடு" என்றார்.

விஸ்வநாதனின் பாடல்களை எம்ஜிஆர் பலமுறை விமர்சித்த போதிலும் அவரிடமிருந்து விஸ்வநாதன் விலகாமல் இருந்ததற்குக் காரணம் எம்ஜிஆர் அவர் மீது காட்டிய இந்த அதீத அன்புதான்.

91

நாகேஷுக்காக ஒரு நாடகம் எழுதி அவரைப் புகழ் ஏணியில் ஏற்றிய கே.பாலச்சந்தர்

கே.பாலச்சந்தர் அக்கவுண்ட்ஸ் ஜெனரல் அலுவலகத்தில் பணியாற்றிக்கொண்டே நண்பர்களுடன் நாடகங்ளை நடத்திக் கொண்டிருந்த காலகட்டத்தில் சென்னையில் மேடை நாடகங்களில் ஒரு நடிகர் மிகவும் பிரபலமாக இருந்தார்.

அவர் பெயர் நாகேஷ்

அப்போது ஏறக்குறைய சென்னையில் நாடகம் நடத்திக் கொண்டிருந்த எல்லா நாடகக் குழுக்களிலும் நாகேஷ் நடித்துக் கொண்டிருந்தார். தினமும் மாலை ஆறு மணி ஆனால் ஏதாவது ஒரு நாடக அரங்கில் அவர் நடித்துக் கொண்டிருப்பதைப் பார்க்கலாம் என்ற நிலை அப்போது இருந்தது.

பாலச்சந்தரது நாடகங்கள் பலவற்றைப் பார்த்திருக்கும் நாகேஷ் சில நாடகங்களில் அவருடன் இணைந்து நடித்துமிருக்கிறார். அப்போதே இவர்தான் தனக்கு சரியான துணை என்பதை எப்படியோ மிகச் சரியாக நாகேஷ் கணித்துவிட்டார் .

பாலச்சந்தரது வசனங்களிலும் அவர் காட்சிகளை அமைக்கின்ற பாணியிலும் ஒரு வித்தியாசம் பளிச்சிடுவதைப் பார்த்த நாகேஷ் தினமும் பாலச்சந்தரை அவரது அலுவலகத்தில் சந்திப்பதை வழக்கமாக்கிக் கொண்டார்.

“பாலு நான் பேசாம உன்னுடைய நாடகக் குழுவிலேயே சேர்ந்து கொள்ளவா? வெளியில எந்த நாடகக் குழுவும் எனக்கு செட் ஆகலே” என்று நாகேஷ் பாலச்சந்தரிடம் கேட்டபோது ஸ்ரீதரின் இயக்கத்தில் அவர் நடித்திருந்த ‘நெஞ்சில் ஓர் ஆலயம்’ வெளியாகி வெற்றிகரமாக ஓடிக்கொண்டிருந்தது.

“நீ நடிச்ச ஸ்ரீதரின் ‘நெஞ்சில் ஓர் ஆலயம்’ படம் பிரமாதமா ஓடிக்கிட்டிருக்கு.

அந்தப் படத்தில் உனக்கு நல்ல பெயர். அந்தப் படத்தின் வெற்றியினால் இப்ப உனக்குன்னு ஒரு பாப்புலாரிட்டி இருக்கு. அதனால இப்போது நீ நடிக்கறதுக்கு ஒரு நாடகம் எழுதணும்னா உன்னை மெயினாக வைத்து ஒரு நாடகம் எழுதினால்தான் சரியா இருக்கும். நான் இப்போ நடத்திக்கிட்டிருக்கிற எந்த நாடகத்தில நீ நடிச்சாலும் அது சரியாக இருக்காது” என்றார் பாலச்சந்தர்.

“நீ எனக்காக ஒரு நாடகம் எழுதுகின்ற வரையில் நீ இப்போது நடத்திக்கிட்டிருக்கிற நாடகத்திலே ஏதாவது ஒரு சீன்ல நான் வர்றேனே” என்று நாகேஷ் கேட்டபோது “வேஷம் இருந்தா நான் சொல்ல மாட்டேனா?” என்று பாலச்சந்தர் சொன்ன பதிலை நாகேஷ் காதில் வாங்கிக் கொள்ளவே இல்லை.

“சார் போஸ்ட்னு ஒருத்தன் லெட்டர் கொண்டு வந்து தருகிறானே, அந்த போஸ்ட்மேனாக நடிக்கிறேன்” என்று நாகேஷ் சொன்ன போது பாலச்சந்தரால் மறுத்துச் சொல்ல முடியவில்லை.

“சரி அந்த சீன்ல நடி. ஆனால் “சார் போஸ்ட்” என்கிற வசனத்தைத் தவிர வேறு ஒரு வார்த்தை நீ பேசக்கூடாது” என்ற நிபந்தனையுடன் அந்த வேடத்தில் நடிக்க நாகேஷை அனுமதித்தார் அவர்.

“சத்தியமாகப் பேசமாட்டேன்” என்று சொல்லிவிட்டு அடுத்த நாடகத்திலேயே அந்த போஸ்ட்மேன் வேடம் போட்ட நாகேஷ் அன்றைய நாடகத்தில் “சார் போஸ்ட்” என்ற வசனத்தைத் தவிர வேறு எதையும் பேசவில்லை. ஆனால் மேடையில் வந்தவுடன் கையிலிருந்த போஸ்ட்மேன் பையை அப்படியே தூக்கி மேலே போட்டார். பின்னர் கீழே போட்டார்.அவ்வளவுதான்.மக்கள் எல்லோரும் “நாகேஷ் நாகேஷ்” என்று சத்தம் போடத் தொடங்கி விட்டனர்.

“இதுக்குத்தான் நீ வேண்டாம்னு சொன்னேன்” என்று

நாகேஷிடம் சத்தம் போட்டாலும், பாலச்சந்தருக்கு நாகேஷ் மீதிருந்த அன்பு குறையவில்லை. தனக்கென ஒரு நாடகத்தை எழுதுவதாக பாலச்சந்தர் சொன்னவுடன் தினமும் பாலச்சந்தரின் அலுவலகத்திற்குத் தவறாது வருவதை நாகேஷ் வழக்கமாக்கிக் கொண்டார். அவரது அந்த ஆர்வம்தான் நாகேஷை மனதில் வைத்துக் கொண்டு பாலச்சந்தர் ஒரு நாடகத்தை எழுதக் காரணமாக அமைந்தது.

"சார்லி சாப்ளின் மாதிரி சோகம் கலந்த ஒரு நகைச்சுவை நாடகம்தான் உனக்கு சரியாக இருக்கும்" என்று பாலச்சந்தர் சொன்ன அடுத்த நொடி "அதுதான் ஐடியா கிடைச்சிடுச்சில்ல. உட்கார்ந்து கிடுகிடுன்னு நாடகத்தை எழுதேன்" என்று சொல்லிவிட்டுக் கிளம்பிய நாகேஷ் உடனே திரும்பி வந்தார்.

"நாளைக்குள்ள எழுதி முடிச்சிடுவியா" என்று அவர் கேட்டவுடன் பாலச்சந்தருக்கு சிரிப்பு தாங்கவில்லை. "ஒரே நாளில் எப்படி முழு நாடகத்தை எழுதி முடிப்பது? அதுவும் கதாநாயகன் யார் அவன் வேலையென்ன என்பதே இன்னும் முடிவாகவில்லையே" என்ற பாலச்சந்தர், அடுத்த சில நாட்களில் அந்த நாடகத்தின் கதாநாயகன் ஒரு ஹோட்டல் சர்வர் என்று முடிவு செய்து கொண்டு நாடகத்தை எழுதி முடித்தார். 'சர்வர் சுந்தரம்' என்று நாடகத்திற்குப் பெயர் வைக்கப்பட்டது.

"இந்த நாடகம் முழுவதும் நீ சுந்தரமாகத்தான் இருக்கணும். எங்கேயாவது நாகேஷ் தெரிஞ்சா நாடகம் அவ்வளவுதான். அதை மனதில் வைத்துக் கொண்டு நடி" என்று நாடக ஒத்திகையின் போது நாகேஷிடம் தெளிவாகச் சொன்னார் பாலச்சந்தர்.

இப்படி எல்லாவற்றையும் மிகச் சரியாகத் திட்டமிட்ட பின்பும் பாலச்சந்தரது அடிமனதில் ஒரு சின்ன பயம் இருந்தது. 'சர்வர் சுந்தரம்' நாடகம் வெறும் நகைச்சுவை நாடகமல்ல. நகைச்சுவையோடு பல உருக்கமான காட்சிகளும் அமைந்த ஒரு நாடகம். நாகேஷ் எதைப் பேசினாலும் சிரிக்கும் பழக்கத்திலுள்ள ரசிகர்கள் நாகேஷ் நடிக்கின்ற சோகமான காட்சிகளில் சிரித்து விட்டால் என்ன செய்வது என்று மிகவும் பயப்பட்டார் பாலச்சந்தர்.

இதற்கிடையே 'சர்வர் சுந்தரம்' நாடக அரங்கேற்றத்துக்கு நாள் குறிக்கப்பட்டு விட்டது. நாடக தினத்தன்று நாடகக் குழுக்கள்

எல்லாவற்றிலும் முதலில் நடக்கும் பூஜை நடந்து முடிந்தது.

அடுத்து "அகர முதல எழுத்தெல்லாம்" என்று தொடங்கும் திருக்குறள் வரிகளைப் பாட வேண்டியவர் பாடிவிட்டாரென்றால் நாடகம் தொடங்கி விடும்.

அந்தச் சமயம் நாகேஷிடம் அவசரமாக ஓடிவந்தார் கே.பாலச்சந்தர்.

"நாகேஷ் என்னன்னு தெரியலே. என் மனசு பூரா அப்படியே பிளாங்க் ஆயிடிச்சி. எந்த சீனும் என் நினைவில் இல்ல. இனிமே எல்லாம் உன் கையில்தான் இருக்கு. நீதான் பார்த்துக்கணும்" என்றார்.

"நீ பரவாயில்லை பாலு. எனக்கு முதல் வசனமே மறந்து போச்சி" என்றார் நாகேஷ்.

இந்தக் குழப்பங்களைப் பற்றி எல்லாம் எதுவும் தெரியாமல் நாடகக் குழுவைச் சேர்ந்த ஒருவர் "அகர முதல" என்று பாட மணி அடிக்கப்பட்டு திரை விலகியது.

நாடகத்தின் முதல் காட்சியில் ஓட்டல் கிளீனராக நடித்த பாலச்சந்தர் அரை நிஜார் போட்டுக் கொண்டு ஒவ்வொரு டேபிளில் இருந்தும் டபரா டம்ளரை எல்லாம் நிதானமாக வாளியில் தள்ளியபடி இருக்க "யோவ் தோசை கேட்டு எவ்வளவு நேரம் ஆச்சு எங்கேயா அந்த சர்வர்" என்று ஒரு குரல்.

"இதோ காப்பி கொண்டு வர்றேன்னு போனான். ஆளையே காணோம். எங்கேயா போனான் அந்த சர்வர்?" என்று இன்னொரு குரல்.

கேள்விகளால் எல்லோரும் அந்த கிளீனரைத் துளைக்க யாருக்கும் எந்தப் பதிலும் சொல்லாமல் எல்லாவற்றையும் அள்ளிப் போட்டுக் கொண்டு உள்ளே போகும் அந்த கிளீனர் உள்ளே போவதற்கு முன்னாலே தன்னுடைய கையைத் தூக்கி "வருவார்" என்று சொல்லிவிட்டு மறைய அடுத்த கணமே அடுக்கடுக்காய் டபரா டம்ளர்களைக் கையில் ஏந்தியபடி சர்வர் சுந்தரமாக நாகேஷ் மேடையில் தோன்றினார்.

அவரை அந்தக் கோலத்தில் பார்த்தவுடன் எழுந்த ரசிகர்களின் கைதட்டல் அடங்க வெகு நேரமானதால் நாடகம் பாதி பாசாகி விட்டது என்ற நம்பிக்கை பாலச்சந்தருக்குப் பிறந்தது. இருந்தாலும்

தன்னுடைய கைவிரல் நகத்தைக் கடித்தபடி நாகேஷ் நடிக்கப் போகும் சோகமான காட்சிக்காகக் காத்திருந்தார் அவர்.

ஹோட்டல் சர்வர் என்ற நிலையிலிருந்து நடிகனாக உயர்ந்து நிற்கும் சுந்தரத்திடம் கதாநாயகி கலகலப்பாகப் பழகத் தொடங்க, அவள் தன்னை விரும்புகிறாள் என்று தப்புக் கணக்குப் போட்டுக் கொள்ளும் அவன் அவளை மணந்துகொள்ள முடிவு செய்துவிட்டு அந்த முடிவை அவளுக்குத் தெரிவிக்க பூங்கொத்தோடு அவள் வீட்டிற்குப் போவான்.

அந்தச் சந்திப்பின்போது "உங்களை நண்பனாக நினைத்துத்தான் நான் பழகினேன் காதலனாக நினைத்துப் பழகவில்லை" என்று அவனுக்குக் கதாநாயகி தெளிவுபடுத்துவாள்.

அதைக் கேட்ட மாத்திரத்தில் மனம் சுக்குநூறாக உடைந்து போனாலும் அதை வெளிக்காட்டாமல் வெளியேறுகின்ற அவன் வெளியேறும்போது ஒரு கணம் நின்று அங்குள்ள குப்பைக் கூடையை எடுத்துக் கொண்டு போவான். "மறந்து போய்க் கூட நான் கொடுத்த பூச்செண்டை நீங்க இந்தக் குப்பைக் கூடையிலே போட்டுடக் கூடாது. அதனாலதான்" என்று அந்தப் பூக்கூடையை எடுத்துச் செல்வதற்கான காரணத்தை நாயகியிடம் அவன் சொல்லும்போது அவள் விம்மி அழுவாள்.

அந்தக் காட்சியில் நாகேஷ் நடித்து முடித்தபோது மொத்த அரங்கமும் ரசிகர்கள் கைத் தட்டலால் அதிர்ந்தது. இனி இந்த நாடகத்தின் வெற்றியை யாராலும் தடுக்க முடியாது என்ற நம்பிக்கை பிறந்தது கே.பி.க்கு.

அதற்குப் பிறகு நாகேஷ் வந்த காட்சிகளில் எல்லாம் நாகேஷ் அழுதால் அந்த அரங்கம் முழுவதும் அழுதது. நாகேஷ் சிரித்தால் மொத்த அரங்கமும் சிரித்தது.

மேடையில் நாகேஷுக்கு ஒரு திருப்புமுனையை ஏற்படுத்தித் தந்த கே.பாலச்சந்தரின் அந்த நாடகம்தான் திரை உலகிலும் நாகேஷுக்கு ஒரு திருப்புமுனை ஏற்படக் காரணமாக அமைந்தது.

92

ஒரே வருடத்தில் முடிவுக்கு வந்த மனோரமாவின் திருமணம்

மன்னார்குடியிலே பிறந்த மனோரமா வறுமை காரணமாக பிழைப்புத் தேடி காரைக்குடிக்கு அருகிலுள்ள பள்ளத்தூர் என்ற ஊருக்கு, தன்னுடைய தாயாருடன் குடிபெயர்ந்தார். தன்னுடைய பள்ளிப்படிப்பை பள்ளத்தூரிலுள்ள ஒரு ஆரம்பப் பள்ளியில் தொடங்க அவர் முயற்சித்தார் என்றாலும் காலம் அவரை அதற்கு அனுமதிக்கவில்லை. ஆகவே பள்ளிப்படிப்பைப் பாதியிலேயே முடித்துக்கொண்டு, ஒரு பண்ணையார் வீட்டில் குழந்தையைப் பார்த்துக்கொள்ளும் வேலையில் சேர்ந்தார்.

ஒரு நாள் பள்ளத்தூரில் சுப்ரமணியன் என்பவர் "அந்தமான் காதலி" என்ற நாடகத்தை அரங்கேற்றினார். அதில் பெண் வேடம் போட்டவருக்கு சரியாகப் பாடவரவில்லை. சிறுவயது முதலே மனோரமா பாடும் திறன் பெற்றிருந்ததால் அந்த நாடகத்தில் பாடி நடிக்கக் கூடிய வாய்ப்பு அவரைத் தேடி வந்தது. அந்த நாடகத்தில் மனோரமாவின் பாட்டும், நடனமும் நாடகத்தைப் பார்த்த அனைவரையும் கவர்ந்தது. மனோரமாவின் வாழ்க்கையில் வசந்தம் வீசக் காரணமாக அமைந்தது அந்த நாடகம்தான்.

கோட்டையூரில் நடைபெற்ற 'அந்தமான் காதலி' நாடகத்திற்கு எலக்ட்ரீசியனாக இருந்த பால்ராஜ் என்பவர், மனோரமாவின் திறமையைப் பார்த்து வியந்ததோடு நிற்காமல் புதுக்கோட்டையில்

சித்ரா லட்சுமணன்

நடந்த 'விதியின் விசித்திரம்' என்ற நாடகத்தில் இரண்டாவது கதாநாயகியாக நடிக்கின்ற வாய்ப்பை மனோரமாவுக்கு வாங்கிக் கொடுத்தார்.

பாடிக்கொண்டும் நடனமாடிக் கொண்டும் இருந்த மனோரமாவை நாடக நடிகையாக்கிய பெருமை அவருக்கே உரியது.

முதலில் அந்த நாடகத்தில் நடிக்க மனோரமா பயந்தார். அவருக்குத் தைரியம் சொல்லி பாடத்தைச் சொல்லிக் கொடுத்து சிறப்பாக நடிக்க வைத்தார் பால்ராஜ். அதற்கு முன்னர் கிடைத்த நாடக வாய்ப்புகளின் மூலம் ஒரு வேளை சாப்பிடத் தொடங்கியிருந்த மனோரமாவும் அவரது தாயாரும் 'விதியின் விசித்திரம்' நாடகத்திலே மனோரமா நடித்ததற்குப் பிறகுதான் வயிறார சாப்பிடத் தொடங்கினார்கள்.

அப்போது வட இந்தியாவில் சுரையா என்ற பாடகி மிகவும் பிரபலமாக இருந்தார். மனோரமாவின் பாடல்களுக்கு ரசிகர்களிடையே நல்ல வரவேற்பு இருக்கவே அவர் நடிக்கும் நாடகங்களின் விளம்பர நோட்டிஸ்களில் 'தென்னகத்து சுரையா' மனோரமா பாடி நடிக்கும் என்று விளம்பரம் செய்யத் தொடங்கினார்கள்.

மனோரமாவிற்கு ஆதரவு பெருகவே இரண்டாவது கதாநாயகி என்ற நிலையிலிருந்து கதாநாயகி என்ற அந்தஸ்துக்கு மனோரமாவை உயர்த்தினார் எலக்ட்ரீசியன் பால்ராஜ். அவர் எழுதித் தயாரித்த 'யார் மகன்?' என்ற நாடகத்தில் மனோரமா கதாநாயகியாக நடித்தார். கானாடு காத்தானில் அரங்கேறிய இந்த நாடகம் சித்தன்னவாசலில் நடந்தபோது நாடகத்திற்கு டைரக்டர் 'வீணை' எஸ்.பாலசந்தர் தலைமை தாங்கினார்.

அப்போதெல்லாம் நாடகத்தில் நடிக்கின்றவர்களின் உறவினர்களும் நண்பர்களும் சிறப்பு விருந்தினரிடம் பரிசுப் பொருளை வாங்கிக் கொடுத்து அந்தப் பரிசை தங்களுக்கு வேண்டியவர்களுக்குக் கொடுக்கச் சொல்வார்கள். அப்படி ஒரு வெள்ளி டம்ளரை டைரக்டர் எஸ்.பாலசந்தரிடம் கொடுத்த சிலர் அந்த நாடகத்தில் இரண்டாவது கதாநாயகியாக நடித்தவருக்கு அதைப் பரிசளிக்கும்படி அவரிடம் கேட்டுக் கொண்டனர்.

“இந்த நாடகத்தில் இரண்டாவது கதாநாயகியாக நடித்த பெண்மணிக்கு பரிசாகக் கொடுக்குமாறு என்னிடம் ஒரு வெள்ளி டம்ளரை சிலர் தந்து இருக்கிறார்கள். நியாயமாக அந்தப் பரிசு கதாநாயகியாக மிகச் சிறப்பாக நடித்த மனோரமாவுக்குத்தான் தரப்பட வேண்டும்” என்று மேடையில் உண்மையை உடைத்துச் சொல்லிவிட்டு அவர்கள் சொன்னபடி இரண்டாவது கதாநாயகியாக நடித்த அந்தப் பெண்ணுக்கு அந்தப் பரிசை அளித்தார் எஸ்.பாலச்சந்தர்.

அதற்குப் பிறகு எல்லா நாடகக் குழுக்களில் இருந்தும் மனோரமாவிற்கு அழைப்புகள் வர ஆரம்பிக்கவே இடைவிடாமல் நடிக்கத் தொடங்கினார் அவர்.

அப்போது ராம பால கான சபா என்ற நாடகக் குழுவில் இருந்து பிரிந்து வந்த காலஞ்சென்ற நடிகர். முத்துராமன், குலதெய்வம் ராஜகோபால், வைரம் கிருஷ்ணமூர்த்தி, ஆகியோர் ‘கலைமணி நாடக சபா’ என்ற புதிய நாடகக் கம்பெனியை ஆரம்பித்து நாடகங்கள் நடத்தத் தொடங்கியிருந்தார்கள்.

அவர்களது ‘புயலுக்குப்பின்’ என்ற நாடகத்தில் இரண்டாவது கதாநாயகியாக நடிப்பதற்கு ஒரு திறமையான நடிகை தேவைப்பட முத்துராமனும், வைரம் கிருஷ்ணமூர்த்தியும் மனோரமாவைத் தேடிக்கொண்டு வந்தனர். அவர்கள் இருவரையுமே மனோரமா நன்கு அறிவார் என்பதால் அவர்களது நாடகத்தில் நடிக்க ஒப்புக் கொண்ட மனோரமா “எப்போது நாடகம்?” என்று அவர்களைக் கேட்க” கேள்வி கேட்க எல்லாம் நேரமில்லை. நாடகம் நாளைக்கு நடைபெற வேண்டும். ஆகவே உடனே புறப்படுங்கள்” என்றார்கள் அவர்கள். வேறு வழியின்றி அவர்களுடன் ரயிலில் கொடுமுடிக்குப் பயணமானார் மனோரமா.

ரயிலில் ஏறிய பிறகுதான் நூறு பக்கங்கள் கொண்ட அவருடைய பாகத்தின் வசன நோட்டுப் புத்தகம் அவரிடம் கொடுக்கப்பட்டது. மறுநாள் காலையில் ரயிலைவிட்டு இறங்கும்போது அந்த நூறு பக்க பாடத்தையும் மனப்பாடம் செய்து முடித்துவிட்ட மனோரமா அதற்குப் பிறகு நாடகத்தின் பாடல்களையும் மனப்பாடம் செய்து அந்த நாடகத்தில் பாடி நடித்தார். ரசிகர்கள் மத்தியில் சிறந்த வரவேற்பைப் பெற்ற அந்த நாடகம் தொடர்ந்து பல நாட்கள் அந்த ஊரில் நடைபெற்றது.

மனோரமா நாடக நடிகையாக வேகமாக முன்னேறிக்கொண்டிருந்த காலகட்டத்தில் அந்த சபாவில் முக்கிய பொறுப்பில் இருந்த எஸ்.எம். ராமநாதன் என்பவர் மனோரமாவைத் தீவிரமாகக் காதலிக்கத் தொடங்கினார்.

அந்தக் காதலை உண்மையான காதல் என்று நினைத்த மனோரமா அவரது காதலை மனமார ஏற்றுக்கொண்டதைத் தொடர்ந்து மனோரமா-ராமநாதன் ஆகிய இருவருக்கும் திருச்செந்தூர் முருகன் கோவிலில் திருமணம் நடைபெற்றது.

மனோரமா, ராமநாதனைத் திருமணம் செய்து கொண்ட செய்தி மனோரமாவின் தாயாருக்குக் கூட முதலில் தெரியாது. திருமணத்துக்குப் பிறகே அவருக்கு அதைப்பற்றித் தெரியவந்தது.

மனோரமா-ராமநாதன் குடும்ப வாழ்க்கை, ஆரம்பத்தில் மகிழ்ச்சியாகவே இருந்தது. அவர்களது திருமண வாழ்க்கைக்கு சாட்சியாக ஆண் குழந்தை ஒன்று மனோரமாவின் வயிற்றிலே வளரத் தொடங்கியது. கர்ப்பிணியான மனோரமா, 9-வது மாத இறுதியில், பிரசவத்திற்காகத் தன்னுடைய தாய் வீட்டுக்குச் சென்றார். அதன் பிறகு அவரது கணவரான ராமநாதன் ஒருமுறை கூட மனோரமாவைப் பார்க்க அவரது வீட்டுக்கு வரவில்லை என்றாலும், குழந்தை பிறந்த பிறகு தன்னுடைய குழந்தையைப் பார்க்க நிச்சயமாக அவர் வருவார் என்று மனோரமா திடமாக எண்ணினார்.

குழந்தை பிறந்த பதினைந்தாவது நாளில் மனோரமாவின் வீட்டுக்கு அவரது கணவர் ராமநாதன் வந்தார். ஆனால் மனோரமா எதிர்பார்த்தது போல தன்னுடைய குழந்தையைப் பார்க்க அவர் வரவில்லை. மனோரமாவை நாடகத்தில் நடிக்க அழைத்துச் செல்வதற்காக வந்திருந்தார். பிஞ்சுக் குழந்தையுடன் இருந்த மனோரமா, "குழந்தை பிறந்து 15 நாள்தானே ஆகிறது. இன்னும் கொஞ்ச காலம் போகட்டும். நிச்சயமாக நடிக்க வருகிறேன்" என்றார்.

மனைவி, மகன் பற்றிய சிந்தனையே இல்லாமல், தனது நாடகக் கம்பெனி பற்றிய எண்ணத்தை மட்டுமே கொண்டிருந்த ராமநாதன், மனோரமா வரமாட்டார் என்பது தெரிந்தவுடன் அவர் மீது அளவில்லா ஆத்திரம் கொண்டார். அன்று அந்த வீட்டை விட்டு கோபத்துடன் வெளியேறிய அவர் அதற்குப் பிறகு தன்னுடைய

வாழ்நாளின் இறுதிவரை மனோரமாவையோ, தன்னுடைய அன்பு மகனையோ பார்க்கத் திரும்ப வரவேயில்லை.

"நான் அவர் மீது வைத்திருந்தது உண்மையான காதல். அவரும் அப்படித்தான் என் மீது அன்பு வைத்திருந்தார் என்று நான் நினைத்தேன். ஆகவே எங்கள் பிரிவு தற்காலிகமானது என்றுதான் நான் நீண்ட நாட்கள் நினைத்துக் கொண்டிருந்தேன். அந்த எதிர்பார்ப்புகளை எல்லாம் தகர்த்து எரிந்தது அவரிடமிருந்து வந்த விவாகரத்து நோட்டிஸ்."

என்னுடைய திருமண வாழ்க்கையை மட்டுமின்றி எதிர்காலம் பற்றி எனக்கிருந்த கனவுகளையும், நம்பிக்கையையும் எனது நம்பிக்கையையும், அந்த நோட்டிஸ் பொடிப்பொடியாக்கி விட்டது.

அதுவரை வாழ்க்கையில் சோகத்தை மட்டுமே அதிகமாக அனுபவித்திருந்த நான் காலப்போக்கில் மெல்ல அதையும் தாங்கிக் கொண்டேன்.

ஆனால் என்னால் தாங்கிக் கொள்ள முடியாத ஒரு உண்மை சில காலத்துக்குப் பிறகு எனக்குத் தெரிய வந்தது. தன்னுடைய நாடக மன்றத்தை விட்டு விட்டு வெளியேறி நான் வெளி நாடகங்களில் நடிப்பதை அடியோடு தடுத்து நிறுத்தவும், என்னைத் தன்னுடைய நாடகக் கம்பெனியின் நிரந்தர நடிகையாக இருக்கச் செய்யவும் அவர் நடத்திய நாடகம்தான், அந்தக் காதலும் அதைத் தொடர்ந்து நடந்த திருமணமும் என்பது தெரிந்தபோது, நான் அப்படியே நொறுங்கிப் போனேன்" என்று தன்னுடைய தீராத மன வேதனையை ஒரு கட்டுரையில் மனோரமா பதிவு செய்திருக்கிறார்.

அந்தத் திருமணம் தந்த அதிர்ச்சியினால் பாதிக்கப்பட்ட மனோரமா அதற்குப் பின்னர் தன்னுடைய வாழ்நாள் முழுவதையும் தன்னுடைய மகனுக்காகவே அர்ப்பணித்தார்.

93

ஒரு மாயத்திரைக்குப் பின்னே வாழ்ந்த சுஜாதா

தமிழ்த் திரை ரசிகர்கள் எளிதில் மறந்துவிட முடியாத ஒரு நடிகையான சுஜாதா பள்ளியில் படித்துக் கொண்டிருந்தபோது சினிமாவைப் பார்க்க மட்டுமின்றி, சினிமா பத்திரிகைகளைப் படிக்கவும் சுஜாதாவின் அப்பா அவருக்குத் தடை விதித்திருந்தார்.

இலங்கையில் பிறந்து வளர்ந்த சுஜாதாவிற்கும் அப்போது சினிமா மேல் பெரிய நாட்டம் எதுவும் இல்லை. தன்னுடைய வகுப்பு ஆசிரியையைப் போல பிரம்பைக் கையில் வைத்துக் கொண்டு பிள்ளைகளுக்குப் படிப்பு சொல்லிக் கொடுக்கத்தான் ஆரம்பத்தில் ஆசைப்பட்டார்.

இந்தியா வந்த பிறகு 'போலிஸ் ஸ்டேஷன்' என்ற மலையாள நாடகத்தில் முதல் முதலாக மேடை ஏறிய சுஜாதா நடித்த முதல் படமாக கிருஷ்ணன் நாயரின் இயக்கத்தில் உருவான 'தேஜஸ்வினி' என்ற மலையாளப் படம் அமைந்தது.

அந்தப் படத்தில் கதாநாயகனைக் கட்டிப்பிடித்து நடிக்க வேண்டிய காட்சிகள் ஏராளமாக இருந்ததால் அந்தப் படத்தின் முதல் நாள் படப்பிடிப்பிற்குச் சென்றபோது சரியாக நடிக்க வேண்டுமே என்று சுஜாதா வேண்டாத தெய்வங்களே இல்லை. ஆனால் முதல் நாள் அப்படிப்பட்ட காட்சிகள் எதையும் கிருஷ்ணன் நாயர் படமாக்கவில்லை. அதற்கு மாறாக காதலனின் கையைப் பிடித்தபடி சுஜாதா கண்ணீர் விடும் காட்சியைப் படமாக்கினார்

அவர். முதல் நாள் படப்பிடிப்பிலே அன்று கண்ணீர் சிந்தத் தொடங்கிய சுஜாதா தன்னுடைய கடைசிப் படமான ‘வரலாறு’ படம் வரை அதை நிறுத்தவே இல்லை.

மலையாளப் படங்களில் நடித்துக் கொண்டிருந்த சுஜாதாவிற்கு திருப்புமுனைப் படமாக அமைந்தது "இயக்குனர் சிகரம்" கே.பாலச்சந்தரின் இயக்கத்தில் உருவான ‘அவள் ஒரு தொடர்கதை’.

சுஜாதா நடித்த மலையாளப்படமான ‘எர்ணாகுளம் எக்ஸ்பிரஸ்’ படத்தைப் பார்த்துவிட்டுத்தான் அந்தப் படத்தில் நடிக்க அவரைத் தேர்ந்தெடுத்தார் பாலச்சந்தர். அந்தப் படத்தில் அரை நிஜாரும், குட்டைப் பாவாடையும் அணிந்து கொண்டு கவர்ச்சிகரமான தோற்றத்தில் டூயட் பாடிய சுஜாதாவை நெருப்பு போல் வாழ்ந்த ‘அவள் ஒரு தொடர்கதை’ நாயகி கவிதாவின் பாத்திரத்துக்கு பாலச்சந்தர் எப்படித் தேர்ந்தெடுத்தார் என்று அப்போது ஆச்சர்யப்படாதவர்களே இல்லை.

அந்தப் பாத்திரத்திலே நடிக்க கே.பாலச்சந்தரும், அந்தப் படத்தின் தயாரிப்பாளரான ராம.அரங்கண்ணலும் முதலில் தேர்ந்தெடுத்த நடிகை லட்சுமி. மூன்று மாதங்களுக்குள் அந்தப் படத்தின் படப்பிடிப்பை முடிக்க அவர்கள் திட்டமிட்டு இருந்ததால் அப்போது பல படங்களில் இரவு பகல் பாராமல் மூன்று ஷிப்டுகள் நடித்துக் கொண்டிருந்த லட்சுமியால் அந்தப் பட வாய்ப்பை ஏற்றுக்கொள்ள முடியவில்லை.

கவிதா பாத்திரத்துக்கு கே.பாலச்சந்தர் சுஜாதாவைத் தேர்ந்தெடுத்தபோது அவர் பேசிய மொழி சிங்களம், மலையாளம், தமிழ் ஆகிய மூன்றும சேர்ந்த புது மொழியாக இருந்தது. ஆகவே படப்பிடிப்பை ஆரம்பிப்பதற்கு முன்னாலே சரளமாகத் தமிழில் பேச அவரைப் பயிற்சி எடுத்துக்கொள்ளச் சொன்னார் பாலச்சந்தர்.

அந்தக் கவிதா பாத்திரம் தன்னுடைய வாழ்க்கையையே புரட்டிப்போடப் போகிறது என்று அப்போது சுஜாதாவிற்குத் தெரிந்திருக்க வாய்ப்பில்லை என்றாலும் இரவு பகல் பாராமல் முறையாகத் தமிழிலே பேசப் பயிற்சி எடுத்துக் கொண்டார் சுஜாதா. அவரது கடும் முயற்சிக்கு நல்ல பலன் கிடைத்தது. ‘அவள் ஒரு தொடர்கதை’ படம் வெளியானபோது சுஜாதாவைப் பாராட்டாத பத்திரிகைகளே இல்லை.

“நான் பத்து முறைக்கும் மேலாக ‘அவள் ஒரு தொடர்

கதை' படத்தைப் பார்த்திருக்கிறேன்" என்று வலை தளத்தில் பதிவிட்டிருக்கும் எழுத்தாளர் எஸ்.ராமகிருஷ்ணன் "ஒவ்வொரு வயதிலும் அப்படத்தில் ஒவ்வொரு புதிய விஷயம் புரியத் துவங்குகிறது" என்கிறார்.

"'அவள் ஒரு தொடர் கதை' கதையில் பாத்திரப் படைப்புகள்தான் படத்தை எடுத்துச் செல்லும். படம் வெளியாகி பல ஆண்டுகள் ஆகிவிட்டாலும் அந்தப் பாத்திரப் படைப்புகள் இன்னும் என் நினைவில் நிலைத்து இருக்கின்றன" என்கிறார் அவர்

தமிழிலே மிகப்பெரிய வெற்றியைப் பெற்ற 'அவள் ஒரு தொடர்கதை' பின்னர் தெலுங்கு, கன்னடம், இந்தி, பாங்களா என்று பல மொழிகளில் உருவானது. தமிழிலே சுஜாதா ஏற்றிருந்த கவிதா பாத்திரத்தை தெலுங்கிலே ஜெயப்பிரதாவும், கன்னடத்திலே சுஹாசினியும், வங்க மொழியில் மாலாசின்ஹாவும், இந்தியிலே ரேகாவும் நடித்தனர். புதுமுகமான சுஜாதா தந்த உயிரோட்டமான நடிப்பில் பாதியைக் கூட அனுபவம் வாய்ந்த அந்த நடிகைகளால் தரமுடியவில்லை.

அறிமுகமான முதல் படத்திலேயே படத்தின் ஆணிவேராக இருந்த பாத்திரத்தை ஏற்று சுஜாதா வெற்றி பெற்றிருந்ததால் அவரை முன்நிறுத்தி 'அன்னக்கிளி', 'மயங்குகிறாள் ஒரு மாது', 'வாழ்ந்து காட்டுகிறேன்', 'ஒரு கொடியில் இரு மலர்கள்' என்று பல படங்கள் உருவாகத் தொடங்கின.

'அவள் ஒரு தொடர்கதை', 'மயங்குகிறாள் ஒரு மாது' போன்ற படங்கள் மேல்தட்டு ரசிகர்கள் மத்தியில் சுஜாதாவிற்கு ஒரு அங்கீகாரத்தைத் தேடித் தந்தது என்றால் அவரைப் பட்டி தொட்டி எங்கும் கொண்டு போய்ச் சேர்த்த பெருமை தேவராஜ் மோகன் இயக்கத்திலும், பஞ்சு அருணாசலத்தின் திரைக்கதை வசனத்திலும் உருவான 'அன்னக்கிளி' படத்தையே சாரும். அப்படி அவரைக் கொண்டு போய்ச் சேர்த்ததில் பெரும் பங்கு அந்தப் படத்திலே இசையமைப்பாளராக அறிமுகமான இளையராஜாவுக்குப் பங்கு உண்டு என்பதை எவரும் மறுப்பதற்கில்லை.

"அன்னமாகவே 'வாழ்ந்து காட்டும்' சுஜாதாவிற்கு 'அவள் ஒரு தொடர் கதை'க்குப் பிறகு சினிமாக் கதாசிரியர்கள் பலமான கேரக்டர்களைக் கொடுத்து அடுத்தடுத்து பரீட்சை வைக்கிறார்கள். அவரோ எல்லாவற்றையும் 'பூ' என்று ஊதித் தள்ளிவிட்டு பர்ஸ்ட்

நெஞ்சம் மறப்பதில்லை – இரண்டாம் பாகம்

கிளாசில் தேறி வருகிறார்” என்று ‘அன்னக்கிளி’ பட விமர்சனத்தில் ‘ஆனந்த விகடன்’ பத்திரிக்கை சுஜாதாவிற்கு பாராட்டுப் பத்திரம் வாசித்தளித்திருந்தது.

அன்னக்கிளியைத் தொடர்ந்து எஸ்.பி.முத்துராமன் இயக்கத்திலே ‘ஒரு ஊதாப்பூ கண் சிமிட்டுகிறது’ என்ற நியூ வேவ் படத்தில் கமல்ஹாசனுடன் நடித்திருந்தார் சுஜாதா. அந்தப் படமும் வெற்றிப் படமாக அமைந்தது.

1976 ஆம் ஆண்டில் மட்டும் பத்து தமிழ்ப் படங்களில் நடித்திருந்த சுஜாதா அது தவிர பல மலையாளப் படங்களிலும், தெலுங்குப் படங்களிலும் அந்த ஆண்டில் நடித்திருந்தார். அந்தப் பட எண்ணிக்கையைப் பார்க்கும்போது அந்த ஆண்டில் ஏறக்குறைய எல்லா நாட்களும் படப்பிடிப்புத் தளத்திலேயே தன்னுடைய வாழ்க்கையை அவர் கழித்திருக்கிறார் என்பது தெரிய வருகிறது.

அந்த ஆண்டில் அவர் நடித்த பெரும்பாலான தமிழ்ப் படங்கள் அவரது கதாபாத்திரத்தை முன்நிறுத்தி எடுக்கப்பட்டிருந்த படங்கள். தமிழ்த் திரைப்படங்களைப் பொறுத்தவரையில் கதாநாயகிகளை முன்னிறுத்தி எடுக்கப்படும் படங்கள் வெற்றி பெறாது என்ற என்ற எண்ணம் எழுபதுகளில் திரைப்பட விநியோகஸ்தர்கள் மத்தியில் மிகவும் அழுத்தமாக இருந்தது. அந்த எண்ணத்தை சுஜாதா நடித்த பல திரைப்படங்கள் உடைத்து எறிந்தன. திரைப்பட விநியோகஸ்தர்கள் மத்தியில் சுஜாதா படத்தில் இருந்தாலே படங்கள் வெற்றி பெறும் என்ற நம்பிக்கையை அவர் நடித்த பல படங்களின் வெற்றி உருவாக்கியது.

தமிழ்த் திரையுலகில் தனக்கென ஒரு தனி இடத்தைப் பெற்ற நிலையிலும் மிகப்பெரிய நடிகை என்ற அந்த கிரீடத்தை அணிந்து கொள்ளாமல் எல்லோரிடமும் எளிமையாகப் பழக ஆசைப்பட்ட ஒரு சாதாரணப் பெண்ணாகவே வாழ்ந்தார் சுஜாதா.

ஆனால், அவர் விருப்பப்பட்டபடி அவரை வாழ விடாமல் அவரைச் சுற்றி ஒரு மாயத் திரையை உருவாக்கி வைத்திருந்தார் சுஜாதாவின் சகோதரரான மேனன். திரையுலகில் அடி எடுத்து வைத்த ஆரம்ப நாட்களில் தன்னுடைய சகோதரர் மேனனின் முழு கட்டுப்பாட்டில் இருந்த சுஜாதாவால் தனது சகோதரனை மீறி எதுவும் செய்ய முடியவில்லை. அவர் விருப்பப்பட்ட படத்தில் மட்டுமே அப்போது சுஜாதாவால் நடிக்க முடிந்தது. சுஜாதாவின்

பணம், அவரது கால் ஷீட்டுகள் ஆகிய எல்லாவற்றையும் நிர்வகித்துக் கொண்டிருந்த மேனனின் அனுமதியின்றி சுஜாதாவை யாரும் சந்திக்கவே முடியாது என்ற நிலையை உருவாக்கி வைத்திருந்தார் அவர்.

1974 ஆம் ஆண்டில் 'அவள் ஒரு தொடர்கதை'யின் மூலம் தமிழ்ப் பட உலகில் அறிமுகமான சுஜாதா அடுத்த நான்கு ஆண்டுகளில் நடித்த திரைப்படங்களின் எண்ணிக்கை 60. "இயல்பான நடிப்பிற்கு இவரை மிஞ்சக் கூடிய நடிகைகள் யாரும் இல்லை" என்ற பாராட்டை எல்லோரிடமும் பெற்ற சுஜாதாவை அவரது குடும்ப உறுப்பினர்கள் ஒரு ஏ.டி.எம் இயந்திரத்தைப் போலத்தான் பார்த்தார்கள். சுஜாதா இரவும் பகலும் தூக்கத்தைத் தொலைத்துவிட்டு நடித்துக் கொண்டிருக்க அவர் சம்பாதித்த பணத்தில் அவர்கள் ஆடம்பர வாழ்க்கை வாழ்ந்து கொண்டிருந்தனர்.

இது சுஜாதாவின் வாழ்க்கையில் மட்டும் நிகழ்ந்த ஒரு நிகழ்வு அல்ல என்பதும் தமிழ்த் திரையுலகம் தோன்றிய நாள் முதல் இன்றுவரையில் மிகச் சில நடிகைகள் தவிர எல்லா நடிகைகளும் இப்படிப்பட்ட சூழ்நிலையில்தான் வாழ்ந்து வருகிறார்கள். அதற்கு சமீபத்திய உதாரணம் 'கற்றது தமிழ்', 'அங்காடித் தெரு', 'எங்கேயும் எப்போதும்' போன்ற படங்களில் திறமை காட்டிய அஞ்சலி.

தங்க முலாம் பூசப்பட்டிருந்த கூண்டிலே மிக நீண்ட காலம் தனது சகோதரரால் அடைக்கப்பட்டுக் கிடந்த சுஜாதா ஒரு கால கட்டத்தில் திருமணம் மட்டுமே அதற்கெல்லாம் தீர்வாக அமையும் என்று எண்ணினார்.

தங்களது குடும்பத்திற்காக உழைத்துக்கொண்டிருக்கிற ஒரு பெண்ணாகக் கூட தன்னுடைய குடும்பத்தினர் தன்னைக் கருணையோடு பார்க்க மறுத்த சூழ்நிலையில் "என்னை முழுவதுமாக நேசிக்கக் கூடிய ஒருவருக்கு என்னைத் திருமணம் செய்து வைத்து விடுங்கள். அவர் கை வண்டி இழுப்பவராக இருந்தால் கூட பரவாயில்லை" என்று தனக்கு மிகவும் நெருங்கிய நடிக நண்பர் ஒருவரிடம் மனம் விட்டு அழுதிருக்கிறார் சுஜாதா.

அந்த அவரது ஆசை நிறைவேறியதா?

94

வசூலில் சாதனை புரிந்த முதல் தமிழ்ப்படத்தில் நாயகியாக நடித்த டி.ஆர்.ராஜகுமாரி

நடிகைகள் என்றவுடன் ஆடம்பரமான கார், பங்களா என்று உல்லாசமாக வாழ்கின்றவர்கள் என்ற எண்ணம்தான் சினிமா தோன்றிய நாள் முதல் இன்றுவரை பொதுவாக எல்லோருக்கும் இருந்து வருகிறது. ஆனால் உண்மையில் தமிழ்த் திரையுலகில் எண்ணற்ற நடிகைகள் தங்களது பெற்றோர்களையும், உடன் பிறந்த சொந்தங்களையும் காப்பாற்ற தங்களது சுகங்களை ஒதுக்கித் தள்ளிவிட்டு திருமணம்கூட செய்து கொள்ளாமல் தங்களது வாழ்க்கையைத் தொலைத்திருக்கிறார்கள். அதற்கு உதாரணமாக 1939 ஆம் ஆண்டிலே தமிழ்த் திரையுலகில் அடியெடுத்துவைத்து "தமிழ்த் திரையுலகின் முதல் கவர்ச்சிக் கன்னி" என்று பெயரெடுத்த டி. ஆர். ராஜகுமாரி முதல், ஈடு இணையில்லாத நகைச்சுவை நடிகையாக இன்று வலம் வருகின்ற கோவை சரளா வரையில் பலரை அடையாளம் காட்டலாம்.

இன்று தென்னிந்தியா முழுவதும் மிகப்பெரிய ரசிகர்கள் பட்டாளத்தையும், திரையுலகில் தனி செல்வாக்கையும் பெற்றுள்ள நயன்தாராவைப் போல முப்பதுகளில் தமிழ் சினிமா உலகின் முடிசூடா ராணியாக இருந்தவர்தான் டி. ஆர்.ராஜகுமாரி.

'குமார குலோத்தங்கன்' என்ற படம்தான் ராஜகுமாரி நடித்த முதல் படம். ராஜாயி என்று எல்லோராலும் செல்லமாக அழைக்கப்பட்ட அவரது இயற்பெயர் ராஜலட்சுமி. அந்தக் காலத்தில் டி.பி.ராஜ லட்சுமி என்ற நடிகை மிகவும் பிரபலமாக இருந்ததால் முதலில் அவரை அறிமுகப்படுத்தும்போது டி.ஆர்.ராஜாயி என்று அறிவித்த 'குமார குலோத்தங்கன்' படத்தின் தயாரிப்பாளர் ராஜாராவ் பின்னர் ராஜகுமாரி என்று அவருக்கு பெயர் சூட்டினார். அந்தப் படத்தின் படப்பிடிப்பு 1939 ஆம் ஆண்டிலேயே முடிவடைந்துவிட்டது என்றாலும், பட வியாபாரத்தில் எழுந்த சில பிரச்னைகள் காரணமாக அந்தப் படம் அப்போது வெளியாகவில்லை.

அந்தக் கால கட்டத்தில் புகழ்பெற்று விளங்கிய பிரபலப் பாடகியும் கதா நாயகியுமான எஸ்.டி.சுப்புலட்சுமி பவளக்கொடி படத்திலே அவரை அறிமுகப்படுத்திய இயக்குனர் கே.சுப்ரமணியத்தின் மீது காதல் கொண்டு அவரை மணந்தவர். அவர்கள் இருவரும் மாலை நேரங்களில் திறந்த காரில் மெரீனா கடற்கரையில் வலம் வருவது வழக்கம். அவர்களைப் பார்ப்பதற்காகவே தன்னுடைய தம்பியான டி.ஆர்.ராமண்ணாவுடன் கடற்கரையில் காத்திருப்பாராம் ராஜகுமாரி. தன்னுடைய கனவு தேசமான தமிழ் சினிமாவின் கதவுகளைத் தனக்காக திறக்கப்போகிறவர் அவர்தான் என்று அப்போது ராஜகுமாரிக்குத் தெரிந்திருக்க வாய்ப்பில்லை.

எஸ்.பி.எல்.தனலட்சுமி என்ற நடிகையை ஒப்பந்தம் செய்ய இயக்குனர் கே.சுப்ரமணியம் சென்றிருந்தபோது அவருக்கு காபி கொண்டு வந்து கொடுத்தார் ராஜகுமாரி. அந்தக் கண நேரத்தில் அந்தப் பெண்ணுக்குள் மிகப்பெரிய நடிகை ஒளிந்து கொண்டிருப்பதைக் கண்டுபிடித்துவிட்டது சுப்ரமணியத்தின் கேமராக் கண்கள்.

ராஜகுமாரிக்கு மேக்கப் போட்டு விதம் விதமாக அவர் புகைப்படங்கள் எடுத்தபோதுகூட தன்னை அவர் கதாநாயகி ஆக்கப் போகிறார் என்று ராஜகுமாரிக்குத் தெரியாது. "என்னுடைய அடுத்த படமான 'கச்ச தேவயானி'யில் நீதான் கதாநாயகி" என்று கே.சுப்ரமணியம் சொன்னபோது நடப்பதெல்லாம் நிஜம்தானா என்று தெரிந்து கொள்ள ஒரு முறை தன்னுடைய கையைக் கிள்ளிப் பார்த்துக்கொண்ட ராஜகுமாரி அடுத்து அவரது காலில்

நெடுஞ்சாண்கிடையாக விழுந்து வணங்கினார். "இன்னும் கொஞ்ச நாளில் நீ தமிழ்த் திரையுலகில் ஒரு முக்கியமான நட்சத்திரமாக ஜொலிப்பாய்" என்று ராஜகுமாரிக்கு வாழ்த்துக் கூறினார் சுப்ரமணியம்.

இசைக்குடும்பத்தில் பிறந்திருந்ததாலும், சிறுவயது முதலே பாடல், நடனம் ஆகியவைகளில் தேர்ச்சி பெற்றிருந்ததாலும் கச்சதேவயானியாக நடித்த ராஜகுமாரியால் மிக எளிதாக அந்தப் பாத்திரத்தை உள்வாங்கிக் கொண்டு நடிக்க முடிந்தது.

'கச்சதேவயானி' படத்திலே குயில் போன்ற குரலோடும், மயில் போன்ற நடையோடும், எவரையும் கணத்தில் வீழ்த்தக்கூடிய காந்தக் கண்களோடும் திரையில் மின்னினார் ராஜகுமாரி.

அன்னநடை நடந்து வந்து தன்னுடைய காந்தக் கண்களால் கதாநாயகனை ஒரு வசீகரப் பார்வை பார்த்து "நாதா" என்று ராஜகுமாரி அழைத்தபோது அந்த நாயகன் மட்டுமின்றி படம் பார்த்த அத்தனை பேரும் ராஜகுமாரியின் அழகில் சொக்கிப் போனார்கள்.

'கச்சதேவயானி' படத்தை விமர்சித்த பத்திரிகைகள் கோவில் சிற்பம் என்றும், தந்தத்தால் செய்யப்பட்ட சிலை என்றும், ஆடும் மயில் என்றும்,பாடும் குயில் என்றும் ராஜகுமாரிக்கு புகழாரம் சூட்டின. இருபத்தி ஐந்து வாரங்களைக் கடந்து ஓடி 'கச்சதேவயானி' படம் வசூலில் சாதனை புரிந்தது.

அந்தப் படத்தின் மாபெரும் வெற்றியைத் தொடர்ந்து டி.ஆர். ராஜகுமாரி நடித்த முதல் படமான குமார குலோத்துங்கன் படமும் 'சூர்யபுத்ரி' என்ற படமும் வெளியாகின.

தமிழ்த் திரையுலகின் இரு சூப்பர் ஸ்டார்களில் ஒருவராக அந்தக் காலத்தில் இருந்த பி.யு.சின்னப்பாவுடன் டி.ஆர்.ராஜகுமாரி ஜோடி சேர்ந்த முதல் படம் மனோன்மணி. அந்தப் படத்தில் பாண்டிய நாட்டு இளவரசியாக நடித்திருந்தார். அந்தப் படத்தில் அவருக்குத் தோழியாக நடித்திருந்த சகுந்தலா என்ற நடிகைதான் பின்னாளில் பி.யு.சின்னப்பாவின் மனைவியானார்.

பி.யு.சின்னப்பா கதாநாயகனாக நடித்திருந்த போதிலும் மனோன்மணி ப்டத்தை விளம்பரப்படுத்தியபோது "கலை உலகம் புகழ்ந்த காரிகை திரையுலகில் திக்விஜயம் செய்ய வருகிறார்"

என்று டி.ஆர்.ராஜகுமாரியை முன்நிறுத்தியே அந்தப் படத்திற்கான விளம்பரங்களை வடிவமைத்திருந்தார் மாடர்ன் தியேட்டர்ஸ் அதிபர் டி.ஆர்.சுந்தரம்.

'மனோன்மணி'யைத் தொடர்ந்து 'குபேர குசேலா' என்ற படத்தில் மீண்டும் பி.யு.சின்னப்பாவுடன் இணைந்த ராஜகுமாரி 'சிவகவி' படத்திலே தமிழ்த் திரையுலகின் இன்னொரு சூப்பர் ஸ்டாரான எம்.கே. தியாகராஜ பாகவதருடன் இணைந்து நடித்தார். தேவதாசியாக ராஜகுமாரி நடித்த அந்தப் படம் வசூலை வாரிக் குவித்தது. அந்தப் படத்தைத் தொடர்ந்து 'ஹரிதாஸ்' என்ற படத்தில் மீண்டும் தியாகராஜ பாகவதருடன் ஜோடி சேர்ந்தார் ராஜகுமாரி.

1944ஆம் ஆண்டு வெளியாகி 1945, 1946ஆம் ஆண்டு தீபாவளிகளைக் கடந்து 110 வாரங்கள் ஓடி தமிழ்த் திரையுலகில் வசூலில் மிகப்பெரிய சாதனை புரிந்த முதல் படமாக 'ஹரிதாஸ்' அமைந்தது.

அந்த வெற்றிப் படங்களைத் தொடர்ந்து டி.ஆர்.ராஜகுமாரியை அடுத்த கட்டத்துக்கு எடுத்துச் சென்ற படமாக எஸ்.எஸ்.வாசனின் பிரம்மாண்டத் தயாரிப்பான 'சந்திரலேகா' அமைந்தது.

'சந்திரலேகா' படத்துக்கு விமர்சனம் எழுதிய 'குண்டூசி' பத்திரிகை "டி.ஆர்.ராஜகுமாரியின் நடை, உடை, பாவனை, ஆட்டம், ஓட்டம், பாட்டு ஆகிய எல்லாமே இதுவரை அவர் நடித்துள்ள படங்களுக்கெல்லாம் சிகரமாக சந்திரலேகாவில் அமைந்துள்ளது" என்று குறிப்பிட்டு ராஜகுமாரியைப் பாராட்டி இருந்தது.

"தமிழ் நட்சத்திரமாக இருந்த என்னை அகில இந்திய நட்சத்திரமாகவும், சர்வதேச நடசத்திரமாகவும் ஆக்கியவர் எஸ். எஸ்.வாசன்தான்" என்று நன்றியோடு பல பத்திரிகைப் பேட்டிகளில் குறிப்பிட்டிருக்கிறார் ராஜகுமாரி.

பி.யு.சின்னப்பா, எம்.கே. தியாகராஜ பாகவதர், கே.ஆர்.ராமசாமி, டி.ஆர். மகாலிங்கம், எம்ஜிஆர், சிவாஜி கணேசன் என்று தமிழ்த் திரையுலகின் முன்னணிக் கதாநாயகர்கள் அனைவரோடும் நடித்த டி.ஆர். ராஜகுமாரி ஒலிப்பதிவுத் துறையில் பயிற்சி பெற்றுக் கொண்டிருந்த தன்னுடைய சகோதரரை இயக்குனர் ஆக்குவதற்காக அவருடன் இணைந்து ஆர்.ஆர்.பிக்சர்ஸ் என்ற படநிறுவனத்தைத் தொடங்கி 'வாழப் பிறந்தவள்' என்ற படத்தைத்

தயாரித்தார். அந்தப் படத்தைத் தொடர்ந்து அவர் தயாரித்த 'கூண்டுக்கிளி' திரைப்படத்தில்தான் முதல் முறையாக எம்ஜிஆரும், சிவாஜியும் இணைந்து நடித்தனர். "டி.ஆர்.ராஜகுமாரி அந்தப் படத்தின் தயாரிப்பாளராக இருந்த காரணத்தால் மட்டுமே அவர்கள் இருவரும் அந்தப் படத்தில் இணைந்து நடிக்க ஒப்புக் கொண்டனர்" என்கிறார் ஒரு திரை விமர்சகர். அவர்கள் இருவரும் இணைந்து நடித்த ஒரே படமாக அந்தப் படம் அமைந்தது.

1941ஆண்டில் 'கச்சதேவயானி' படத்தின் மூலம் கதாநாயகியாக அடியெடுத்து வைத்த டி.ஆர்.ராஜகுமாரி சரியாக பதிமூன்று ஆண்டுகளுக்குப் பிறகு 1954ஆம் ஆண்டில் 'மனோகரா' படத்தில் சிற்றன்னை பாத்திரத்துக்கு மாறினார்.

மன்னர் புருஷோத்தமரின் ஆசை நாயகியாக வசந்த சேனை என்ற பாத்திரத்தில் நடித்த ராஜகுமாரி தன்னுடைய மயக்கும் கண்களால் மன்னர் புருஷோத்தமனை மட்டுமின்றி 'மனோகரா' படத்தைப் பார்த்த ரசிகர்களையும் கட்டிப் போட்டார்.

ராஜகுமாரி என்று தன்னுடைய பெயரால் பாண்டி பஜாரில் சினிமா தியேட்டர் கட்டிய முதல் நடிகையான டி.ஆர். ராஜகுமாரி திரையுலகில் இருந்த இருபத்தி மூன்று ஆண்டுகளில் இருபத்தி ஆறு படங்களில் மட்டுமே நடித்திருக்கிறார் என்பதைப் பார்க்கும்போது வந்த வாய்ப்புகள் எல்லாவற்றையும் ஏற்றுக் கொள்கிற நடிகையாக அவர் தன்னுடைய திரை வாழ்க்கையை அமைத்துக் கொள்ளவில்லை என்பதைப் புரிந்துகொள்ள முடிகிறது.

தன்னுடைய சகோதரர் ராமண்ணா, மற்றும் தனது குடும்பத்தாருக்காகத் தன்னுடைய வாழ்க்கை முழுவதையும் அர்ப்பணித்த அந்த கனவுக் கன்னி 1999 ஆம் ஆண்டு கன்னியாகவே இந்தப் பூவுலகை விட்டு மறைந்தார்.

95

கதாநாயகனாக நடித்த முதல் படத்திலேயே கலைஞருடன் இணைந்த எம்.ஜி.ஆர்

வெள்ளித் திரையில் கலைஞர் மு.கருணாநிதியின் பெயர் இடம் பெற்ற முதல் படம் எம்ஜிஆர் கதாநாயகனாக நடித்த முதல் படமான 'ராஜகுமாரி'தான். அந்தப் படத்திற்கு வசனம் எழுதிய அவரது பெயர் உதவி ஆசிரியர் மு.கருணாநிதி என்று படத்தின் டைட்டிலில் இடம் பெற்றிருந்தது. அந்தப் படத்தை அடுத்து கலைஞர் கருணாநிதி வசனம் எழுதிய இரண்டாவது படமாக 'அபிமன்யு' படம் அமைந்தது.

ஜுபிடர் பிக்சர்ஸ் நிறுவனத்தின் பங்குதாரர்களில் ஒருவரான சோமுவும், ஏ.காசிலிங்கமும் இயக்கிய அந்தப் படத்திற்கு ஏ.எஸ்.ஏ.சாமியுடன் இணைந்து வசனம் எழுதியிருந்தார் கலைஞர் மு.கருணாநிதி. படம் வெளியானபோது தன்னுடைய மனைவி மற்றும் நண்பர்களை அழைத்துக் கொண்டு தான் வசனம் எழுதிய படத்தைப் பார்ப்பதற்காகச் சென்றிருந்த அவருக்கு மிகப்பெரிய அதிர்ச்சி ஒன்று அங்கே காத்துக் கொண்டிருந்தது. அந்தப் படத்தின் டைட்டிலில் அவருடைய பெயர் எந்த இடத்திலும் இடம்பெறவில்லை.

"ஒடிந்த வாளானாலும் ஒரு வாள் கொடுங்கள்

நெஞ்சம் மறப்பதில்லை – இரண்டாம் பாகம்

அண்ணன் செய்த முடிவை கண்ணன்
மாற்றுவதற்கில்லை அர்ச்சுனனால் கூடத் துளைக்க
முடியாத சக்ர வியூகத்தை அபிமன்யு துளைத்து
விட்டானென்றால் அங்கேதானிருக்கிறது ஆச்சாரியரின்
விபீஷண வேலை”

என்பது போன்ற அற்புதமான வசனங்களை அந்தப் படத்திலே எழுதியிருந்த கலைஞர் படத்தின் டைட்டிலில் தன்னுடைய பெயர் இடம் பெறாததை மிகப்பெரிய அவமானமாகக் கருதினார். சினிமா மீதும், சினிமாக்காரர்கள் மீதும் அவருக்கு மிகப் பெரிய வெறுப்பு ஏற்படவே கோவையில் தான் குடியிருந்த வீட்டைக் காலி செய்துவிட்டு அந்த ஊரைவிட்டே அவர் கிளம்பிவிட்டார்.

சினிமாவிற்கு எழுதுவது நின்றதும் பத்திரிகைகளுக்குத் தீவிரமாக எழுதத் தொடங்கிய அவர் அடுத்து தனது முழு கவனத்தையும் நாடகத்தின் பக்கம் திருப்பினார், ஐம்பெரும் காப்பியங்களில் ஒன்றான குண்டலகேசியை அடிப்படையாக வைத்து அவர் எழுதிய நாடகம்தான் ‘மந்திரி குமாரி’ தேவி நாடக சபையினரால் கும்பகோணத்தில் அரங்கேற்றப்பட்ட அந்த நாடகம் மிகப் பெரிய வெற்றியை அடைந்தது. குடந்தையில் பல நாட்கள் தொடர்ந்து நடத்தப்பட்ட அந்த நாடகத்தைப் பார்த்த கவிஞர் கா.மு.ஷெரீப் மாடர்ன் தியேட்டர்ஸ் அதிபர் டி.ஆர்.சுந்தரம் அவர்களிடம் அந்த நாடகத்தின் சிறப்பைப் பற்றிக் கூற இயக்குனர் எல்லிஸ் ஆர். டங்கனுடன் அந்த நாடகத்தைப் பார்க்க கும்பகோணத்துக்கு வந்தார் டி.ஆர். சுந்தரம். அழகு தமிழில் கலைஞர் எழுதியிருந்த வசனங்கள் காட்சிக்குக் காட்சி ரசிகர்களின் கைத் தட்டல்களைப் பெற்றன. அப்போதே அந்த நாடகத்தைப் படமாக்குவது என்று முடிவெடுத்துவிட்ட டி.ஆர்.சுந்தரம் கலைஞரின் வசன ஆற்றலை மாடர்ன் தியேட்டர்ஸ் படங்களில் முழுமையாகப் பயன்படுத்திக் கொள்ள வேண்டும் என்ற முடிவையும் அன்றே எடுத்தார்.

மாடர்ன் தியேட்டர்ஸ் நிறுவனத்தில் பணியாற்ற வரும்படி கலைஞருக்கு கா.மு.ஷெரீப் அழைப்பு விடுத்தபோது அந்த வாய்ப்பை ஏற்றுக்கொள்ள மிகவும் தயங்கினார் கலைஞர். ஜுபிடர் பிக்சர்ஸில் பணியாற்றியபோது அவர் மனதிலே பட்ட காயங்கள் ஆறாமல் இருந்ததுதான் அதற்கு முக்கியமான காரணம்.

மாடர்ன் தியேட்டர்சில் பணியாற்றுவது அவருக்கு திரையுலகில் நல்ல எதிர்காலத்தை நிச்சயமாக உருவாக்கித் தரும் என்று கூறி அவரை வற்புறுத்தி மாடர்ன் தியேட்டர்சுக்கு அழைத்து வந்தார் கா.மு.ஷெரீப். அப்போது பொருளாதார ரீதியாக மிகுந்த பிரச்னைகளில் இருந்த கலைஞர் மாதம் 500 ரூபாய் சம்பளத்தில் மாடர்ன் தியேட்டர்சில் வேலையில் சேர்ந்தார்.

கலைஞரது ஆற்றலை முதலில் 'பொன்முடி' படத்தில் பயன் படுத்திக் கொண்ட டி.ஆர்.சுந்தரம் அடுத்து கும்பகோணத்தில் தான் பார்த்து ரசித்த 'மந்திரி குமாரி'யை எல்லிஸ்.ஆர்.டங்கனின் இயக்கத்தில் படமாக்க முடிவெடுத்தார்.

'மந்திரிகுமாரி' படத்திற்கு யாரை கதாநாயகனாகப் போடுவது என்ற விவாதம் எழுந்த போது தனது திறமையை மதித்து 'மருத நாட்டு இளவரசி' படத்தில் வசனம் எழுத தனக்கு வாய்ப்பு வாங்கித் தந்த எம்ஜிஆரின் பெயரைப் பரிந்துரைத்தார் கலைஞர்.

'சதிலீலாவதி' படத்திலே எம்ஜிஆரை அறிமுகப்படுத்தியது மட்டுமின்றி தொடர்ந்து தனது படங்கள் பலவற்றில் அவருக்கு வாய்ப்புத் தந்த இயக்குனரான எல்லிஸ் ஆர் டங்கன் 'மந்திரிகுமாரி' படத்திற்கு கதாநாயகனாக எம்.ஜி.ஆரை ஒப்பந்தம் செய்யத் தனது கடுமையான எதிர்ப்பைத் தெரிவித்தார். அதற்குக் காரணம் எம்ஜிஆரின் தாடையில் இருந்த ஒரு சிறு குழி. அதைக் காரணம் காட்டி எம்ஜிஆர் கதாநாயகனாக நடித்தால் சரியாக வராது என்றார் அவர். ஆனால் கலைஞரோ எம்ஜிஆர்தான் அந்தப் படத்திலே கதாநாயகன் என்பதில் உறுதியாக இருந்தார்.

கதாசிரியருக்கும் இயக்குனருக்கும் ஆரம்பத்திலேயே தகராறு என்றால் சரியாக இருக்காதே என்று எண்ணிய டி.ஆர்.சுந்தரம் அவர்கள் ஒரு சிறு தாடியை எம்ஜிஆரது கன்னத்தில் ஒட்டி சரி செய்துவிடலாம் என்று கூற அவரது யோசனையை அனைவரும் ஏற்றுக்கொண்டதையடுத்து எம்ஜிஆர் அந்தப் படத்திலே கதாநாயகன் ஆனார். மாடர்ன் தியேட்டர்சில் எம்.ஜி.ஆர் நடித்த முதல் படமாக 'மந்திரி குமாரி' அமைந்தது.

அந்தப் படத்திலே எம்ஜிஆரின் ஜோடியாக நடிக்க புதுமுகம் ஒருவரை அறிமுகம் செய்ய முடிவெடுத்த எல்லிஸ் ஆர். டங்கன் சென்னையில் ஒரு நாட்டியப் பள்ளியில் நாட்டியம் பயின்று கொண்டிருந்த ஜி.சகுந்தலாவை நாயகியாகத் தேர்ந்தெடுத்தார்.

மாடர்ன் தியேட்டர்ஸ் அலுவலகத்தின் புல்வெளியில் எம்ஜிஆர் கத்திச் சண்டைக் காட்சிக்கான ஒத்திகையில் ஈடுபட்டு இருப்பதாகக் கேள்விப்பட்டு அவரைப் பார்க்கச் சென்ற சகுந்தலா, எம்ஜிஆர் ஆக்ரோஷமாக சண்டை போடுவதைப் பார்த்துவிட்டு அவரோடு நடிக்க பயப்படத் தொடங்கி விட்டார்.

அன்று மாலையில் கழுத்தில் துளசிமாலையுடன் தூய கதராடையில் நெற்றியில் சந்தனத்துடன் இருந்த எம்ஜிஆருடைய தோற்றத்தைப் பார்த்த பிறகுதான் எம்ஜிஆர் மீது இருந்த பயம் சகுந்தலாவிற்கு நீங்கியது. அதற்குப் பிறகு சகுந்தலாவுடன் நீண்ட நேரம் இயல்பாகப் பேசி அவரது பயத்தைத் தெளிவித்தார் எம்ஜிஆர்.

அவர்கள் இருவரும் இணைந்து நடிக்க ‘ஆஹா வாழ்வினில் ஆனந்தம்’ என்ற பாடல் காட்சி படமாக்கப்பட்டது.

ஜி.சகுந்தலாவிற்கு அதுதான் முதல் படம் என்பதால் படப்பிடிப்பின்போது அவருக்கு நடிப்பு சொல்லிக் கொடுத்து எம்ஜிஆர் உதவ அதைத் தவறாகப் புரிந்துகொண்ட சிலர் எம்ஜிஆரும் ஜி சகுந்தலாவும் மிகவும் நெருக்கமாகப் பழகுவதாக டி.ஆர்.சுந்தரத்திடம் ‘வத்தி’ வைத்தனர்.

எம்ஜிஆரைப் பற்றி அப்படி ஒரு புகார் வந்ததும் மறுநாள் படப்பிடிப்பு முடிந்து திரும்பிக் கொண்டிருந்த எம்ஜிஆரை தடுத்து நிறுத்திய டி.ஆர்.சுந்தரம் “உன்னிடம் கொஞ்சம் பேச வேண்டும்” என்றார்.

அப்படி அவர் எம்ஜிஆரைத் தடுத்து நிறுத்தியபோது அங்கே வந்த ஜி.சகுந்தலாவிடம் “நீயும் கொஞ்சம் இரும்மா. உன்னிடமும் பேச வேண்டும்” என்றார் சுந்தரத்தின் மனைவியான கே.எல்.வி.வசந்தா.

தன்னைப் பற்றி டி ஆர் சுந்தரம் அவர்களிடம் தப்பாக சில விஷயங்கள் சொல்லப்பட்டிருப்பது பற்றி எம்ஜிஆருக்கு ஏற்கனவே தகவல் வந்திருந்தது. அதனால் டி.ஆர்.சுந்தரம் அவர்களிடம் “சகுந்தலாவைப போகச் சொல்லுங்கள். எதுவானாலும் நான் உங்களுக்குப் பதில் சொல்கிறேன்”என்றார் அவர்.

சகுந்தலா அந்த இடத்திலிருந்து கிளம்பிச் சென்றவுடன் நேரடியாக விஷயத்துக்கு வந்த எம்.ஜி.ஆர் “நீங்க எதைப்பற்றி விசாரிக்க நினைக்கிறீங்கன்னு எனக்கு நன்றாகத் தெரியும். என்

வயசென்ன? சகுந்தலா வயசென்ன? என் அண்ணனுக்கும் சகுந்தலா வயதில் ஒரு பொண்ணு இருக்கு. அதுகிட்ட எப்படிப் பழகறேனோ அப்படித்தான் நான் சகுந்தலாகிட்டே பழகறேன். அது எல்லாத்துக்கும் மேலே அந்தப் பொண்ணுகிட்டே நான் தப்பா நடந்துக்கணும்னா அதுக்கு இந்த இடம்தான் என்றில்லை பல இடம் இருக்கு" என்று சற்றுக் கோபமாகவே சொன்னார்.

"என் காதில் விழுந்த விஷயத்தைப் பற்றி நான் விசாரிக்காமல் இருக்க முடியாதே. அதனால்தான் விசாரித்தேன்" என்று சொல்லி எம்ஜிஆரை சமாதானப்படுத்தினார் டி.ஆர்.சுந்தரம்.

'அபிமன்யு' படத்தின் வெற்றிக்குப் பிறகு பல படங்களில் கலைஞரோடு இணைந்து பணியாற்றினார் எம்ஜிஆர். மிகப்பெரிய வெற்றியைப் பெற்ற பட்சிராஜா நிறுவனத்தின் 'மலைக்கள்ளன்' படத்திற்கு கலைஞர் வசனம் எழுத எம்ஜிஆர் ஒரு முக்கியமான காரணம். ஆனால் அந்தப் படம் வெளியாகவிருந்த நிலையில் என் பெயரைப் போட்டு விளம்பரப்படுத்தக் கூடாது என்று கூறிவிட்டார் கலைஞர்.

96

எம்.ஜி.ஆரின் 'மலைக்கள்ளன்' படத்துக்கு வசனம் எழுத மறுத்த கலைஞர்

1952 ஆம் ஆண்டு 5ஆம் தேதியன்று மணப்பாறையைச் சேர்ந்த ஒரு நாடக மன்றத்தின் நிர்வாகியான உறந்தை உலகப்பன் என்பவர் திருச்சி யிலே நடைபெற்ற 'அரும்பு' என்ற நாடகத்திற்குத் தலைமை தாங்குவதற்காக எம்ஜிஆரையும் கலைஞர் மு.கருணாநிதியையும் அழைத்திருந்தார். அவர்கள் இருவருமே திரையுலகில் மிகவும் செல்வாக்கோடு இருந்த கால கட்டம் அது என்பதால் அந்த நாடக அரங்கம் மக்கள் வெள்ளத்தில் திணறியது.

அதுவரை கதர் ஆடை அணிந்து கொண்டிருந்த எம்ஜிஆர் கருப்பு சிவப்பின் பக்கம் தன்னுடைய கவனத்தைத் திருப்ப அடித்தளம் அமைத்தது அந்த விழாதான். பல வகைகளில் காலத்தால் மறக்க முடியாத ஒரு முக்கியமான விழாவாக அந்த விழா அமைந்தது என்றாலும் அதிலே கலந்து கொண்ட எம்ஜிஆர், கலைஞர் மு.கருணாநிதி உட்பட எவருக்கும் அப்படி ஒரு விழாவாக அது அமையப்போகிறது என்று அப்போது தெரியாது.

'அரும்பு' நாடகத்தின் இடைவேளையில் பேசுவதற்காக கலைஞர் மு.கருணாநிதி தயாராகிக்கொண்டிருந்தபோது 'புரட்சி நடிகர்' என்ற பட்டத்தை எம்ஜிஆருக்கு நீங்கள் தரவேண்டும் என்று

அவரிடம் கோரிக்கை வைத்தார் உறந்தை உலகப்பன். “சரி” என்று அவரிடம் சொல்லிவிட்டு மைக்கைப் பிடித்த கலைஞர் “அன்பு மூன்றெழுத்து, பாசம் மூன்றெழுத்து, காதல் மூன்றெழுத்து, வீரம் மூன்றெழுத்து, வெற்றி மூன்றெழுத்து,” என்று முப்பதுக்கும் மேற்பட்ட மூன்றெழுத்துக்களை முதலில் பட்டியலிட்டார். அதன் பின்னர் “தி.மு.க. என்பது மூன்றெழுத்து, அதை வழி நடத்திச் செல்கின்ற அறிஞர் அண்ணா மூன்றெழுத்து” என்று முத்தாய்ப்பு வைத்த அவர் “அந்த வரிசையில் வந்த இன்னொரு மூன்றெழுத்துக்காரரான எம்ஜிஆர் அவர்களுக்கு இந்த விழா மேடையிலே ‘புரட்சி நடிகர்’ என்ற பட்டத்தைச் சூட்டுகிறேன்” என்று அறிவித்தார். அப்படி அவர் அறிவித்தபோது அங்கே கூடியிருந்த ரசிகர்கள் கைதட்டல்கள் அடங்க பல நிமிடங்கள் ஆகின.

அடுத்து மைக்கைப் பிடித்துப் பேச வந்த எம்ஜிஆர் தனது உணர்ச்சிமிக்க உரையினால் அங்கிருந்த கூட்டத்தினரின் உற்சாகத்தை அடுத்த கட்டத்துக்கு எடுத்துச் சென்றார்.

‘புரட்சி நடிகர்’ என்ற பட்டத்தை இந்த மேடையிலே இன்று வழங்கியிருக்கிறீர்கள். அதை வெளிப்படுத்தும் விதமாக புரட்சி நடிகராகவே என்னைக் கழகத்துக்கு அர்ப்பணித்துக் கொள்கிறேன். கதராடை அணிந்திருந்தாலும் தந்தை பெரியார், அறிஞர் அண்ணா ஆகியோரின் கொள்கைகளுக்காக நான் அயராது பாடுபடுவேன். கலைஞரோடு நெருக்கமாகப் பழகத் தொடங்கிய பிறகுதான் இயக்கக் கொள்கைகளில் எனக்கு ஈடுபாடு வந்தது. என் உடலில் ஒரு சொட்டு ரத்தம் இருக்கும் வரை அறிஞர் அண்ணாவிற்காகவும் திராவிட முன்னேற்றக் கழகத்துக்காகவும் உழைப்பேன் என்று உறுதியளிக்கிறேன்" என்று எம்ஜிஆர் பேசி முடித்த போது அங்கே கூடியிருந்த ஆயிரக்கணக்கான மக்கள் உணர்ச்சி வெள்ளத்தில் மிதந்தனர்.

அந்த மேடையிலே அன்று வழங்கப்பட்ட ‘புரட்சி நடிகர்’ என்ற பட்டம், கர்ணனது கவச குண்டலம் போல திரையுலகில் எம்ஜிஆர் ஆட்சி செய்தவரை அவருடைய பெயருடன் இணைந்து இருந்தது. திரையுலகத்தை ஆண்டு விட்டு தமிழகத்தை அவர் ஆளத் தொடங்கியபோது ‘புரட்சி நடிகர்’ என்ற பட்டம் ‘புரட்சித் தலைவர்’ என்று மாற்றம் பெற்றது.

'புரட்சி நடிகர்' என்ற பட்டத்தைத் தனக்களித்த கலைஞரை பங்குதாரராகக் கொண்டு மேகலா பிக்சர்ஸ் என்ற நிறுவனத்தைத் தொடங்கிய எம்ஜிஆர், அந்த நிறுவனத்தின் சார்பில் எடுத்த முதல் படமாக 'நாம்' திரைப்படம் அமைந்தது.

எம்ஜிஆர்-ஜானகி ஜோடியாக நடித்த அந்தத் திரைப்படத்திற்கு கலைஞர் திரைக்கதை வசனம் எழுத அந்த நிறுவனத்தில் இன்னொரு பங்குதாரராக இருந்த ஏ.காசிலிங்கம் இயக்கினார்.

அந்தப் படத்திலே இடம்பெற்ற ஒரு காட்சியில் பாட்டாளிகளுக்காக எம்ஜிஆர் வாதாடும்போது அவரை முறைத்துப் பார்க்கும் ஜமீந்தார் "என்னடா ஆச்சர்யக் குறி போடுகிறாய்" என்பார். அதற்கு எம்ஜிஆர், "ஆச்சர்யக் குறிதான் ஜமீந்தார் அவர்களே. கொஞ்சம் வளைந்தால் கேள்விக்குறியாக மாறிவிடும். ஞாபகம் இருக்கட்டும், அரிவாளுக்கும் கேள்விக்குறிக்கும் அதிக வித்தியாசம் இல்லை" என்பார். இப்படி அந்தப் படம் முழுவதும் பல இடங்களில் கலைஞரது வசன வரிகள் தெறித்தன.

எம்ஜிஆரும், கலைஞர் மு.கருணாநிதியும் இணைந்து பணியாற்றிய பல திரைப்படங்கள் மிகப்பெரிய வெற்றியை அடைந்திருந்ததால் 'மலைக் கள்ளன்' படத்திற்கு கலைஞர் கருணாநிதி அவர்கள் வசனம் எழுத வேண்டும் என்று பெரிதும் விரும்பிய அப்படத்தின் தயாரிப்பாளரும் இயக்குனருமான ஸ்ரீராமுலு நாயுடு கலைஞர் மு.கருணாநிதியை அணுகி படத்திற்கு வசனங்களை எழுத வேண்டும் என்று கேட்ட போது அந்த வாய்ப்பை ஏற்க மறுத்த கலைஞர் அதற்கு ஒரு நியாயமான காரணத்தைக் கூறினார்.

"'மலைக்கள்ளன்' நாவலை எழுதிய நாமக்கல் கவிஞர் வெ.ராமலிங்கம் பிள்ளை அவர்கள் மீது எனக்கு மிகுந்த மரியாதை உண்டு. ஆனால், அவர் காங்கிரஸ்காரர். அப்படிப்பட்ட சூழ்நிலையில் அவர் கதைக்கு நான் வசனம் எழுதினால், இரு தரப்பு ரசிகர்களும் ஏற்றுக்கொள்ள மாட்டார்கள். அதனால் என்னை மன்னித்துக் கொள்ளுங்கள்" என்று பணிவுடன் அவர் கூறினார்.

கலைஞர் அப்படிச் சொன்னதையடுத்து எம்.ஜி.ஆரைச் சந்தித்த ஸ்ரீராமுலு நாயுடு "'மலைக்கள்ளன்' படத்திற்கு கலைஞர் வசனம் எழுத வேண்டும், நீங்கள் நடிக்க வேண்டும் என்பது என் விருப்பம். ஆனால் அவர் வசனம் எழுத மறுக்கிறார்.

நீங்கள் அவரை சம்மதிக்க வைத்தால், நான் மலைக்கள்ளனை தயாரிக்கிறேன். நீங்கள்தான் கதாநாயகன்" என்றார். கலைஞர் வசனம் எழுதவில்லை என்றால் நான் படத்தைத் தயாரிப்பதாக இல்லை என்று அவர் நேரடியாகச் சொல்லவில்லை என்றாலும் அவர் பேசிய பேச்சு அப்படிப்பட்ட முடிவைத்தான் அவர் எடுப்பார் என்று எம்ஜிஆருக்குச் சொல்லாமல் சொல்லியது

'மலைக்கள்ளன்' கதை நிச்சயமாக வெற்றிப் படமாக அமையும் என்று எம்ஜிஆர் திடமாக நம்பியதால் அந்த வாய்ப்பை இழக்க அவர் தயாராக இல்லை. ஆகவே உடனடியாக கருணாநிதியை சந்தித்த அவர் "நாமக்கல் கவிஞர் காங்கிரஸ்காரர் என்றாலும், 'மலைக்கள்ளனில்' எந்த இடத்திலும் கட்சிப் பிரசாரத்தை அவர் முன்னிறுத்தவில்லை. ஆகவே நீங்கள் மறுக்காமல் படத்திற்கு வசனம் எழுதவேண்டும்" என்று கலைஞரிடம் கேட்டுக் கொண்டார். 'மலைக்கள்ளன்' கதையை கலைஞரும் ஏற்கனவே படித்திருந்ததால் நிச்சயமாக அது வெற்றிப்படமாக அமையும் என்று அவருக்கும் தெரிந்திருந்தது. அது மட்டுமின்றி அப்போது எம்ஜிஆருக்கும் கருணாநிதிக்கும் இடையே மிக நெருக்கமான உறவு இருந்ததால் அந்த உறவுக்கு மதிப்பளித்து அந்தப் படத்திற்கு வசனம் எழுத அவர் ஒப்புக்கொண்டார்.

மலைக்கள்ளன் படத்திலே அவர் எழுதிய வசனங்களில் அனல் பறக்கவில்லை. அதற்குப் பதிலாக தென்றல் வீசியது. கதைக்கும், கதாபாத்திரங்களுக்கும் முக்கியத்துவம் கொடுத்து அந்தப் படத்திற்கான வசனங்களை மிகவும் எளிய நடையில் எழுதித் தந்தார் அவர்.

'மலைக்கள்ளன்' படத்தின் படப்பிடிப்பு முடிவடையும் கட்டத்தை நெருங்கியபோது கலைஞருக்கும் படத்தின் தயாரிப்பாளரான ஸ்ரீராமுலு நாயுடுவிற்கும் கருத்து வேறுபாடு ஏற்பட்டது. அந்தப் பிரச்னையில் மனம் புண்பட்டிருந்த கலைஞர் "'மலைக்கள்ளன்' படத்தின் விளம்பரங்களில் வசனம் மு.கருணாநிதி என்று என் பெயரைப் போடக்கூடாது" என்று கண்டிப்பாக ஸ்ரீராமுலு நாயுடுவிடம் சொல்லிவிட்டு திருவாரூருக்குக் கிளம்பி விட்டார்.

'மலைக்கள்ளன்' படம் மிகப் பெரிய வெற்றியை தனது நிறுவனத்துக்குத் தேடித் தரப் போகிறது என்று எண்ணிக் கொண்டிருந்த ஸ்ரீராமுலு நாயுடு, கலைஞரின் கோபத்தால்

நிலைதடுமாறிப்போனார். படத்தின் நாயகனான எம்ஜிஆரின் நிலையும் அதுவாகவே இருந்தது. கலைஞரின் பெயர் இல்லை என்றால் நாம் எதிர்பார்க்கின்ற வெற்றியை நிச்சயமாக அடைய முடியாது என்று எண்ணிய எம்ஜிஆர், நடிப்பிசைப் புலவர் கே.ஆர்.ராமசாமியை அழைத்துக் கொண்டு கலைஞரைச் சந்திக்க திருவாரூருக்கு உடனடியாகப் புறப்பட்டார்.

கலைஞருடன் நீண்ட நேரம் பேசி கே.ஆர்.ராமசாமி அவரை சமாதானப்படுத்தியபோது "உங்கள் பெயர் திரையில் இடம் பெறவில்லை என்றால் இந்தப் படம் நாம் எதிர்பார்க்கின்ற வெற்றியை நிச்சயமாக அடையாது" என்று கலைஞரிடம் கூறினார் எம்ஜிஆர். அவர்கள் இருவரும் அப்படி மாறி மாறிப் பேசியவுடன் சாந்தமடைந்த கலைஞர், ஸ்ரீராமுலு நாயுடுவை சந்திக்க அவர்களுடன் புறப்பட்டார்.

1954 ஆம் ஆண்டு ஜூலை மாதம் 22 ஆம் தேதியன்று வெளியான 'மலைக் கள்ளன்' மிகப் பெரிய வெற்றிப் படமாக அமைந்தது.

"அப்போது தமிழ்த் திரையுலகில் முதல் வரிசையில் நான் இடம் பிடித்திருந்தாலும் அந்த வரிசையில் எனக்கு எந்த இடம் என்ற கேள்விக்கு முதலிடத்தையும் கொடுக்கலாம் என்று சிலராவது எனும் தகுதிக்கு என்னை உயர்த்திய படம் அது" என்று 'மலைக் கள்ளன்' படத்தின் வெற்றியைப் பற்றிக் குறிப்பிட்டிருக்கிறார் எம்ஜிஆர்.

கலைஞர்-எம்.ஜி.ஆர் ஆகிய இருவருக்குமிடையே அப்போது இருந்த அழுத்தமான நட்புதான் அந்த வெற்றியை சாத்தியமாக்கியது.

97

சிவாஜிக்கு நடந்த பாராட்டு விழாவில் ரஜினி ஏற்படுத்திய சலசலப்பு

'செவாலியே' என்பதற்கு ஃபிரெஞ்ச் மொழியில் மாவீரன் என்று பொருள். ஃபிரான்ஸை ஆண்டுவந்த மாவீரன் நெப்போலியனால், 1802-ம் ஆண்டு 'செவாலியே விருது' வழங்கும் விழா தொடங்கப்பட்டது. அப்படி நெப்போலியனால் தொடங்கி வைக்கப்பட்ட அந்த பெருமைக்குரிய விருதினை சிவாஜிக்கு வழங்க பிரான்ஸ் அரசு முடிவு செய்தது!

அந்த நாட்டைச் சேர்ந்த ஆறு நீதிபதிகள் சிவாஜி நடித்த முப்பது படங்களைப் பார்த்துவிட்டு அந்த ஆண்டிற்கான செவாலியே விருதினை சிவாஜிக்கு வழங்க முடிவு செய்தனர்.அதைத் தொடர்ந்து "உங்களுக்கு பிரான்ஸ் நாட்டின் உயரிய விருதான செவாலியே விருதினை வழங்க பிரான்ஸ் நாட்டு அரசு முடிவு எடுத்துள்ளது. நீங்கள் அந்த விருதினைப் பெற்றுக்கொள்ள பிரான்ஸ் நாட்டுக்கு வரவேண்டும்" என்று பிரான்ஸ் நாட்டு அரசு சிவாஜிக்குக் கடிதம் ஒன்றை அனுப்பியது.

அந்த விருதினை வாங்குவதற்காக பிரான்ஸ் நாட்டுக்குச் செல்ல வேண்டுமா என்ற யோசனையில் சிவாஜி இருந்தார். அதற்கிடையே "செவாலியே விருதைப் பெறும் முதல் ஆசிய நடிகர் சிவாஜி"

நெஞ்சம் மறப்பதில்லை – இரண்டாம் பாகம்

என்ற தலைப்புடன் 'செவாலியே விருது' சிவாஜிக்கு வழங்கப்பட இருக்கின்ற செய்தியைப் பத்திரிகைகள் வெளியிட்டன. அந்த விருதின் அருமையைப் பற்றி தமிழ்நாட்டில் உள்ள பலருக்கு அப்போது தெரியாது என்பதால் அதை யாரும் பெரிதாகக் கொண்டாடவில்லை. அப்போது அந்த விருதின் பெருமையைப் பற்றி நடிகை ராதிகாவிற்கு அவரது நண்பர் ஒருவர் எடுத்துச் சொன்னார்.

அதைத் தொடர்ந்து ரஜினிகாந்த, கமல்ஹாசன், விஜயகாந்த் ஆகியோரைத் தொடர்பு கொண்ட ராதிகா "சிவாஜி அண்ணனுக்கு உலகமே போற்றும் ஒரு விருது கிடைத்துள்ளது. அதை ஒரு மிகப்பெரிய விழாவாகக் கொண்டாட வேண்டும்" என்று அவர்கள் அனைவரிடமும் கூறினார். அவர்கள் அனைவரும் அப்போது தமிழ்த் திரைப்படத் தயாரிப்பாளர் சங்கத்தின் தலைவராக இருந்த கே.ஆர்.ஜியிடமும், ஏவி.எம்.சரவணனிடமும் அதைப்பற்றிப் பேச தமிழ்த் திரையுலகின் சார்பில் செவாலியே விருதினைப் பெற்ற சிவாஜிக்கு மிகப்பெரிய அளவிலே பாராட்டு விழா நடத்த முடிவானது.

சென்னையிலே அந்த விழாவிற்கான ஏற்பாடுகள் நடைபெற்றுக் கொண்டிருந்தபோது செவாலியே விருதினைப் பெற்ற சிவாஜிக்கு பாராட்டு விழா நடத்துவதில் மலேசியா முந்திக் கொண்டது.

மலேசியத் தலைநகர் கோலாலம்பூரிலே செவாலியே சிவாஜிக்கு நடைபெற்ற பிரம்மாண்டமான விழாவில் அப்போது மலேசிய அரசில் அமைச்சராக இருந்த டத்தோ சாமிவேலு, பாரதிராஜா, கே.ராஜாராம், வி.ஜி.சந்தோஷம், நான் உட்பட பலரும் கலந்து கொண்டோம்.

அதற்குப் பிறகு சிவாஜிக்கு செவாலியே விருது வழங்கும் விழா சேப்பாக்கத்தில் அமைந்துள்ள கிரிக்கெட் மைதானத்தில் 1995-ம் ஆண்டு ஏப்ரல் 22ஆம் தேதி, அப்போதைய முதல்வர் ஜெயலலிதா தலைமையில் மிகவும் பிரம்மாண்டமாக நடை பெற்றது. கமல்ஹாசன், ரஜினிகாந்த், விஜயகாந்த், சரத்குமார், சத்யராஜ், ஸ்ரீதேவி, ராதிகா, மீனா, இந்தி நடிகர் தேவ் ஆனந்த், தெலுங்கு நடிகர்கள் நாகேஸ்வரராவ், சிரஞ்சீவி, மலையாள நடிகர் மம்முட்டி, கே.பாலச்சந்தர், பாரதிராஜா, எம்.சரவணன், இளையராஜா, கே.ஆர்.ஜி உட்பட கலை உலகப் பிரதிநிதிகள்

அனைவரும் அந்த விழாவில் கலந்து கொண்டனர்.

'செவாலியே' விருது பெறுவதற்கு முன்பு சிவாஜிக்கு உடல்நலக் குறைவு ஏற்பட்டதால் அவர் மருத்துவமனையில் சிகிச்சை பெற்று வந்தார். உடல் நலம் தேறி மருத்துவமனையில் இருந்து அவர் வந்த ஒரு வாரத்துக்குள் 'செவாலியே' விழா நடைபெற்றது.

'செவாலியே' விருதை சிவாஜியின் சட்டையில், அணிவித்து விட்டு அந்த விருதுக்கான சான்றிதழை சிவாஜியிடம் வழங்கிய 'ஃபிரான்ஸ் தூதர் பிலிப் பெடிட் "சிவாஜியைத் தவிர இந்த விருதுக்குப் பொருத்தமானவர் வேறு யாரும் இருக்க முடியாது" என்று சிவாஜிக்குப் புகழாரம் சூட்டினார்.

தமிழ்த் திரையுலகின் சார்பில் வெள்ளியிலான வீர சிவாஜி சிலையை சிவாஜிக்கு அளித்த முதல்வர் ஜெயலலிதா "கலைத் துறையில், அருந்தொண்டு ஆற்றியவர்களுக்கு இந்த ஆண்டு முதல் சிவாஜி விருது வழங்கப்படும்" என்று அந்த விழா மேடையில் அறிவித்தார். கமல்ஹாசன் மனைவி சரிகாவும் ரஜினிகாந்தின் மனைவி லதாவும் தங்க இழைகளால் ஜெயலலிதாவின் உருவம் பொறிக்கப்பட்டிருந்த பொன்னாடையை ஜெயலலிதாவுக்குப் போர்த்தினார்கள்.

பின்னர் கலை உலகப் பிரமுகர்கள் அனைவரும் சிவாஜியைப் பாராட்டிப் பேச பாராட்டுக்களுக்கு நன்றி தெரிவித்து சிவாஜி பேசிய பிறகு இறுதியாக நன்றியுரை நிகழ்த்த வந்தார் ரஜினிகாந்த். ஆஸ்திரேலியா சென்றிருந்த ரஜினி அந்த விழாவில் கலந்து கொள்ள வேண்டும் என்பதற்காகவே அவசரம் அவசரமாக சென்னை திரும்பியிருந்தார். அந்த விழா நிகழ்ச்சி நிரலில் சிவாஜியைப் பாராட்டிப் பேசுகின்றவர்கள் பட்டியலில்தான் முதலில் ரஜினிகாந்தின் பெயர் இருந்தது. "நான் நன்றியுரை சொல்கிறேன்" என்று விழா குழுவினரிடம் அந்தப் பொறுப்பை கேட்டு வாங்கிக் கொண்டார் ரஜினி. அப்படி அவர் கேட்டபோது ஏதோ திட்டத்தோடுதான் அவர் நன்றியுரையை நிகழ்த்த முடிவு செய்திருக்கிறார் என்பதை எவருமே உணரவில்லை.

எல்லோரும் பேசி முடித்த பின்னர் நன்றி தெரிவிப்பதற்காக தன்னுடைய இருக்கையை விட்டு எழுந்த ரஜினி, சிவாஜியின் காலைத் தொட்டு வணங்கிவிட்டு மைக் முன்னே வந்தபோது நன்றி சொல்ல வேண்டியவர்கள் பட்டியலை விழாக் குழுவினர்

அவரிடம் தந்தார்கள். அந்தப் பட்டியலை வாங்கிய ரஜினி அதைப் பிரித்துக்கூடப் பார்க்கவில்லை அப்படியே மடித்துத் தன்னுடைய பாக்கெட்டில் வைத்துக்கொண்டுவிட்டு பேசத் தொடங்கினார்.

"நாதங்களில் சிறந்தது ஓம் நாதம். மொழிகளில் சிறந்தது மௌன மொழி. மருந்துகளில் சிறந்தது பிரார்த்தனை. அந்த உன்னதமான கலைஞனின் இதயம் ஓய்வு எடுக்க நினைக்கிறது. அந்த இதயத்தைக் கேட்கிறேன். ஓ இதயமே நீ இருக்கிறது ஒரு மகத்தான கலைஞனின் உடலில். ஓய்வு தேவைதான். ஆனால், எங்கள் இதயங்கள் எல்லாம் ஓய்வு எடுத்தபின், நீ ஓய்வு எடுக்கலாம். அதுவரை இதயமே அமைதியாக இரு" என்று மிகவும் உருக்கமாக தன்னுடைய உரையைத் தொடங்கிய ரஜினி அடுத்தபடியாக "இந்தியத் திருநாட்டின் இணையில்லாத கலைஞரான சிவாஜியின் உடல் நலத்துக்காக அரை நிமிடம் நாம் அனைவரும் எழுந்து நின்று பிரார்த்திப்போம்" என்று அதிரடியாக அழைப்பு விடுக்க ஸ்டேடியத்தில் திரண்டிருந்த மொத்தக் கூட்டமும் எழுந்து நின்று சிவாஜிக்காக பிரார்த்தனை செய்தது. அப்போது ரஜினியின் அறிவிப்புக்குக் கட்டுப்பட்டு முதல்வர் ஜெயலலிதாவும் எழுந்து நிற்க வேண்டிய சூழ்நிலை ஏற்பட்டது.

"திரைப்படத் தொழிலாளர்கள் வீடு கட்டிக்கொள்ள 85 ஏக்கர் நிலத்தைத் தமிழக அரசு இலவசமாக அளித்திருக்கிறது. திரைப்படத் துறைக்கு ஏராளமான சலுகைகளை முதல்வர் வழங்கிவிட்டார். அதனால் திரைப்படத் துறையினர் இனியும் கோரிக்கைகளை வைத்து அவரைத் தொந்தரவு செய்ய வேண்டாம்" என்று தமிழக முதல்வர் ஜெயலிதாவை முதலில் பாராட்டிய ரஜினி அதைத் தொடர்ந்து விமர்சன அம்புகளால் அவரைத் துளைத்தெடுக்கத் தொடங்கினார்

"நான் இப்போ ரொம்ப டென்ஷனாக இருக்கேன்" என்றபடி முதல்வர் ஜெயலலிதாவின் பக்கம் திரும்பிய அவர் "நீங்க திறந்து வெச்சீங்களே, ஃபிலிம் சிட்டி, அதைத் திறந்து வைத்த போதே சிவாஜி சாரை நீங்கள் கௌரவித்திருக்க வேண்டும் ஆனால் நீங்கள் அதைச் செய்யவில்லை. அவரை மதிக்கவில்லை. அந்த விழா மேடையில், அவரை உட்கார வைத்து நீங்கள் அவரை கௌரவப்படுத்தியிருக்கணும். அதையும் செய்யவில்லை. அது தப்பு. தப்பு பண்றது மனித இயல்பு. தப்பைத் திருத்திக்கறது

மனிதத்தனம்" என்று ஜெயலலிதாவை அவர் காரமாக விமர்சிக்கத் தொடங்கியதும் கூட்டத்தில் பரபரப்பு தொற்றிக்கொண்டது. ரஜினி நன்றிதானே சொல்லப்போகிறார் என்ற எண்ணத்தில் அந்த அரங்கத்திலிருந்து வெளியேறத் தொடங்கியவர்கள் அனைவரும் ரஜினி பேசப்பேச மீண்டும் அரங்கத்துக்கு உள்ளே வந்து இருக்கைகளில் அமரத் தொடங்கினார்கள்

"அப்போ பண்ண தப்பை இப்போ நீங்க சரிபண்ணிட்டீங்க. சிவாஜி சாருக்கு இப்படி ஒரு பிரம்மாண்டமான விழா நடத்த உதவி செய்தது மட்டுமின்றி இந்த விழாவிலும் கலந்து கொண்டதின் மூலம் உங்களது தப்பை சரி பண்ணிட்டீங்க. யார் தப்பு பண்ணாலும் நான் தப்புன்னு சொல்வேன். அது குடிமகனோட உரிமை. அதுவும் ஒரு நடிகன் என்ற முறையில் எனக்கு அந்த உரிமை நிறையவே இருக்கு" என்று ரஜினி தனது பேச்சைத் தொடர்ந்தபோதுதான் அந்தப் பேச்சு திடீரென்று அவர் பேசிய பேச்சல்ல என்பதும், அப்படி ஒரு கடுமையான விமர்சனத்தை மக்கள் முன்னாலே வைக்க வேண்டும் என்பதற்காகத்தான் ஜெயலலிதா பேசி முடித்த பிறகு நன்றி சொல்கின்ற வாய்ப்பை அவர் கேட்டுப் பெற்றார் என்பதும் விழா அமைப்பாளர்களுக்குத் தெரிந்தது.

ஜெயலலிதாவை விமர்சிக்க எல்லோருமே நடுங்கிக் கொண்டிருந்த அந்தக் கால கட்டத்தில் அவரை மேடையில் வைத்துக் கொண்டே ரஜினி பேசிய பேச்சு அடுத்த இரண்டு வார காலத்துக்கு தமிழ் நாட்டில் மட்டுமின்றி இந்தியா முழுவதும் பரபரப்பாக விமர்சிக்கப்பட்டது.

இன்று அரசியலில் அடி எடுத்து வைக்க திட்டமிட்டுக் கொண்டிருக்கும் ரஜினிக்கு மக்கள் மத்தியில் மாபெரும் வரவேற்பு இருக்கிறதென்றால் அதற்குக் காரணம் அவரது அந்தத் தனிக் குணம்தான்.

98

எண்ணற்ற எதிர்ப்புகளைச் சந்தித்த சோ—வின் "முகம்மது பின் துக்ளக்" திரைப்படம்

அறுபதுகளில் கொடி கட்டிப் பறந்த ஒரு நாடகக் குழு சோவின் விவேகா பைன் ஆர்ட்ஸ். நாடகங்களுக்கு காலைக் காட்சி நடத்திய முதல் நாடகக் குழு அதுதான். அதேபோன்று சென்னை அண்ணா சாலையில் அப்போது அமைந்திருந்த சபையர் தியேட்டரில் நாடகம் நடத்திய முதல் நாடகக் குழுவும் அதுதான். அப்போதெல்லாம் எல்லா வார இறுதி நாட்களிலும் சோவின் நாடகங்கள் சென்னையில் தவறாமல் நடக்கும். தன்னுடைய எல்லா நாடகங்களிலும் அரசியல் கட்சிகளையும் அரசியல்வாதிகளையும் சோ விமர்சித்ததால் அவரது நாடகங்கள் ஹவுஸ்புல் காட்சிகளாக நடைபெற்றன. அவருடைய நாடகத்தைப் பார்க்க ஒரு முறை வந்த நடிகவேள் எம்.ஆர்.ராதா, சோ-வின் துணிச்சலைப் பாராட்டிவிட்டு "நான் போடவேண்டிய நாடகத்தை நீங்கள் போடுகிறீர்கள். ஆனால் நான் இன்னும் கொஞ்சம் பச்சையாகப் பேசுவேன். நீங்கள் நாசுக்காகப் பேசுகிறீர்கள். ஆனால் இப்படி பேசினால் அரசியல்வாதிகளுக்கு உறைக்காது" என்றார்.

சமூக நாடகங்களிலேயே அரசியல்வாதிகளை வறுத்தெடுக்கக் கூடிய சோ முழுக்க முழுக்க அரசியலை மையமாக வைத்து

சித்ரா லட்சுமணன்

'முகம்மது பின் துக்ளக்' நாடகத்தை நடத்துகிறார் என்ற செய்தி பரவியதும் அவரது அந்த நாடகத்துக்குக் கூட்டம் அலைமோதத் தொடங்கியது. நாடகமாக நடந்தபோதே முன்னணி அரசியல் தலைவர்கள் அத்தனை பேரின் எதிர்ப்பையும் ஒட்டுமொத்தமாக சம்பாதித்த அந்த 'முகம்மது பின் துக்ளக்' நாடகத்தைப் படமாக தயாரிக்க முன்வந்தார் நாராயணன். மூதறிஞர் ராஜாஜி, கலைவாணர் என்.எஸ்.கிருஷ்ணன் போன்ற பலரிடமும் நெருங்கிப் பழகக்கூடிய வாய்ப்பைப் பெற்றிருந்த நாராயணன், எம்.ஜி.ஆரின் பல திரைப்படங்களுக்கு தயாரிப்பு நிர்வாகியாகப் பணிபுரிந்தவர்.

திராவிட முன்னேற்றக் கழகத்தைச் சேர்ந்த முன்னணித் தலைவர்கள் அனைவருக்கும் நெருக்கமாக இருந்த மல்லிகார்ஜுன் என்பவரோடு இணைந்து 'முகம்மது பின் துக்ளக்' நாடகத்தைப் படமாகத் தயாரிக்க முடிவு செய்த அவர் படத்தை இயக்குகின்ற வாய்ப்பை சோவுக்கே தந்தார். அதுதான் சோ இயக்கத்தில் உருவான முதல் படம்.

பிரதம மந்திரியை முக்கிய பாத்திரமாகக் கொண்ட அந்தக் கதையில் இந்திராகாந்தியின் அரசியல் போக்கு, திராவிட முன்னேற்றக் கழகத்தின் அரசியல் பாணி ஆகியவற்றைக் கிண்டல் செய்யும் காட்சிகள் பல இடம் பெற்றிருந்தன. அதனால் அந்தப் படத்தின் வளர்ச்சியைத் தடுக்க தி.மு.க.பல வழிகளில் முயன்றது. அப்போது எம்ஜிஆருக்கும் சோவுக்கும் இடையே பனிப்போர் நடந்துகொண்டிருந்ததால் அவரது தரப்பிலிருந்தும் படத்திற்கு எதிர்ப்பு கிளம்பியது.

அப்போது ஆட்சிப் பொறுப்பிலே இருந்த கலைஞர் மு.கருணாநிதி, சினிமா உலகில் சக்ரவர்த்தியாகத் திகழ்ந்து கொண்டிருந்த எம்ஜிஆர் ஆகிய இருவரின் எதிர்ப்பையும் ஒரே நேரத்தில் சமாளிக்க முடியாமல் அந்தப் படத்தின் தயாரிப்பாளர்கள் திண்டாடினார்கள். காலையில் படப்பிடிப்பிற்கு வரும் ஒளிப்பதிவாளர் மாலையில் வர மாட்டார். முதல் நாள் படப்பிடிப்பிற்கு வரும் கேமரா அடுத்த நாள் படப்பிடிப்பிற்கு வராது.அது மட்டுமின்றி 'முகம்மது பின் துக்ளக்' படம் சம்பந்தப்பட்ட எல்லோருக்குமே மிரட்டல்கள் விடப்பட்டன. அந்தக் கடுமையான மிரட்டல்களுக்கு நடுவே யார் கிடைத்தார்களோ அவர்களை வைத்து படப்பிடிப்பை நடத்திக் கொண்டிருந்தார் சோ.

'முகம்மது பின் துக்ளக்' படத்துக்கு இசையமைக்கும் பொறுப்பை ஏற்றுக்கொண்டிருந்தவர் மெல்லிசை மன்னர் எம். எஸ். விஸ்வநாதன். அந்தப் படத்திற்கு இசையமைக்கக் கூடாது என்று அவரும் மிரட்டப்பட்டார். ஆனால் அந்த மிரட்டலைக் கண்டு அஞ்சாமல் இரும்பு போல நின்றார் அவர்.

"எனக்கும் அரசியலுக்கும் எந்தச் சம்பந்தமும் இல்லை. இந்தப் படத்தில்கூட சோ என்ன கருத்தைச் சொல்லியிருக்கிறார் என்று எனக்குத் தெரியாது. நீங்க சோவின் அரசியல் கருத்துக்களை விமர்சித்து ஒரு படம் எடுத்து அதுக்கு என்னை இசையமைக்கக் கூப்பிட்டால்கூட நான் நிச்சயமாக அதுக்கு இசையமைத்துத் தருவேன். இந்தப் படத்தைப் பொறுத்தவரை இதற்கு இசையமைக்க நான் ஏற்கனவே ஒப்புக்கொண்டு விட்டேன். ஆகவே அதிலிருந்து என்னால் பின் வாங்க முடியாது" என்று தன்னை மிரட்டியவர்களிடம் அழுத்தம் திருத்தமாக எம்.எஸ். வி. சொன்னார்.

மிரட்டல்கள் எல்லாவற்றையும் தாண்டி சோவின் பக்கம் சிலர் துணிந்து நின்றதால் திட்டமிட்டபடி 'முகம்மது பின் துக்ளக்' படப்பிடிப்பை நடத்தி முடித்தார் சோ. படத்தின் படப்பிடிப்பு முடிவடைந்து படம் வெளியீட்டுக்குத் தயாரானபோது 1971ஆம் ஆண்டு நடைபெற்ற தேர்தலுக்கு முன்னால் அந்தப் படம் வெளிவரக்கூடாது என்று எண்ணிய சிலர் அந்தப் படம் தணிக்கைக்கு அனுப்பப்பட்டபோது அங்கும் தங்கள் செல்வாக்கைப் பயன்படுத்தினர். அதனால் தணிக்கை அதிகாரிகள் படத்தைப் பார்க்காமல் நாட்களைக் கடத்தினர்.

ஒரு பொதுக்கூட்டத்தில் பேசிய சோ 'முகம்மது பின் துக்ளக்' படத்தை விரைந்து தணிக்கை செய்யவேண்டும் என்று தணிக்கைக் குழுவிற்குத் தந்தி அடிக்குமாறு பொது மக்களைக் கேட்டுக் கொள்ளவே பத்தாயிரத்துக்கும் மேற்பட்ட தந்திகளை தணிக்கைக் குழுவிற்கு சோவின் வாசகர்களும் பொதுமக்களும் அனுப்பினார்கள். அதற்குப் பிறகு அந்தப் படத்தைப் பார்த்த தணிக்கைக் குழுவினர் பல வெட்டுக்களுடன் படத்தைத் திரையிட அனுமதித்தனர்.

ஆனால் போராட்டம் அத்தோடு நின்று விடவில்லை. அடுத்த படியாக 'முகம்மது பின் துக்ளக்' படத்தைத் திரையிடக்கூடாது

என்று பல தியேட்டர்களுக்கு மிரட்டல்கள் விடுக்கப்பட்டன. அப்படி இருந்தும் அந்த மிரட்டல்களை எல்லாம் மீறி சில தியேட்டர் அதிபர்கள் அந்தப் படத்தைத் தங்களது தியேட்டரில் வெளியிட்டனர்

பல தடைகளைக் கடந்து 1971 மார்ச் மாதம் ஐந்தாம் தேதி ஒருவழியாக. 'முகம்மது பின் துக்ளக்' படம் திரைக்கு வந்தது. படப்பிடிப்பில் தகராறு, தணிக்கையில் தகராறு, தியேட்டர் கிடைப்பதில் பிரச்னை என்று ஆரம்பம் முதல் பல பிரச்னைகளை அந்தப் படம் சந்தித்ததால் அந்தச் செய்திகளே படத்துக்கு நல்ல விளம்பரமாக அமைந்தது. அதன் காரணமாக ஐம்பது நாட்களைக் கடந்து ஓடிய அந்தத் திரைப்படம் தயாரிப்பாளர்கள் விநியோகஸ்தர்கள் எல்லோருக்கும் லாபகரமான ஒரு படமாக அமைந்தது.

படம் வெளியான சில நாட்களில் தனது குருவான இசையமைப்பாளர் எஸ் எம் சுப்பையா நாயுடு அவர்களுக்கு மிகப் பெரிய பாராட்டு விழாவை ஏற்பாடு செய்த இசையமைப்பாளர் எம். எஸ். விஸ்வநாதன் அந்த விழாவில் கலந்துகொள்ளும்படி எம்ஜிஆர், சிவாஜி ஆகிய இருவரையும் அழைத்தார். அவர்கள் இருவருமே விழாவிற்கு வர ஒப்புக் கொண்டனர். அப்போது எம்ஜிஆருக்கும் சோவிற்கும் இடையே பேச்சுவார்த்தையே இல்லை என்பதை அறியாமல் அந்த விழாவைத் தொகுத்துத் தருகின்ற பொறுப்பை சோ-விடம் எம்.எஸ்.விஸ்வநாதன் ஒப்படைத்தார்.

விழாவிற்கான அழைப்பிதழ்கள் தயாரானவுடன் அழைப்பிதழைக் கொடுப்பதற்காக எம்ஜிஆரை எம்.எஸ். விஸ்வநாதன் சந்தித்தபோது அவருக்கு மிகப்பெரிய அதிர்ச்சி காத்துக் கொண்டிருந்தது. அழைப்பிதழில் சோவின் பெயரைப் பார்த்த எம்ஜிஆர் "எதற்காக சோவைக் கூப்பிட்டிருக்கே? அந்த ஆள் பத்திரிகையில் பண்ணும் கலாட்டா போதாதா?" என்று அவரிடம் கோபமாகக் கேட்டார். அவர் அப்படிக் கேட்டதும் பதறிப்போன எம்.எஸ்.விஸ்வநாதன் "அப்போ ஒண்ணு செய்கிறேன். இப்போதே போய் சோவைப் பார்த்து நீங்க விழாவுக்கு வருவது எம்ஜிஆருக்குப் பிடிக்கவில்லை. அதனால் நீங்க விழாவிற்கு வராதீங்க என்று சொல்லிவிட்டு வந்து விடுகிறேன்" என்று அப்பாவியாக எம்ஜிஆரிடம் சொன்னார் .

உடனே தலையில் அடித்துக் கொண்ட எம்ஜிஆர் "உனக்கு

பாட்டைத் தவிர வேற எதுவுமே தெரியாதா? நீ போய் சோவிடம் அப்படிச் சொன்னால் என் பேருதானே கெட்டுப் போகும் சரி சரி, விழாவை நடத்து. அங்கே வந்து அவர் என்ன ரகளை பண்ணப்போகிறாரோ" என்றபடி விஸ்வநாதனை வழியனுப்பி வைத்தார்.

அடுத்து சோவை சந்தித்து எம்ஜிஆர் சொன்னது எல்லாவற்றையும் அப்படியே அவரிடம் சொன்ன விஸ்வநாதன் "விழாவில் அரசியல் எதுவும் பேசிவிட வேண்டம்" என்று அவரிடம் கேட்டுக்கொள்ள சிரித்தபடியே "சரி" என்று ஒப்புக் கொண்டார் சோ.

அந்த விழா மேடைக்கு எம்ஜிஆர் வந்து அமர்ந்ததும் "இது வாத்தியார் விழா" என்று சோ மைக்கில் அறிவிக்க அங்கே கூடியிருந்த எம்ஜிஆரின் ரசிகர்கள் எல்லோரும் அந்த அரங்கமே அதிரும்படி பலமாக கைதட்டினார்கள். அடுத்து "நான் சொன்னது எம்.எஸ்.விஸ்வநாதன் அவர்களின் வாத்தியார் எஸ்.எம் சுப்பையா நாயுடுவைப் பற்றி. அந்த வாத்தியார் விழா இது" என்று சோ சொன்னதும் மீண்டும் பலத்த கைதட்டல் ஒலி எழுந்தது. உடனே எம்.ஜி.ஆரைப் பார்த்து "என்ன வாத்தியாரே நான் சொன்னது சரிதானே" என்று கேட்டார் சோ. அவர் அப்படிக் கேட்டவுடன் ரசிகர்கள் மட்டுமின்றி எம்ஜிஆரும் எழுந்து நின்று சிரித்தபடி கைதட்ட விழா களைகட்டத் தொடங்கியது.

எல்லா அரசியல் தலைவர்களையும் சோ விமர்சித்த போதிலும் அந்த விமர்சனங்களை எல்லாம் மீறி அவர்கள் எல்லோரும் அவரை விரும்பியதற்குக் காரணம் அவரது விமர்சனங்களில் இழைந்தோடிய நகைச்சுவை உணர்வுதான்.

99

பஞ்சு அருணாசலத்துக்கும் நாகேஷுக்கும் ஏற்பட்ட மோதல்

கண்ணதாசனின் உதவியாளராக சினிமா உலகில் அடி எடுத்து வைத்த பஞ்சு அருணாசலத்துக்கு ஆரம்பகாலம் முதலே கதாசிரியராக வேண்டும் என்ற ஆசை இருந்தது என்றாலும் அந்த ஆசையைத் தூண்டிவிட்டதில் கே.பாலச்சந்தர், கே.எஸ்.கோபாலகிருஷ்ணன், பி.மாதவன், ஏ.பீம்சிங், பி.ஆர்.பந்துலு போன்ற பல இயக்குனர்களுக்கு முக்கிய பங்கு உண்டு. பாடல் கம்போசிங்கிற்கு கண்ணதாசனோடு செல்லும் போதெல்லாம் அந்த இயக்குனர்கள் கதை சொல்கின்ற பாணியைக் கேட்டு அசந்து போன பஞ்சு அருணாசலம் திரைக்கதையை எப்படி எழுதுவது என்ற வித்தையை அந்த இயக்குனர்கள் எல்லோரிடமிருந்தும் பெற்றார். தினமும் வித்தியாசமான கதாசிரியர்களையும் புதுப்புது கதைகளையும் கேட்கும் வாய்ப்பு அவருக்குக் கிடைத்ததால், அந்தப் பாடல் கம்போசிங்குகளே அவருக்கு திரைக்கதை பயிற்சி வகுப்புகள் ஆகின.

அதற்குப் பிறகு திரைப்படங்களுக்காகப் பல கதைகளை உருவாக்கிய அவர் எல்லா கதாசிரியர்களையும் போல பட வாய்ப்புகளுக்காக முயற்சி செய்தபோது ஒரு கட்டத்தில் சில படங்களுக்குக் கதை எழுதும் வாய்ப்புகள் அவருக்குக் கிடைத்தன என்றாலும் அந்தப் படங்கள் எல்லாமே வளராமல் பாதியிலேயே நின்று போனதால்

அந்த வாய்ப்புகளால் ‘பாதிப் பட பஞ்சு’ என்ற பெயர் மட்டுமே அவருக்கு மிஞ்சியது.

சரியான வாய்ப்புகள் கிடைக்காமல் பஞ்சு அருணாசலம் தடுமாறிக்கொண்டிருந்த அந்தத் தருணத்தில் அவரது திரை வாழ்க்கையை மாற்றி அமைத்ததில் தயாரிப்பாளர் ‘சித்ரமகால்’ கிருஷ்ணமூர்த்திக்கு மிகப்பெரிய பங்கு உண்டு.

மருந்து கம்பெனி ஒன்றினை நடத்தி வந்த ‘சித்ரமகால்’ கிருஷ்ணமூர்த்தி தயாரித்த முதல் படம் ‘ஓடும் நதி’. தாதாமிராசி இயக்கத்தில் உருவான அந்தப் படம் வெற்றிப்படமாக அமையவில்லை என்பதால் அவருக்கு மிகப்பெரிய நட்டம் ஏற்பட்டது. அப்போது அவரது பட நிறுவனம் பஞ்சு அருணாசலத்தின் இல்லத்துக்கு மிக அருகில் அமைந்திருந்ததால் பஞ்சு அருணாசலமும் அவரும் அடிக்கடி சந்தித்துக்கொண்டனர்.

“சினிமாவில் விட்ட பணத்தை சினிமாவில்தான் எடுக்க வேண்டும். அடுத்து என்ன மாதிரியான படம் எடுக்கலாம் என்று சொல்லுங்கள்” என்று அவர் ஒரு நாள் பஞ்சு அருணாசலத்திடம் கேட்டபோது “நாகேஷை வைத்து சிறிய அளவில் காமெடிப் படம் ஒன்று எடுங்கள். நிச்சயமாக ஓடும்” என்று அவருக்கு ஆலோசனை கூறினார் பஞ்சு அருணாசலம். அவர் சொன்னபடியே நாகேஷை வைத்து ‘தேன்கிண்ணம்’ என்று ஒரு படத்தை எடுத்தார் கிருஷ்ணமூர்த்தி. நாகேஷ், விஜயலலிதா இருவரும் ஜோடியாக நடித்த அந்தப் படம் வெற்றிப்படமாக அமைந்தது.

‘தேன்கிண்ணம்’ வெற்றிப்படமாக அமைந்த உற்சாகத்தில் அடுத்த படத்தின் வேலைகளை ஆரம்பித்த கிருஷ்ணமூர்த்தி “உங்ககிட்ட ஏதாவது கதை இருந்தா சொல்லுங்களேன்” என்று கேட்க தன்னிடமிருந்த ஒரு கதையை அவரிடம் சொன்னார் பஞ்சு அருணாசலம். அந்தக் கதை கிருஷ்ணமூர்த்திக்குப் பிடித்துவிட்டது.

‘உங்கள் விருப்பம்’ என்று பெயரிடப்பட்டிருந்த அந்தக் கதையில் கதாநாயகனாக யாரை நடிக்க வைக்கலாம் என்ற கிருஷ்ணமூர்த்தி கேட்டபோது, மீண்டும் நாகேஷ் பெயரைப் பரிந்துரைத்தார் பஞ்சு. நாகேஷின் மார்க்கெட் அப்போது உச்சத்தில் இருந்ததாலும் கிருஷ்ணமூர்த்தியும் அவரும் இணைந்து உருவாக்கியிருந்த ‘தேன்கிண்ணம்’ வெற்றிப்படமாக அமைந்திருந்ததாலும் அந்த காம்பினேஷன் அடுத்த படத்தின் வெற்றிக்கு நிச்சயம் உதவியாக

இருக்கும் என்று பஞ்சு நம்பினார். அவரது யோசனையின் பேரில் நாகேஷை ஒப்பந்தம் செய்த சித்ரமகால் கிருஷ்ணமூர்த்தி அவருக்கு ஜோடியாக 'தேன்கிண்ணம்' படத்தில் நடித்த விஜயலலிதாவையே ஒப்பந்தம் செய்தார்.

கதை வசனகர்த்தா என்ற முறையில் பஞ்சு அருணாசலத்தின் பெயர் முதன் முதலாக டைட்டிலில் இடம் பெற்ற படமான 'ஹலோ பார்ட்னர்' 1972ஆம் ஆண்டு திரைக்கு வந்தது.

அந்தப் படத்தின் வெற்றிக்குப் பிறகு சித்ரமகால் கிருஷ்ணமூர்த்தி இயக்கத்தில் ஜெய்சங்கரின் பல படங்களுக்குத் தயாரிப்பு நிர்வாகியாக இருந்த கே. பாலகிருஷ்ணன், ஜெய்சங்கரின் மேக்கப்மேன் மாணிக்கம், ஜெய்சங்கரின் நண்பரான காமாட்சி ஆகிய மூவரும் இணைந்து கீதா சித்ரா என்ற நிறுவனத்தின் சார்பில் தயாரித்த படம் 'கல்யாணமாம் கல்யாணம்'. அந்தக் கதையில் கதாநாயகன் ஜெய்சங்கருக்கு நிகரான ஒரு பாத்திரம் இருந்தது. அந்தப் பாத்திரத்திற்கு யாரை ஒப்பந்தம் செய்யலாம் என்ற விவாதம் எழுந்தபோது, நாகேஷ் பெயரைப் பரிந்துரைத்தார் பஞ்சு அருணாசலம். பின்னர் நாகேஷ் படத்தின் கதையைக் கேட்க விரும்பவே பஞ்சு அருணாசலம் அவருக்குக் கதை சொல்லப் போனார்.

பல நகைச்சுவைச் சம்பவங்கள் உள்ள அந்தக் கதையை உற்சாகமாக சொல்லிக்கொண்டு வந்த பஞ்சு அருணாசலம் பாதி கதையை சொல்லும்போதே சோர்ந்துவிட்டார் என்றால் அதற்குக் காரணம் நாகேஷின் ரியாக்ஷன். ஒரு இடத்தில்கூட சிரிக்காமல் ஏதோ அரிச்சந்திரனுடைய மயான காண்டத்தைப் பற்றி பஞ்சு சொல்ல, அதைக் கேட்டுக்கொண்டிருப்பவர்போல உம்மென்று முகத்தை வைத்துக்கொண்டு கதையைக் கேட்டுக்கொண்டிருந்தார் நாகேஷ். அந்த லட்சணத்தில் அவர் கதை கேட்கும்போது எவ்வளவு நேரம்தான் கதை சொல்ல முடியும்? ஆகவே அவசரம் அவசரமாகக் கதையைச் சொல்லி முடித்தார் பஞ்சு.

கதையைக் கேட்ட பிறகு நாகேஷ் வீசிய ஒரு குண்டு 'கல்யாணமாம் கல்யாணம்' படத்திலிருந்து நாகேஷையே தூக்கி வீசியது.

பஞ்சு அருணாசலம் கதை சொல்லி முடித்தவுடன் "கதை நல்லாத்தான் இருக்கு பஞ்சு. ஆனா இந்த காமெடி இருக்கிறதே அது எல்லோருக்கும் அவ்வளவு எளிதில் வராது" என்று ஆரம்பித்த

நாகேஷ் "நீ எழுதின 'ஹலோ பார்ட்னர்' கூட நல்ல கதைதான். இன்னும் நல்லா ஓடியிருக்க வேண்டிய படம் அது. ஆனா ஏன் ஓடலைன்னா உனக்கு காமெடி எழுதத் தெரியலே. ஒரு நல்ல காமெடி ரைட்டர் மட்டும் அந்தக் கதைக்கு வசனம் எழுதியிருந்தா அந்தப் படம் எங்கேயோ போயிருக்கும். அதனால நீ ஒண்ணு செய். இந்தக் கதையை மட்டும் கொடுத்துவிடு. வசனத்தை ஏ.எல். நாராயணன் எழுதட்டும்" என்றார்.

நாகேஷ் சொல்லச் சொல்ல தன்னுடைய மனசுக்குள் எழுந்த ஆத்திரத்தை வெளிக்காட்டிக் கொள்ளாமல் "நீங்க அதைப்பற்றி எல்லாம் தயாரிப்பாளர்களிடம் பேசிக் கொள்ளுங்கள்" என்று சொல்லி விட்டு நாகேஷின் வீட்டை விட்டுக் கிளம்பிய பஞ்சு அருணாசலம் அடுத்து அந்தப் படத்தின் இயக்குனரான கிருஷ்ணமூர்த்தியையும், தயாரிப்பாளர்களில் ஒருவரான பாலகிருஷ்ணனையும் சந்தித்து அவர்கள் இருவரிடமும் "நாகேஷ் இந்தப் படத்தில் வேண்டாம்" என்று தீர்மானமாகச் சொன்னார்.

அந்தப் படத்தின் தயாரிப்பாளர்களில் ஒருவரான பாலகிருஷ்ணன் கே. பாலச்சந்தரிடம் பல படங்களுக்கு தயாரிப்பு நிர்வாகியாக பணியாற்றியவர். கே. பாலச்சந்தரிடம் பணியாற்றியவர் என்பதால் நாகேஷுக்கு அவர் எந்த அளவு நெருக்கமாக இருந்திருப்பார் என்பதை எளிதில் ஊகித்துக் கொள்ளலாம்.

அடுத்து படத்தை இயக்கவிருந்த சித்ரமகால் கிருஷ்ணமூர்த்தி. அவர் இயக்கி வெற்றி பெற்ற இரண்டு படங்களிலும் நாயகன் நாகேஷ்தான்.

மூன்றாவதாகக் 'கல்யாணமாம் கல்யாணம்' படத்தின் நாயகன் ஜெய்சங்கர். நாகேஷ், ஜெய்சங்கரின் உற்ற நண்பர்.

இப்படி நாகேஷின் கோட்டைபோல அமைந்திருந்த அந்த கீதாசித்ரா என்ற பட நிறுவனத்தில்தான் "நாகேஷ் நமது படத்தில் வேண்டாம்" என்று அழுத்தம் திருத்தமாகச் சொன்னார் பஞ்சு அருணாசலம்.

"இன்னொரு ஹீரோ மாதிரி உள்ள பாத்திரத்திற்கு நாகேஷைப் போடலாம்னு நீங்கதானே சொன்னீங்க?" என்று அவர்கள் பஞ்சு அருணாசலத்திடம் கேட்டபோது நாகேஷின் வீட்டில் நடந்ததை அப்படியே அவர்களுக்குச் சொன்னார் பஞ்சு.

அதைக் கேட்ட அடுத்த நிமிடமே "சரி, அந்தப் பாத்திரத்துக்கு யாரைப் போடலாம்னு சொல்லுங்க" என்றார்கள் கிருஷ்ணமூர்த்தியும் பாலகிருஷ்ணனும். உடனே சோ-வின் பெயரைச் சொன்னார் பஞ்சு அருணாசலம்.

'கல்யாணமாம் கல்யாணம்' என்ற பெயரிலே வெளியாகி வெற்றி பெற்ற அந்தப் படம் கதாசிரியர் என்ற முறையில் பஞ்சு அருணாசலத்துக்கு மிகப்பெரிய அங்கீகாரத்தைப் பெற்றுத் தந்தது. தன்னுடைய திரையுலக வாழ்க்கையின் ஆரம்ப கட்டத்தில் நாகேஷ் தன்னை நிராகரித்த காயம் பல ஆண்டுகள் பஞ்சு அருணாசலத்தின் மனதில் ஆறாமல் இருந்ததால், அதற்குப் பிறகு மிகப்பெரிய கதாசிரியராகவும் தயாரிப்பாளராகவும் உயர்ந்த பஞ்சு அருணாசலத்தின் படங்களில் மிக நீண்ட காலம் நாகேஷ் இடம்பெறவே இல்லை. மிக நீண்ட இடைவெளிக்குப் பிறகு கமல்ஹாசனின் பலத்த சிபாரிசின் பேரில் பஞ்சு அருணாசலம் தயாரித்த 'மைக்கேல் மதன காம ராஜன்' படத்தில் இடம் பெற்றார் நாகேஷ்.

100

கலைவாணரைச் சுட்டுத் தள்ள முடிவெடுத்த எம்.ஆர்.ராதா

'ரத்தக் கண்ணீர்' நாடகத்துக்கு முன்னால் எம்.ஆர்.ராதா நடித்த நாடகங் களில் மிகவும் புகழ்பெற்ற நாடகம் "இழந்த காதல்"என்ற நாடகம். ஜெகதீஷ் என்ற வில்லனின் வேடத்தில் ராதா நடித்திருந்த அந்த நாடகம் சேலத்தில் ஒரு வருடத்திற்கும் மேலாக நடந்தது.

"அந்த நாடகத்திற்கு அப்போது இருந்த வரவேற்பு இப்போது உள்ள சினிமாவுக்குக் கூட இருக்காது" என்று ஒரு கட்டுரையில் குறிப்பிட்டிருக்கிறார் சிவாஜி.

'இழந்த காதல்' நாடகத்தில் எம்.ஆர்.ராதா சவுக்கடி காட்சி ஒன்றில் நடிப்பார். அந்தக் காட்சி ரசிகர்கள் மத்தியில் மிகச் சிறந்த வரவேற்பைப் பெற்றதால் "எம்.ஆர்.ராதாவின் சவுக்கடி காட்சியைப் பார்க்கத் தவறாதீர்கள்" என்று சேலம் முழுக்க அப்போது போஸ்டர்கள் அடித்து விளம்பரப்படுத்தினார்கள்.

அந்த நாடகத்தைப் பார்ப்பதற்காகப் பல அரசியல் கட்சித் தலைவர்களும், முக்கியமான பிரமுகர்களும் சேலத்துக்குப் படையெடுக்கத் தொடங்கினர். அப்படி வந்தவர்களில் முக்கியமான ஒருவர் அறிஞர் அண்ணா. அப்போது ஈரோட்டிலிருந்து வந்து கொண்டிருந்த தந்தை பெரியாரின் 'குடியரசு' பத்திரிகையில்

துணை ஆசிரியராகப் பணியாற்றிக் கொண்டிருந்த அவர் ‘இழந்த காதல்’ நாடகத்தைப் பார்ப்பதற்காகத் தொடர்ந்து பல நாட்கள் ஈரோட்டிலிருந்து சேலத்துக்கு பஸ்ஸிலே வந்தார்.

அந்த நாடகம் மிகப்பெரிய வெற்றியைப் பெற்றதால் அதைப் படமாகத் தயாரிக்கின்ற நோக்கத்துடன் மாடர்ன் தியேட்டர்ஸ் அதிபர் டி.ஆர் சுந்தரம் உட்பட பலரும் அந்த நாடகத்தைப் பார்க்க வந்தனர். அவர்களுக்கு கதை பிடித்திருந்தாலும் அந்த நாடகத்தில் கதாநாயகி வேடத்தில் உயிரோட்டமுள்ள நடிப்பைத் தந்த மாரியப்பன் என்ற நடிகருக்கு ஈடாக ஒரு கதாநாயகி அமைவது கடினம் என்று அவர்கள் அனைவருமே கருதியதால் அந்த நாடகத்தைப் படமாக்க அவர்கள் முன்வரவில்லை.

அதற்குப் பிறகு ஒரு கால கட்டத்தில் கலைவாணர் என். எஸ்.கிருஷ்ணன் அந்த நாடகத்தைப் படமாக்க முன்வந்தார். ‘இழந்த காதல்’ நாடகத்தைப் பொறுத்தவரை அந்த நாடகத்திற்கு முதுகெலும்பாக இருந்தவர் எம்.ஆர். ராதா. அந்த நாடகத்தைப் பார்ப்பதற்கு ரசிகர்கள் தினமும் கூட்டம் கூட்டமாக படைஎடுத்து வந்தார்கள் என்றால் அதற்குக் காரணமும் அவர்தான். அதையெல்லாம் நன்கு அறிந்திருந்த போதிலும் ‘இழந்த காதல்’ கதையை எம்.ஆர்.ராதா இல்லாமல் படமாக்கத் திட்டமிட்ட என்.எஸ். கிருஷ்ணன் அப்படி ஒரு முடிவை தான் எடுத்ததற்கான காரணத்தை மட்டும் எவரிடமும் கூறவில்லை.

‘இழந்த காதல்’ நாடகத்தில் தான் ஏற்று நடித்த பாத்திரத்தில் கே.பி.காமாட்சி என்ற நடிகரை நடிக்க வைத்து அந்தக் கதையைப் படமாக்க கலைவாணர் திட்டமிட்டுக் கொண்டிருக்கிறார் என்பதை அறிந்த எம்.ஆர். ராதா ஆத்திரத்தின் எல்லைக்கே போனார்..

தன்னுடைய புகழைக் குலைக்கும் செயலில் ஈடுபட்டுள்ள கலைவாணரை மறக்கவும் மன்னிக்கவும் அவரது மனசு மறுத்ததின் காரணமாக, அவரைச் சுட்டுத் தள்ளிவிடுவது என்ற முடிவுக்கு வந்த எம்.ஆர். ராதா உளுந்தூர் பேட்டையிலே ஒரு ஆளைப் பிடித்து துப்பாக்கி ஒன்றை அவரிடம் வாங்கியது மட்டுமின்றி குறி பார்த்துச் சுடுவதற்காக தினமும் தவறாமல் பயிற்சியும் எடுத்துக் கொள்ளத் தொடங்கினார்.

இதற்கிடையில் கலைவாணர் என்.எஸ்.கிருஷ்ணனை, துப்பாக்கியால் சுடுவதற்கு எம்.ஆர்.ராதா திட்டமிட்டு இருக்கும் விஷயம் ‘இழந்த

காதல்' நாடகத்தை நடத்திக்கொண்டிருந்த நாடக சபாவின் சொந்தக்காரரான யதார்த்தம் பொன்னுசாமிப் பிள்ளைக்கு தெரியவரவே என்.எஸ்.கிருஷ்ணனிடம் எச்சரிக்கையாக இருக்குமாறு அறிவுரை கூறினார்.

எம்.ஆர்.ராதா தன்னைச் சுடுவதற்காக துப்பாக்கி வாங்கியிருப்பதையும் அந்தத் துப்பாக்கியால் தன்னைச் சுடுவதற்காக தினமும் பயிற்சி பெற்றுக் கொண்டிருப்பதையும் அறிந்த கலைவாணர் என்.எஸ். கிருஷ்ணன் கொஞ்சம் கூட அதிர்ச்சி அடையவில்லை. சிங்கத்தை அதனுடைய குகையிலேயே சந்திப்பது என்று முடிவெடுத்த அவர் தன்னுடைய காரில் ஏறி அமர்ந்துகொண்டு காரை கரூருக்கு விடும்படி தன்னுடைய டிரைவரிடம் கூறினார்.

அப்போது எம்.ஆர்.ராதா கரூரிலேதான் நாடகம் நடத்திக் கொண்டிருந்தார்.

யாரைச் சுடுவதற்காக எம்.ஆர்.ராதா பயிற்சி பெற்றுக் கொண்டிருந்தாரோ அந்தக் கலைவாணரே தன்னுடைய எதிரிலே வந்து நின்றதும் எம்.ஆர்.ராதாவிற்கு ஒன்றும் புரியவில்லை. இருப்பினும் கலைவாணர் மீது இருந்த அளவில்லாத மரியாதை காரணமாக தன்னையும் அறியாமல் அவர் எழுந்து நின்றார்.

“ஏண்டா உனக்கு புத்தி இருக்கா?” என்று எம்.ஆர்.ராதாவைப் பார்த்துக் கேட்ட கலைவாணர், அவரிடமிருந்து எந்தப் பதிலும் வராததால் “என்னடா யோசிக்கறே? உனக்குப் புத்தி இருக்கான்னு கேட்கிறேன்” என்றார். அதற்கும் எம்.ஆர்.ராதாவிடமிருந்து எந்தப் பதிலும் இல்லை.

“பணம், பங்களா, காரு, வயசு இதெல்லாம் ஒரு பக்கம் இருக்கட்டும். நடிப்புன்னு வரும்போது அதை உனக்குச் சொல்லிக் கொடுக்கிற யோக்கியதையும், தகுதியும் எனக்கு இருக்காடா? கே.பி.காமாட்சியைப் போட்டா இப்படி நடிக்காதே, அப்படி நடிக்காதேன்னு என்னால சொல்ல முடியும். உன்கிட்டே அப்படிச் சொல்ல முடியுமா? சொன்னா அவமரியாதையாக இருக்காது? பணத்துக்காக அந்த அவமரியாதையைப் பொறுத்துக்கிறதுக்கு நீ வேண்டுமானால் தயாராக இருக்கலாம். ஆனால் என்னால பொறுத்துக்க முடியாது. அதனால்தான் உன்னை அந்தப் படத்திலே நான் போடலே. புரிஞ்சுதா? இதுக்கு அப்புறமும் என்னைச்

சுடணும்னு உனக்குத் தோணினா என்னை நல்லா சுடு" என்று கலைவாணர் என்.எஸ்.கிருஷ்ணன் கூறியதும் துப்பாக்கியை எடுத்து கலைவாணரிடம் கொடுத்த எம்.ஆர்.ராதா "இனிமே சுடறதாக இருந்தா நீங்கதான் என்னைச் சுடணும்" என்றார். அவர் அப்படிச் சொன்னவுடன் அப்படியே ராதாவைக் கட்டி அணைத்துக் கொண்டார் கலைவாணர்.

"அவர் என்னைக் கட்டி அணைத்துக் கொண்டவுடன் என்னுடைய கண்களில் இருந்து கண்ணீர் ஆறாகப் பெருகியது. என்னுடைய வாழ்நாளில் அன்றுதான் முதன் முதலாக நான் அழுதேன். நான் அழுவதைப் பார்த்துவிட்டு கலைவாணரும் கண்ணீர்விட்டு அழுதார்" என்று குறிப்பிட்டுள்ளார் எம்.ஆர்.ராதா.

உணர்ச்சிகளின் குவியல்தான் கலைஞர்களின் மனது என்பதற்கு இந்தச் சம்பவத்தை விட வேறென்ன சாட்சி வேண்டும்?